ಭವಿಷ್ಯಯಾನ

TRAVEL TO FUTURE

ಇಂದಿರಾತನಯ

ಅರ್ಪಣೆ

"ವರ್ತಮಾನವೆಂಬ ವೃಕ್ಷಕ್ಕೆ ಭೂತಕಾಲವೇ ಬೀಜ ಭವಿಷ್ಯಕಾಲವೇ ಫಲ"
ಎಂಬ ಆಲೂರು ವೆಂಕಟರಾಯರ ನುಡಿಗಳು ಚಿರಸ್ಮರಣೀಯ. ವರ್ತಮಾನ
ಕರ್ನಾಟಕದ ವರ್ಧಮಾನ ವಿದ್ಯಮಾನಗಳೆಂಬ ವೃಕ್ಷಕ್ಕೆ ನಮ್ಮ ಪೂರ್ವಜರ
ಅತ್ಯಂತ ಶ್ರೀಮಂತಿಕೆಯ ಇತಿಹಾಸವೇ ಬೀಜ , ಇದನ್ನು ಸದಾ ಸ್ಮರಿಸುತ್ತಾ ,
ಸ್ಮರಿಸುವುದರ ಜೊತೆಗೆ ಅದರ ಫಲವನ್ನು ನಮ್ಮ ಭವಿಷ್ಯದ ತಲೆಮಾರಿಗೆ
ಮುಟ್ಟಿಸಿ ಅವರನ್ನು ಜಾಗರೂಕರಾಗಿ ಮಾಡುವುದು ನಮ್ಮ ಮುಖ್ಯ ಉದ್ದೇಶ
ಮತ್ತು ಕರ್ತವ್ಯವೆಂದು ಭಾವಿಸಿದ್ದೇನೆ. ಅದಕ್ಕಾಗಿ ನನ್ನ ಒಂದು ಪುಟ್ಟ
ಪ್ರಯತ್ನವನ್ನು ಇಲ್ಲಿ ಮಾಡುತಿದ್ದೇನೆ. ಈ ಲೇಖನವನ್ನು ಪ್ರತ್ಯಕ್ಷವಾಗಿ
ಪರೋಕ್ಷವಾಗಿ ಸಹಕರಿಸಿದ ಎಲ್ಲರಿಗೂ ಅರ್ಪಿಸುತ್ತಿದ್ದೇನೆ.

ಪರಿವಿಡಿಗಳು

ಪರಿವಿಡಿಗಳು

ಪೀಠಿಕೆ

ಜನತೆಯ ಹೃದಯದಲ್ಲಿ ವಿವಿಧ ರಸಭಾವನೆಗಳನ್ನಷ್ಟೇ ಕೆರಳಿಸಿದರೆ ಸಾಲದು. ಇಂದಿನ ಸಾಹಿತ್ಯದಿಂದ ನಾವು ಅದಕ್ಕಿಂತಲೂ ಹೆಚ್ಚಿನ ಫಲವನ್ನು ಬಯಸುತ್ತೇನೆ. ನಮ್ಮ ಸ್ವಂತ ಕಲ್ಪನೆಗಳ ಮೂಲಕ ಓದುಗರ ಮನಸ್ಸಿನಲ್ಲಿಯೂ ಹೊಸ ಹೊಸ ಕಲ್ಪನೆಗಳು ಮೂಡಿ ವಿಚಾರ ಕ್ರಾಂತಿಯ ಮೂಲಕ ನಮ್ಮ ಸಮಾಜಕ್ಕೆ ಉಪಯೋಗವಾದರೆ. ಒಬ್ಬ ಲೇಖಕನ ನಿಜವಾದ ಗುರಿ ಸಾಧಿಸಿದಂತಾಗುತ್ತದೆ. ಲೇಖಕನ ಕಲ್ಪನಾ ಪ್ರಪಂಚ ಇಲ್ಲವೇ ಅವನ ಹಗಲುಗನಸು ಕೃತಿಯ ರೂಪದಲ್ಲಿ ತರುವುದು ಅದರಿಂದ ಒಂದು ಹೊಸ ಪ್ರಪಂಚವನ್ನೇ ಸೃಷ್ಟಿಸುತ್ತದೆ. ಈ ಕಲ್ಪನಾ ಪ್ರಪಂಚವನ್ನು ಪಾಶ್ಚಿಮಾತ್ಯರು ಇದನ್ನು ಉಟೋಪಿಯ ಸಾಹಿತ್ಯ ಪ್ರಕಾರವೆಂದು ಕರೆಯುತ್ತಾರೆ. ಕನ್ನಡದಲ್ಲಿ ಭಾರತೀಸುತರ "ಕಾಲಾಯಾನ" ಇದೇ ಸಾಹಿತ್ಯ ಪ್ರಕಾರಕ್ಕೆ ಸೇರಿದೆ. ಅದರಿಂದ ಸ್ಫೂರ್ತಿ ಪಡೆದು "ಭವಿಷ್ಯಯಾನ " ಕಾದಂಬರಿ ಮೂಡಿಬಂದಿದೆ.

ಮುನ್ನುಡಿ

ಪ್ರಿಯ ಓದುಗರೇ,

ನನ್ನ ಬಹಳ ದಿನಗಳ ಕನಸು ಕಾಲಯಾನದ ಬಗ್ಗೆ ಕಥೆಯನ್ನು ಬರೆಯಬೇಕೆಂಬುದು. "ಭವಿಷ್ಯಯಾನ" ಎಂಬ ನನ್ನ ಕಾಲ್ಪನಿಕ ಕಥೆಯನ್ನು ನಿಮ್ಮ ಮುಂದೆ ತರುತ್ತಿದ್ದೇನೆ. ಇಲ್ಲಿ ಬರುವ ಎಲ್ಲಾ ಪಾತ್ರಗಳು ಕಾಲ್ಪನಿಕ, ಇಲ್ಲಿ ನಾಡ ಪ್ರಭು ಕೆಂಪೇಗೌಡರ ಪಾತ್ರ ಮತ್ತು ನಮ್ಮ ಪುರಾತನ ಕಾಲದ ಋಷಿ ಮುನಿಗಳ ಪಾತ್ರಗಳೂ ಬರುತ್ತದೆ, ಇದು ಕಥೆಗೆ ಅನುಗುಣವಾಗಿ ಬಳಸಲಾಗಿದೆ, ಬೇರೆ ಯಾವ ಉದ್ದೇಶವೂ ಇಲ್ಲ.

ಈ ಕಾದಂಬರಿಯಲ್ಲಿ ಕಾಲಯಂತ್ರದ ತಾಂತ್ರಿಕ ದೋಷದಿಂದ, ಪ್ರದ್ಯುಮ್ನ ಬೇರೆ ಕಾಲಘಟ್ಟಕ್ಕೆ ಹೋಗಿ ಸೇರುತ್ತಾನೆ. ಅಲ್ಲಿ ಅವನು ಪರಶುರಾಮ, ಕಶ್ಯಪರಾದಿಯಾಗಿ ಭರತಖಂಡದ ಸಪ್ತ ಋಷಿಗಳನ್ನು ಭೇಟಿಯಾಗುತ್ತಾನೆ. ಕಶ್ಯಪ ಆಶ್ರಮದ ಪ್ರದೇಶವನ್ನು ಕಶ್ಯಪ ಮೇರು ಅಂದರೆ ಈಗಿನ ಕಾಶ್ಮೀರ. ಅಲ್ಲಿಂದ ರಾಜ ವಿಕ್ರಮಾದಿತ್ಯ ಯವನರ ಧಾಳಿಯನ್ನು ಹಿಮ್ಮೆಟ್ಟಲು ಋಷಿ ಮುನಿಗಳ ಜೊತೆ ಪ್ರದ್ಯುಮ್ನನೂ ಸಹಾಯ ಮಾಡುತ್ತಾನೆ. ಅದರ ಬದಲಿಗೆ ಆ ಋಷಿಗಳು ಕಾಲಯಂತ್ರವನ್ನು ಪುನಃ ನಿರ್ಮಿಸಿಕೊಡುತ್ತಾರೋ? ಅವನು ಕಾಲಯಂತ್ರದಲ್ಲಿ ಸ್ವಸ್ಥಾನಕ್ಕೆ ಮರಳುತ್ತಾನೋ? ಎಂಬುದನ್ನು ನೀವು ಓದಿ ತಿಳಿದುಕೊಳ್ಳಬಹುದು.

ವಂದನೆಗಳೊಂದಿಗೆ

ಇಂದಿರಾತನಯ

(ಹರೀಶ ಕೃಷ್ಣಪ್ಪ)

1

ನಾಡಪ್ರಭುಗಳ ಆಸ್ಥಾನ

ಅದು ೧೫ನೇ ಶತಮಾನ, ನಾಡ ಪ್ರಭು ಕೆಂಪೇಗೌಡರು ಆಳುತ್ತಿದ್ದ ಕಾಲ.ಪ್ರಭುಗಳಾದ ಕೆಂಪೇಗೌಡರು ಶಿವನಸಮುದ್ರಕ್ಕೆ ಹೋಗಿ ಬಂದಾಗಿನಿಂದ, ಒಂದೇ ಆಲೋಚನೆಯಲ್ಲಿದ್ದರು. ಬೃಹತ್ತಾದ ಕೋಟೆಯಿಂದ ಸುತ್ತುವರೆಲ್ಪಟ್ಟು , ದೇವಾಲಯಗಳು, ನೀರಿನ ಜಲಾಶಯಗಳೊಂದಿಗೆ , ಎಲ್ಲಾ ವಹಿವಾಟು ಮತ್ತು ವೃತ್ತಿಗಳ ಜನರು ವಾಸಿಸಲು ಸಮೃದ್ಧಿಯಿಂದ ಕೂಡಿದ ಒಂದು ದೊಡ್ಡ ಭವಿಷ್ಯದ ಮಾದರಿ ನಗರವನ್ನು ಕಟ್ಟಬೇಕೆಂಬ ಧೃಡ ಸಂಕಲ್ಪ ಮಾಡಿದ್ದರು. ಅದೊಂದು ಅವರ ಕನಸಿನ ಯೋಜನೆಯಾಗಿತ್ತು. ಆ ಕನಸನ್ನು ಸಾಕಾರಗೊಳಿಸಲು ಸರ್ವ ಪ್ರಯತ್ನವನ್ನೂ ಮಾಡುತ್ತಿದ್ದರು.ಅದಕ್ಕೆ ಸೂಕ್ತ ಸ್ಥಳದ ಬಗ್ಗೆ ಚರ್ಚೆ ನಡೆಯುತ್ತಿತ್ತು. ಅದೇ ವಿಷಯವಾಗಿ ತಮ್ಮ ಸಚಿವ ವೀರಣ್ಣ ಮತ್ತು ಸಲಹೆಗಾರರಾದ ಗಿಡ್ಡೇ ಗೌಡರೊಂದಿಗೆ ಸಮಾಲೋಚನೆಯಲ್ಲಿದ್ದರು. ಅವರುಗಳ ಅಭಿಪ್ರಾಯಗಳನ್ನು ಸಾವಧಾನ ಚಿತ್ತರಾಗಿ ಕೇಳಿಸಿಕೊಳ್ಳುತ್ತಿದ್ದರು.

ಅದೇ ವೇಳೆ ಅವರ ಆಸ್ಥಾನಕ್ಕೆ ದೂರೊಂದು ಬಂದಿತ್ತು. ಅದರ ವಿಚಾರಣೆ ನಡೆಸುವುದು ಅಂದಿನ ದಿನಚರಿಯ ಭಾಗವಾಗಿತ್ತು. ಕೆಂಪೇಗೌಡರು ತಮ್ಮ ಸಿಂಹಾಸನದ ಮೇಲೆ ರಾಜ ಗಾಂಭೀರ್ಯದಿಂದ ಕುಳಿತ್ತಿದ್ದಾರೆ. ಅವರ ದೃಷ್ಟಿ ಈಗ ದ್ವಾರದ ಬಳಿ ನಿಂತಿರುವ ದ್ವಾರಪಾಲಕ ಭಟರ ಕಡೆ ಹೊರಳಿತು. ಅವರು ಈಟಿಯನ್ನು ಹಿಡಿದುಕೊಂಡು ವಿಗ್ರಹದ ಹಾಗೆ ಶಿಸ್ತಿನಿಂದ ನಿಂತಿದ್ದಾರೆ.

"ಯಾರಲ್ಲಿ?" ಎಂದು ಆಜ್ಞಾಪಿಸಿದರು.

ಅವರ ಮಾತು ಕಿವಿಗೆ ಬಿದ್ದ ತಕ್ಷಣ ಆ ದ್ವಾರಪಾಲಕ ಭಟರು ಓಡಿ ಬಂದು ಪ್ರಭುಗಳ ಮುಂದೆ ತಲೆ ಬಾಗಿ ನಮಸ್ಕರಿಸಿ.

"ಅಪ್ಪಣೆಯಾಗಲಿ ಮಹಾ ಪ್ರಭುಗಳೆ !!!!! "ಎಂದು ವಿನಮ್ರವಾಗಿ ನುಡಿದರು.

"ನೀವು ಈಗ ವಿಚಾರಣೆಗೆ ಆರೋಪಿಯನ್ನು ಕರೆತರಬಹುದು"

ಅವರು ತಲೆಬಾಗಿ ಎರಡು ಹೆಜ್ಜೆ ಹಿಂದೆ ಹೋಗಿ. ನಂತರ ಅವರಿಬ್ಬರೂ ಅಲ್ಲಿಂದ ಹೊರಗೆ ಹೋದರು . ಸ್ವಲ್ಪ ಸಮಯದ ನಂತರ ಅರಮನೆಯ ಯಾವುದೊ ಭಾಗದಿಂದ ಸರಪಳಿಯ ಸದ್ದು ಕೇಳಿಸಿತು. ಇದಾದ ಕೆಲವೇ ಕ್ಷಣಗಳಲ್ಲಿ ಆ ದ್ವಾರಪಾಲಕರು, ಒಬ್ಬನನ್ನು ಸರಪಳಿಯಿಂದ ಬಂಧಿಸಿ ಆಸ್ಥಾನಕ್ಕೆ ಕರೆದುಕೊಂಡು ಬಂದಿದ್ದರು. ಅವರ ಹಿಂದೆಯೇ ವಿಚಾರಣಾ ಅಧಿಕಾರಿಯೂ ಬಂದಿದ್ದ.

ಆ ಇನ್ನೊಬ್ಬ ವ್ಯಕ್ತಿ ಯ ವೇಷ ಭೂಷಣ ಬಹಳ ವಿಚಿತ್ರವಾಗಿತ್ತು. ಅವನು ಧರಿಸಿದ್ದ ಅಂಗಿ ಆಸ್ಥಾನಾದಲ್ಲಿ ಯಾರೂ ಧರಿಸಿರಲಿಲ್ಲ. ಅವನ ತಲೆಗೂದಲ ವಿನ್ಯಾಸ ಬೇರೆಯ ರೀತಿಯಲ್ಲೇ ಇತ್ತು. ಅವನ ಹಾವ ಭಾವ ವಿಚಿತ್ರವಾಗಿತ್ತು. ರಾಜ್ಯದ ಯಾವ ಪ್ರಜೆಗಳೂ ಇವನ ಹಾಗೆ ಇಲ್ಲ.ಅವನು ಯಾವುದೊ ಅನ್ಯಗ್ರಹದಿಂದ ಬಂದಂತೆ ಇದ್ದ.

ಪ್ರಭುಗಳು ಅವನ ಸರಪಳಿಯನ್ನು ತೆಗೆದು , ವಿಚಾರಣೆಯನ್ನು ಪ್ರಾರಂಭಿಸಬೇಕೆಂದು ಆದೇಶಿಸಿದರು. ಪಕ್ಕದಲ್ಲಿದ್ದ ಭಟರು , ಅವರು ಹೇಳಿದ ಹಾಗೆ ಮಾಡಿದರು.

ಈಗ ಆ ವ್ಯಕ್ತಿ ವಿಚಾರಣೆಯ ಪೀಠದ ಮೇಲೆ ನಿಂತಿದ್ದಾನೆ.

ವಿಚಾರಣಾಧಿಕಾರಿ ತಾನು ತಂದಿದ್ದ ಪತ್ರವನ್ನು ತೆಗೆದು ಎಲ್ಲರಿಗೂ ಕೇಳಿಸುವಂತೆ ಜೋರಾದ ಧ್ವನಿಯಲ್ಲಿ .

"೨೯ ಕಾರ್ತೀಕ ಕೃಷ್ಣಪಕ್ಷ ಚತುರ್ದಶಿ ೧೪೪೨, ವಿಕ್ರಮಶಕ ಸಂವತ್ಸರ (ನವೆಂಬರ್ ೧೯, ೧೫೨೦)

ಯಲಹಂಕ ನಾಡ ಮಹಾ ಪ್ರಭುಗಳ ಸನ್ನಿಧಾನಕ್ಕೆ ಈ ಮೂಲಕ ವಿನ್ನಪಿಸುವುದೇನೆಂದರೆ,

ಅಪರಾಧೀ ಸ್ಥಾನದಲ್ಲಿರುವ ಪ್ರದ್ಯುಮ್ನ , ವಾಮಾಚಾರವ ಮಾಡುವ ಮೂಲಕ ದೇವರ ಹಾಗು ಮಹಾ ಪ್ರಭುಗಳ ವಿರುದ್ಧ ಅಪರಾಧ ಮಾಡಿದನೆಂದು ಆರೋಪಿಸಲಾಗಿದೆ. ಅದಕ್ಕೆ ಪ್ರತ್ಯಕ್ಷ ಸಾಕ್ಷಿಗಳೂ ಇದ್ದಾರೆ. ಇವನ್ನೊಬ್ಬ ಮಾಂತ್ರಿಕನೆಂದು , ಇವನಿಂದ ಪ್ರಜೆಗಳಿಗೆ ತೊಂದರೆಯಾಗುತ್ತದೆ ಎಂದು. ಇವನ ಮಾತುಗಳು ನಂಬಲಾರ್ಹವಲ್ಲವೆಂದು. ಇವನು ಕಲ್ಪನಾತೀತವಾದ ವಾದಗಳನ್ನು ಮಾಡುತ್ತಿದ್ದಾನೆಂದು ಪ್ರಜೆಗಳಿಂದಲೇ ದೂರು ಬಂದಿದೆ. ಮಹಾಪ್ರಭುಗಳೆ."

ಪ್ರಭುಗಳು ಗಂಭೀರವದನರಾಗಿ," ಇದಕ್ಕೆ ಆರೋಪಿ ಏನನ್ನು ಹೇಳುತ್ತಾನೆ? "

ಆರೋಪಿ ಪ್ರದ್ಯುಮ್ನ ಮೊದಲ ಬಾರಿಗೆ ಮಾತನಾಡಿದ, ಅವನು ಶಾಂತ ಹಾಗು ಸ್ಥಿರವಾದ ಧ್ವನಿಯಲ್ಲಿ,

"ಮಹಾ ಪ್ರಭುಗಳೇ, ನಾನು ಮಾಂತ್ರಿಕನಲ್ಲ ಎಂದು ಸವಿನಯದಿಂದ ನಿಮ್ಮಲ್ಲಿ ಪ್ರಾರ್ಥಿಸಿಕೊಳ್ಳುತ್ತೇನೆ "

ಪ್ರಭುಗಳು ಮತ್ತೆ ವಿಚಾರಣಾಧಿಕಾರಿಯ ಕಡೆ ನೋಡಿದರು.

"ಮಹಾಪ್ರಭು,ಮೊದಲೇ ತಿಳಿಸಿದಂತೆ ಇವನ ವಿರುದ್ಧ ಅನೇಕ ಸಾಕ್ಷಿಗಳಿವೆ,ಅದು ಸಿಂಗನಲ್ಲೂರ್ ಜನಗಳ ಹೇಳಿಕೆಗಳು. ಯಾವುದೊ ದುಷ್ಟ ಶಕ್ತಿಯಿಂದ ತಮಗೆ ತೊಂದರೆಯಾಗುತ್ತಿದೆ. ಊರಿನ ಗುಡ್ಡದ ಮೇಲೆ ಈತ ನಿಂತಿದ್ದಾಗ ಒಮ್ಮೆಲೇ ತೀಕ್ಷ್ಣವಾದ ಬೆಳಕು ಮಿಂಚು ನಂತರ ಭಯಂಕರ ಗುಡುಗಿನ ಶಬ್ದ ಕೇಳಿಸಿತು. ಆದರೆ ಮಳೆಯಾಗಲಿಲ್ಲ, ಇದು ಮಳೆಗಾಲವೂ ಅಲ್ಲ. ಆದರೆ ಅದಾದನಂತರ ಇವನು ಅದೃಶ್ಯನಾದ.ಇವನು ಅದೃಶ್ಯನಾದ ನಂತರ ಆ ಸುದ್ದಿ ಹರಡಿ ನೂರಾರು ಜನರು ಬೆಟ್ಟದ ತಪ್ಪಲಿನ ಮೈದಾನದಲ್ಲಿ ಸೇರಿ ಮುಂದೆ ಏನು ನಡೆಯುವುದೋ ಎಂದು ಭಯದಿಂದ ನಿಂತಿದ್ದರು.ಆದರೆ ಮತ್ತೆ ಸ್ವಲ್ಪ ಸಮಯದ ನಂತರ ಮಿಂಚು ಮತ್ತು ಗುಡುಗಿನೊಂದಿಗೆ ಪ್ರತ್ಯಕ್ಷನಾದ. ಮಾಯವಾಗುವ ಮೊದಲು ನಮ್ಮ ವೇಷಭೂಷಣದಲ್ಲಿದ್ದ ಇವನು,ಮತ್ತೆ ಪ್ರತ್ಯಕ್ಷನಾದ ಮೇಲೆ ಈ ರೀತಿ ವಿಚಿತ್ರ ವೇಷದಲ್ಲಿ ಕಾಣಿಸಿಕೊಂಡ. ಇದು ಮಾಂತ್ರಿಕನಿಗಲ್ಲದೇ ಯಾರಿಗೆ ಸಾಧ್ಯ?.ಮತ್ತು ಕಾಣಿಸಿಕೊಂಡ ನಂತರ ತಾನು ಭವಿಷ್ಯದಲ್ಲಿ ನೂರಾರು ವರ್ಷಗಳ ಕಾಲ ಪ್ರಯಾಣ ಮಾಡಿ ಆಗ ಈ ಪ್ರದೇಶ , ಹಾಗು ಜನಗಳು ಹೇಗಿದ್ದಾರೆಂದು ಹೇಳಲು ಪ್ರಾರಂಭಿಸಿದ. ಮೊದಲೇ ಜನರು ಭಯದಲ್ಲಿದ್ದರು, ಇವನ ಮಾತುಗಳನ್ನು ಕೇಳಿ ಮತ್ತೂ ಹೆದರಿದರು.

ಆದ್ದರಿಂದ ಅಲ್ಲಿನ ಜನರು ಈ ರೀತಿ ಮಾಯವಾಗುವ ಶಕ್ತಿಯಿರುವುದು ಮಾಂತ್ರಿಕರಿಗೆ ಮಾತ್ರ.ಅದರಿಂದ ತಮಗೆ ತೊಂದರೆಯನ್ನೂ ಮಾಡಬಹುದೆಂದು ಅಭಿಪ್ರಾಯ ವ್ಯಕ್ತ ಪಡಿಸಿದ್ದಾರೆ.ಆದ್ದರಿಂದ ಇವನಿಗೆ ಘೋರವಾದ ಶಿಕ್ಷೆ ವಿಧಿಸಿ ಎಂಬುದು ಅವರ ವಾದ ಮಹಾಸ್ವಾಮಿ."

ಪ್ರಭುಗಳು ಆರೋಪಿಯ ಕಡೆ ನೋಡಿ, "ಪ್ರದ್ಯುಮ್ನ ಅಲ್ಲವೇ ನಿನ್ನ ಹೆಸರು. ಇದಕ್ಕೆ ನೀನು ಏನು ಹೇಳುತ್ತೀಯಾ? "

"ಮಹಾ ಪ್ರಭುಗಳು ಅವಕಾಶ ಕೊಟ್ಟರೆ ನನಗಾದ ಅನುಭವವನ್ನು ತಮ್ಮಲ್ಲಿ ಬಿನ್ನಪಿಸಿಕೊಳ್ಳುತ್ತೇನೆ. "

ಪ್ರಭುಗಳು ತಮ್ಮ ಸಮ್ಮತಿಯನ್ನು ಸೂಚಿಸಿದರು, ಮಹಾಪ್ರಭುಗಳು ವಿಚಾರಣೆಯನ್ನು ನಿಷ್ಪಕ್ಷಪಾತದಿಂದ ನಡೆಯಬೇಕೆಂಬ ಅಭಿಪ್ರಾಯವನ್ನು ಹೊಂದಿದ್ದರು. ವಿಚಾರಣೆಯ ವೇಳೆ ಎರಡೂ ಕಡೆಯ ವಾದ ಪ್ರತಿವಾದಗಳಿಗೆ ಸಮನಾದ ಪ್ರಾಮುಖ್ಯತೆಯನ್ನು ನೀಡುತ್ತಿದ್ದರು.

ಅಲ್ಲಿಯವರೆಗೂ ಭಯಭೀತನಾಗಿದ್ದ ಪ್ರದ್ಯುಮ್ನ ಈಗ ಸ್ವಲ್ಪ ಧೈರ್ಯದಿಂದ ಪ್ರಭುಗಳಿಗೆ ವಂಧಿಸಿ. ತನ್ನ ವಿವರಣೆಯನ್ನು ಪ್ರಾರಂಭಿಸಿದನು. ಎಲ್ಲರೂ ಆಸಕ್ತಿಯಿಂದ ಅವನಾಡುವ ಮಾತುಗಳನ್ನು ಕೇಳಿಸಿಕೊಳ್ಳಲು ಉತ್ಸುಕರಾದರು. ಅವರಿಗೆ ನಿಜವಾದ ಸತ್ಯ ಬೇಕಿತ್ತು.

"ಮಹಾಪ್ರಭು!! ನಾನು ನಡೆದದ್ದನ್ನು ನಡೆದ ಹಾಗೇ ಹೇಳುತ್ತೇನೆ. ಎಲ್ಲಾ ವಿಷಯ ತಿಳಿಸಿದ ನಂತರ ನೀವು ಯಾವ ಶಿಕ್ಷೆ ವಿಧಿಸುತ್ತೀರೋ ಅದಕ್ಕೆ ನಾನು ಸಿದ್ಧ. ಅವರು ಹೇಳಿದ ಮತ್ತು ನೋಡಿದ ಎಲ್ಲ ವಿಚಾರಗಳು ಸತ್ಯ ಆದರೆ ನಾನು ಮಾಂತ್ರಿಕನಲ್ಲ. ನಡೆದ ವಿಷಯವೇ ಬೇರೆ" ಎಂದು ತನ್ನ ಮಾತನ್ನು ಮುಂದುವರೆಸಿದನು.

2
ಪ್ರದ್ಯುಮ್ನನ ಪರಿಚಯ

"ಮಹಾಪ್ರಭು, ನಾನು ಬಲ್ಲಾಳಪುರದವನು, ಅಲ್ಲೇ ಗುರುಕುಲದಲ್ಲಿ ಪ್ರಾಥಮಿಕ ಹಂತದ ವಿಧ್ಯಾರ್ಜನೆ ಮುಗಿಸಿ. ಮಹಿಶೂರಿನಲ್ಲಿ ಆಯುರ್ವೇದ ಶಾಸ್ತ್ರ ಮತ್ತು ಲೋಹಶಾಸ್ತ್ರಗಳಲ್ಲಿ ಉನ್ನತ ಶಿಕ್ಷಣ ಪಡೆದೆ. ನಾನು ವೈದ್ಯಶಾಸ್ತ್ರ ಕಲಿಯುವಾಗ, ಹೊರಾಂಗಣ ಚಟುವಟಿಕೆಗಳೇ ಹೆಚ್ಚಿರುತ್ತಿತ್ತು. ಅಂದರೆ ಕಾಡುಗಳು ಮತ್ತು ಪರ್ವತಗಳಲ್ಲಿ ಅಲೆದಾಡುವುದು ನಮಗೆ ಕಡ್ಡಾಯವಾಗಿತ್ತು. ಪ್ರತಿಯೊಂದು ಗಿಡಮೂಲಿಕೆಗಳನ್ನು, ಅವುಗಳ ಔಷಧೀಯ ಮೌಲ್ಯವನ್ನು ಮಾತ್ರವಲ್ಲ, ಎಲ್ಲಾ ಭಾಗಗಳನ್ನು ಸಂಗ್ರಹಿಸುವುದು, ಸಂಸ್ಕರಿಸುವುದು, ಒಣಗಿಸುವುದು ಮತ್ತು ಸಂರಕ್ಷಿಸುವುದು ಅಷ್ಟೇ ಮುಖ್ಯವಾಗಿತ್ತು. ಅಪರೂಪದ ಪ್ರಭೇದಗಳಿಗಾಗಿ ಹಿಮಾಲಯದಿಂದ ಕೇರಳ ಪರ್ವತಗಳವರೆಗೂ ಹೋಗಬೇಕಾಯಿತು. ಹೀಗೆ ಹಿಮಾಲಯದ ಪರ್ವತಗಳಲ್ಲಿ ಅಲೆಯುವಾಗ. ಹಲವಾರು ಯೋಗಿಗಳು ಸಂತರು ಪರಿಚಯವಾಗುತ್ತಿದ್ದರು. ಅವರೊಡನೆ ಅನೇಕ ವಿಷಯಗಳನ್ನು ತಿಳಿದುಕೊಳ್ಳುತ್ತಿದ್ದೆ. ಅವರಲ್ಲಿ ಒಬ್ಬ ಮಹಾಮುನಿ ಕಾಲ ಮತ್ತು ಕಾಲಯಾನದ ಬಗ್ಗೆ ವಿವರವಾಗಿ ತಿಳಿಸಿದ್ದರು. "

"ನಿನ್ನ ಮೇಲಿದ್ದ ಆರೋಪಕ್ಕೂ , ನೀನು ಹೇಳುತ್ತಿರುವ ವಿಷಯಕ್ಕೆ ಏನು ಸಂಬಂಧ? ಆದರೂ ಕುತೂಹಲಕಾರಿಯಾಗಿದೆ ? ಸರಿ, ಸರಿ.." ಮುಂದುವರೆಸು ಎಂದರು ಪ್ರಭುಗಳು.

ಮಾತುಗಳನ್ನು ಮುಂದುವರೆಸಿದ ಪ್ರದ್ಯುಮ್ನ....

"ಮೊದಲಿನಿಂದಲೂ ನನಗೆ ಮಾನವರಿಗೆ ತಿಳಿಯದಿರುವ ಹಲವು ವಿಷಯಗಳನ್ನು ಮುಖ್ಯವಾಗಿ ಅಗೋಚರ ಶಕ್ತಿಗಳ ಬಗ್ಗೆ ಪರಿಶೀಲಿಸುವುದು ನನ್ನ

ಬಯಕೆಯಾಗಿತ್ತು.ಈ ಪೃಥ್ವಿ, ಅಂತರಿಕ್ಷ ,ಸಾಗರದ ರಹಸ್ಯಗಳು, ಇವುಗಳಲ್ಲಿ ಅಡಗಿರುವ ಜ್ಞಾನವನ್ನು ಶೋಧಿಸಬೇಕೆಂಬುದೇ ನನ್ನ ಅಭಿಲಾಷೆ. ಗುರುಕುಲದಲ್ಲಿ ನಾನು ಕಲಿಯಬೇಕಾದದ್ದನ್ನೆಲ್ಲಾ ಕಲಿತುಕೊಂಡೆ. ಆದರೆ ಅಲ್ಲಿ ಈ ರಹಸ್ಯಗಳನ್ನು ಪರಿಶೀಲಿಸಲು ಅವಕಾಶವಿರಲಿಲ್ಲ.ಅದನ್ನು ತಿಳಿಯಬೇಕೆಂಬ ನನ್ನ ಆಸೆ ತುಂಬಾ ಬಲವಾಗಿತ್ತು, ಅನೇಕ ಬಾರಿ ನಾನು ಹಲವಾರು ನಿಷೇಧಿತ ರಹಸ್ಯಮಯ ತಾಣಗಳಿಗೆ ಭೇಟಿಕೊಟ್ಟಿದ್ದೇನೆ. ಅದೊಂದು ಸಾಹಸಮಯ ಪಯಣ.

ನಾನು ಯಾವ ವಿಷಯವನ್ನೇ ತೆಗೆದುಕೊಂಡರೂ ಅದರ ಬಗ್ಗೆ ಆಳವಾದ ಅಧ್ಯಯನ ಮಾಡುತ್ತೇನೆ. ಪಕ್ಷಿಗಳನ್ನು ನೋಡಿದರೇ ಅವುಗಳ ಹಾರಾಟದ ವಿಧಾನ, ಆಹಾರ ಪದ್ಧತಿ, ನೆಲಸುವ ಸ್ಥಳ, ಅವುಗಳ ಸಂಪೂರ್ಣ ಚಲನ ವಲನಗಳನ್ನು ಗಮನಿಸುತ್ತೇನೆ. ಅದೇ ರೀತಿ ನೀರಿನಲ್ಲಿ ಮೀನುಗಳು ಹೇಗೆ ಜೀವಿಸುತ್ತವೆ, ಬಾವಲಿಗಳ ಜೀವನ ಶೈಲಿ. ಅದರಿಂದ ವಿಷಯಗಳನ್ನು ಕಲಿತು ಅವುಗಳ ಬಗ್ಗೆ ಸಂಶೋಧನೆ ಮತ್ತು ಪ್ರಾಯೋಗಿಕ ಪರೀಕ್ಷೆಗಳನ್ನು ಮಾಡುತ್ತೇನೆ.

ಇದರ ಜೊತೆಗೆ ಲೋಹಶಾಸ್ತ್ರದ ಅರಿವಿದ್ದರಿಂದ, ಲೋಹಗಳನ್ನು ಬಳಸಿ ಒಂದು ಉಪಕರಣವನ್ನು ತಯಾರಿಸಿದ್ದೇನೆ. ಅದರಿಂದ ನಾನು ಮಿಂಚು ಗುಡುಗುಗಳು ಮೇಲೆ ಅಧ್ಯಯನ ಪ್ರಾರಂಭಿಸಿದ್ದೇನೆ. ಇದರಿಂದ ನಾಲ್ಕನೇ ಆಯಾಮದ ಬಗ್ಗೆ ಮಾಡಿದ ಪ್ರಯೋಗ ಯಶಸ್ವಿಯಾಗಿ, ಅದರ ಅನುಭವ ಎಲ್ಲರಿಗೂ ಹೇಳಿದೆ. ಆದರೆ ಯಾರೂ ಇದನ್ನು ನಂಬುತ್ತಿಲ್ಲ. "

"ನಾಲ್ಕನೇ ಆಯಾಮ ಎಂದರೆ?" ಎಂದು ಪ್ರಭುಗಳು ತಮ್ಮ ಪಕ್ಕದಲ್ಲಿದ್ದ ಮಂತ್ರಿವರ್ಗದ ಕಡೆ ನೋಡಿದರು. ಯಾರಲ್ಲೂ ನೀರಿಕ್ಷಿಸಿದ ಉತ್ತರವಿರಲಿಲ್ಲ.

ಅದನ್ನು ಗಮನಿಸಿದ ಪ್ರದ್ಯುಮ್ನ. "ಮಹಾಪ್ರಭು, ನಾಲ್ಕನೇ ಆಯಾಮ ಎಂದರೆ ಕಾಲ.

ಬ್ರಹ್ಮಾಂಡವು ಮೂರು ಆಯಾಮಗಳಿಂದ ನಿರ್ಮಿತವಾಗಿದೆ. ಯಾವುದೇ ವಸ್ತುಗಳನ್ನು ತೆಗೆದುಕೊಂಡರೂ ಉದ್ದ, ಅಗಲ ಮತ್ತು ಎತ್ತರ ಎಂಬ ಮೂರು ಆಯಾಮಗಳಿಂದ ಕೂಡಿದೆ. ನಾವು ಉದ್ದಗಲಕ್ಕೂ ಚಲಿಸಬಹುದು. ಎತ್ತರದಿಂದ ಹಾರಬಹುದು. ಕೆಳಗಿಂದ ಎತ್ತರಕ್ಕೆ ಜಿಗಿಯಬಹುದು. ಅಂದರೆ ಈ ಮೂರು ಆಯಾಮಗಳಲ್ಲಿ ಯಾವ ದಿಕ್ಕಿಗೆ ಬೇಕಾದರೂ ಚಲಿಸಬಹುದು. ಇವುಗಳಿಗೆಲ್ಲ ಮುಖ್ಯ ಪ್ರಸ್ತುತ ಕಾಲದಲ್ಲಿ ಅದನ್ನು ಮಾಡಬಹುದು, ಅಲ್ಲವೇ.ಆದರೆ ನನ್ನ ಪ್ರಯತ್ನ ಕಾಲಾಯಾನ."ಎಂದು ಮಾತನ್ನು ನಿಲ್ಲಿಸಿದ.

ಮತ್ತೆ ಪ್ರಭುಗಳಾದಿಯಾಗಿ ಆಸ್ಥಾನದಲ್ಲಿದ್ದವರೆಲ್ಲರಿಗೂ ಏನೂ ಅರ್ಥವಾಗುತ್ತಿಲ್ಲ.

ಅಲ್ಲಿದ್ದ ವಿಚಾರಣಾಧಿಕಾರಿ,

"ಪ್ರದ್ಯುಮ್ನ!!! , ನೀನು ಏನು ಹೇಳಬೇಕೆಂದಿದ್ದೀಯೋ ಅದನ್ನು ಸರಳವಾಗಿ ತಿಳಿಸು?" ಎಂದರು .

"ಅವಶ್ಯವಾಗಿ ಮಹಾಸ್ವಾಮಿ,

ಈಗ ನಾವು ಕಾಲದ ಜೊತೆ ಪಯಣಿಸುತ್ತಿದ್ದೇವೆ. ನನ್ನ ಪ್ರಯೋಗ ಈ ವರ್ತಮಾನಕಾಲವನ್ನು ಮೀರಿ ಭೂತ ಭವಿಷ್ಯತ್ ಕಾಲಗಳಿಗೆ ಪಯಣ ಮಾಡಬಹುದು. ಅಂದರೆ ನಾವು ಹಿಂದಿನ ದಿನಕ್ಕಾದರೂ ಅಥವಾ ಮುಂದಿನ ದಿನಕ್ಕಾದರೂ ಪಯಣಿಸಬಹುದು. ಈ ಉಪಕರಣವನ್ನು ಬಳಸಿ ನೂರಾರು ವರ್ಷಗಳ ಹಿಂದೆ ಹೋಗಿ ಆಗ ಈ ಸ್ಥಳ ಹೇಗಿತ್ತು, ಆಗಿನ ಜನರು ಹೇಗಿದ್ದರು ಎಂಬುದನ್ನು ನೋಡಬಹುದು. ಹಾಗೆಯೇ ಭವಿಷ್ಯದ ಕಾಲಕ್ಕೆ ಪಯಣಿಸಿ ಮುಂದೆ ಪ್ರಪಂಚ ಹೇಗೆ ಬದಲಾಗಿದೆ. ಭವಿಷ್ಯದಲ್ಲಿ ಜನರು ಹೇಗಿರುತ್ತಾರೆ ಎಂಬುದನ್ನು ತಿಳಿದುಕೊಳ್ಳಬಹುದು. "

ಪ್ರಭುಗಳಿಗೆ ಕುತೂಹಲ ಹೆಚ್ಚಾಗಿ "ಅದು ಯಾವ ಉಪಕರಣ?' ಎನ್ನಲು...

"ಮಹಾಪ್ರಭು!!, ಈ ಉಪಕರಣದ ಹೆಸರು ಕಾಲಯಂತ್ರ. "

"ಇದು ನಿಜವಾಗಿಯೂ ಸಾಧ್ಯವೇ? " ಎಂದು ಹುಬ್ಬೇರಿಸಿದರು ಪ್ರಭುಗಳು.

"ಖಂಡಿತಾ ಸಾಧ್ಯ ಪ್ರಭುಗಳೇ!!, ಅದಕ್ಕೆ ನಾನೇ ನಿದರ್ಶನ.

ನಾನು ಈ ಪ್ರಯೋಗಕ್ಕೆ ಸೂಕ್ತವಾದ ಸ್ಥಳವನ್ನು ಹುಡುಕುತ್ತಿದ್ದೆ. ಬಹಳ ಹುಡುಕಾಟದ ನಂತರ ನಂದಿಗಿರಿಯ ಆ ಎತ್ತರವಾದ ಪ್ರದೇಶ ಸೂಕ್ತವೆನಿಸಿ ಅಲ್ಲೇ ನನ್ನ ಪ್ರಯೋಗಾಲಯವನ್ನು ಕಟ್ಟಿದೆ. ಲೋಹದ ಒಂದು ಸ್ತಂಭವನ್ನು ತಯಾರಿಸಿ ಗುಡುಗು ಮಿಂಚನ್ನು ಆಕರ್ಷಿಸುವ ತರಂಗಗಳನ್ನು ಸೃಷ್ಟಿಸಿ ಆ ಸ್ತಂಭದ ಮೂಲಕ ಸಂದೇಶವನ್ನು ಆಕಾಶಕ್ಕೆ ಕಳಿಸುತ್ತಿದ್ದೆ. ಪ್ರತಿಕ್ರಿಯೆಗಾಗಿ ಅಲ್ಲೇ ಕಾಯುತ್ತಿದ್ದೆ. ಒಂದೆರಡು ಬಾರಿ ದೊಡ್ಡ ಗುಡುಗುಗಳನ್ನು ಕೇಳಿದೆ. ಅದು ಸಾಮಾನ್ಯ ಗುಡುಗುಗಳು. ನಾನು ಆ ಸ್ಥಳವನ್ನು ನನ್ನ ಅಧ್ಯಯನ ಕೇಂದ್ರವನ್ನಾಗಿಯೂ ಮಾಡಿ ಅಲ್ಲೇ ವಾಸಿಸುತ್ತಿದ್ದೆ. ಅಲ್ಲಿಂದ ಆಕಾಶವನ್ನು ಗಂಟೆಗಟ್ಟಲೆ ನೋಡಿದೆ, ಆದರೆ ಏನೂ ಪ್ರಯೋಜನವಾಗಲಿಲ್ಲ. ಯಾವ ಪ್ರತಿಕ್ರಿಯೆಯೂ ಸಿಗಲಿಲ್ಲ.

ನನ್ನನ್ನು ಗಮನಿಸಿದ ಅಲ್ಲಿನ ಜನ ನಾನು ವಾಮಾಚಾರದಲ್ಲಿ ತೊಡಗಿದ್ದೇನೆ ಎಂದು ತಿಳಿದುಕೊಂಡರು. ಆದರೆ ಆ ದಿನ ಬೆಳಿಗ್ಗೆ, ನಾನು ಯೋಜಿಸಿದ್ದ ಪರೀಕ್ಷೆಗಳನ್ನು ಪ್ರಾರಂಭಿಸಿದೆ. ಆಗ ಇದ್ದಕ್ಕಿದ್ದಂತೆ ಬಹು ದೊಡ್ಡ ಗುಡುಗು ಬಂದಿತು .ಅದು ನನ್ನ ದೃಷ್ಟಿಯಿಂದ ತಕ್ಷಣ ಕಣ್ಮರೆಯಾಯಿತು. ನಂತರ ಮತ್ತೊಂದು ಗುಡುಗು ಬಂದಿತು.

ಮಹಾಪ್ರಭುಗಳೇ!!! , ಆ ಕ್ಷಣದಲ್ಲಿ ಏನಾಯಿತು ಎಂದು ನನಗೇ ತಿಳಿಯದು. ನನ್ನ ಸುತ್ತಮುತ್ತ ಇರುವ ವಸ್ತುಗಳೆಲ್ಲಾ ಸುತ್ತುವುದಕ್ಕೆ ಶುರುವಾಯಿತು.ಸುಂಟರ ಗಾಳಿ , ಸುತ್ತಲೂ ಸಿಡಿಲು ಬಡಿಯುವ ಸದ್ದನ್ನು ಕೇಳಿದೆ, ಅದರ ಜೊತೆಗೆ ಭಯಾನಕ ಸ್ಫೋಟದ ಶಬ್ಧಗಳು ನನ್ನ ಕಿವಿಗಳನ್ನು ಬಿಗಿಯಾಗಿ ಮುಚ್ಚಿಕೊಂಡೆ. ಆ ಭೀಕರವಾದ ಗಾಳಿ ಮತ್ತು ಸ್ಫೋಟದ ಭಯಂಕರವಾದ ದೃಶ್ಯ ಒಮ್ಮೆಲೇ ಆಳಕ್ಕೆ ಬೀಳುತ್ತಿರುವ ಅನುಭವ.ನಂತರ ದೇಹದಲ್ಲಿ ನರಕಯಾತನೆ , ನಾನು ಯಾವುದೊ ಮೃದುವಾದ ಹಾಸಿನ ಮೇಲೆ ಬಿದ್ದ ಹಾಗಾಯಿತು ನಂತರ ಆ ಶಬ್ದಗಳು ತಕ್ಷಣ ನಿಂತುಹೋದವು.ನಾನು ನನಗೆ ತಿಳಿಯದಂತೆ ಆ ಮಿಂಚು ಗುಡುಗಿನ ಕಾರಣದಿಂದ ಕಣ್ಣನ್ನು ಮುಚ್ಚಿದ್ದೆ, ನನ್ನ ಕಣ್ಣನ್ನು ನಿಧಾನವಾಗಿ ತೆರೆದೆ.ನಾನು ಸುತ್ತಲೂ ನೋಡಿದೆ. ನನಗೆ ಆಶ್ಚರ್ಯ ಕಾದಿತ್ತು. ಆ ಸ್ಥಳ ನನಗೆ ಪರಿಚಿತವಾಗಿರಲಿಲ್ಲ. "

ಅವನು ಒಂದು ಕ್ಷಣ ಮಾತನ್ನು ನಿಲ್ಲಿಸಿದ. ಆಗ ಎಲ್ಲರೂ ಆಶ್ಚರ್ಯದಿಂದ ಅವನು ಹೇಳುತ್ತಿರುವುದನ್ನೇ ಕೇಳುತ್ತಾ ಕುತೂಹಲದಿಂದ ಅವನ ಕಡೆಯೇ ನೋಡುತ್ತಿದ್ದರು. ಪ್ರಭುಗಳು ಮುಂದುವರೆಸು ಎಂದು ಸನ್ನೆ ಮಾಡಿದರು.

"ಪ್ರಭು!!!, ನನ್ನ ಜೀವಮಾನದಲ್ಲೇ ಆ ಜಾಗವನ್ನು ನೋಡಿರಲಿಲ್ಲ. ಅದೊಂದು ಕೊಠಡಿ, ಅಲ್ಲಿ ಒಂದು ಹಾಸಿಗೆಯ ಮೇಲೆ ಮಲಗಿದ್ದೆ.

ಆ ಕೊಠಡಿಯ ಗೋಡೆಗಳು ಬಿಳಿ ಬಣ್ಣದ ನಯವಾದ ಕಲ್ಲಿನಿಂದ ಮಾಡಲಾಗಿತ್ತು. ಗೋಡೆಗಳಲ್ಲಿ ಕಿಟಕಿಗಳಿದ್ದವು, ಮತ್ತು ಅವುಗಳನ್ನು ಪಾರದರ್ಶಕ ಪರದೆಯಿಂದ ಮುಚ್ಚಲಾಗಿದೆ.ಎದುರುಗಡೆ ದೊಡ್ಡ ಪರದೆಯಿತ್ತು. ಅದರ ಕೆಳಗೆ ಹಲವಾರು ಬಣ್ಣ ಬಣ್ಣದ ಗುಂಡಿಗಳಿದ್ದವು. ಕೋಣೆಯ ಸುತ್ತಲೂ ನಾನು ನೋಡಿರದಂತಹ ಅನೇಕ ವಸ್ತುಗಳಿದ್ದವು. ಕೆಲವು ವಸ್ತುಗಳನ್ನು ಕಪ್ಪು ಲೋಹದಿಂದ ಮಾಡಲಾಗಿತ್ತು. ಅಲ್ಲಿ ಕೆಲವು ರೀತಿಯ ಯಂತ್ರಗಳು ಅವುಗಳಿಂದ ತಂತಿಯ ಕಪ್ಪು ಹಗ್ಗಗಳು ಅವುಗಳನ್ನು ಪರಸ್ಪರ ಸಂಪರ್ಕಿಸಿವೆ. ಆ ಯಂತ್ರಗಳಿಂದ ವಿಚಿತ್ರ ಶಬ್ದಗಳು ಬರುತ್ತಿದ್ದವು. ಆ ಯಂತ್ರಗಳಿಗೆ ಚೌಕಾಕಾರದ ಕಪ್ಪು ಫಲಕಗಳು ಜೋಡಿಸಲಾಗಿತ್ತು , ಅವುಗಳಲ್ಲಿ ಅನೇಕ ಹೊಳೆಯುವ ಸಣ್ಣ ಹಿಡಿಕೆಗಳು ಮತ್ತು ಗುಂಡಿಗಳು ಇದ್ದವು.

ಆಗ ಒಮ್ಮೆಲೇ ಯಾರೋ ಮಾತನಾಡುತ್ತಿರುವ ಧ್ವನಿ ಕೇಳಿಸಿತು. ಅಲ್ಲಿ ಇಬ್ಬರು ವ್ಯಕ್ತಿಗಳು ನನ್ನ ಬಳಿ ಬಂದರು. ನಾನು ಅವರ ಕಡೆ ತಿರುಗಿದೆ. ಅವರು ನನ್ನಂತೆಯೇ ಇದ್ದರೂ , ಅವರ ವೇಷ ಭೂಷಣಗಳು ವಿಚಿತ್ರವಾಗಿದ್ದವು. ಅವರಲ್ಲಿ ಒಬ್ಬರಾದ ವೃದ್ಧರಿಗೆ ಬಿಳಿ ಗಡ್ಡ ಮತ್ತು ಸೌಮ್ಯ ಮುಖಭಾವವಿತ್ತು. ಇನ್ನೊಬ್ಬ

ಮಧ್ಯವಯಸ್ಕ ಸ್ವಲ್ಪ ದಪ್ಪಗಿದ್ದನು.ಆದರೆ ಅವರನ್ನು ಎಂದೂ ಭೇಟಿಯಾಗಿರಲಿಲ್ಲ.

ಅವರಿಬ್ಬರೂ ಬಹಳ ಉತ್ಸಾಹ ಮತ್ತು ಆನಂದದಲ್ಲಿದ್ದರು.ಅವರು ನನ್ನ ಕಡೆ ನೋಡಿ ಪರಸ್ಪರ ಮಾತನಾಡುತ್ತಿದ್ದರು. ನಾನು ಅವರ ಮಾತಿನಲ್ಲಿ ಕೆಲವು ಪದಗಳನ್ನು ಮಾತ್ರ ಅರ್ಥ ಮಾಡಿಕೊಂಡೆ. ಅವರು ಮಾತನಾಡುತ್ತಿರುವುದು ಕನ್ನಡವೇ ಆಗಿದ್ದರೂ, ನಾವು ಈಗ ಇಲ್ಲಿ ಮಾತನಾಡುತ್ತಿರುವ ಕನ್ನಡವಲ್ಲ.ಅದು ತುಂಬಾ ವಿಚಿತ್ರವಾಗಿದೆ ಮತ್ತು ಅನೇಕ ಹೊಸ ಪದಗಳೊಂದಿಗೆ ಬಹುತೇಕ ವಿಭಿನ್ನ ಭಾಷೆಯಾಗಿದೆ. ಅವರ ಮಾತುಕತೆ ಹೀಗಿತ್ತು."

3

ಭೂತಕಾಲದಲ್ಲಿ ಪ್ರದ್ಯುಮ್ನ

ಅವರಿಬ್ಬರೂ ಒಟ್ಟಿಗೇ "ನಾವು ಯಶಸ್ವಿಯಾಗಿದ್ದೇವೆ!" ಎಂದು ಉತ್ಸಾಹದಿಂದ ಕೂಗುತ್ತಿದ್ದನರು . ನಾವು ಕೊನೆಗೆ ಭೂತಕಾಲದಿಂದ ಒಬ್ಬನನ್ನು ಕರೆತಂದಿದ್ದೇವೆ!

ಅದಕ್ಕೆ ಮಧ್ಯವಯಸ್ಕ , "ಆದರೆ .. ಅವರು ಇದನ್ನು ಎಂದಿಗೂ ನಂಬುವುದಿಲ್ಲ, ಇದು ಕಟ್ಟುಕಥೆ ಎಂದು ಹೇಳುತ್ತಾರೆ", ಎಂದ.

ಆಗ ವೃದ್ಧರು, "ಯೋಚಿಸಬೇಡ ಅವರು ನಂಬದಿದ್ದರೆ, ಈ ಪ್ರಯೋಗ ಅವರ ಕಣ್ಣ ಮುಂದೆಯೇ ಮಾಡೋಣ. "

"ಹೌದು ರಾಜಾರಾಮ್ ಸರ್ , ನಾವು ಈ ಪ್ರಯೋಗವನ್ನು ಅವರ ಕಣ್ಣ ಮುಂದೆ ಮಾಡಿತೋರಿಸಬಹುದು!"

ನಾನು ಅವರನ್ನು ಗೊಂದಲಮಯದಿಂದ ದಿಟ್ಟಿಸುತ್ತಿರುವುದನ್ನು ನೋಡಿ ಅವರು ನನ್ನ ಕಡೆಗೆ ತಿರುಗಿದರು.

ಮಧ್ಯವಯಸ್ಕ ನನ್ನ ಕಡೆ ನೋಡಿ,

"'ನೀವು ಯಾರು? ಎಲ್ಲಿನವರು? ನಿಮ್ಮ ಹೆಸರು? ಯಾವ ಸಮಯ?ಯಾವ ವರ್ಷ?ಯಾವ ಶತಮಾನ?"ಬಿಡುವಿಲ್ಲದೆ ಪ್ರಶ್ನೆಗಳ ಸುರಿಮಳೆಯನ್ನೇ ಸುರಿಸಿದ.

ನಾನು ಕಕ್ಕಾಬಿಕ್ಕಿಯಾಗಿ ಸುಮ್ಮನೆ ಅವನ ಕಡೆ ನೋಡಿದೆ.

"ಧೀರಜ್! ತಾಳು. ಅವರಿಗೆ ಅರ್ಥವಾಗುತ್ತಿಲ್ಲ," ಎಂದು ಆ ವೃದ್ಧರು ನನ್ನ ಕಡೆ ಸಹಾನುಭೂತಿ ತೋರಿಸಿದರು.

ನೀವು ಸ್ವಲ್ಪ ಸಮಯ ತೆಗೆದುಕೊಂಡು ಉತ್ತರ ನೀಡಿ ಪರವಾಗಿಲ್ಲ ಎಂದರು.

ಈಗ ನನಗೆ ಉತ್ತರಿಸಲು ಧೈರ್ಯ ಬಂತು.

"ಮಹಾಸ್ವಾಮಿ, ಇದು ಸಾವಿರದ ಐನೂರ ಇಪ್ಪತ್ತನೇ ಇಸವಿ (೧೫೨೦) ಅಲ್ಲವೇ? " ಎಂದೆ.

ಅವರು ಇದನ್ನು ಕೇಳಿ ಮತ್ತೂ ಉತ್ಸಾಹಭರಿತರಾದರು.ತಮ್ಮ ತಮ್ಮಲ್ಲೇ ಏನೇನೋ ಮಾತನಾಡಿಕೊಂಡರು. ಆದರೆ ಅವರಾಡುವ ಒಂದೆರಡು ಪದಗಳು ಮಾತ್ರ ತಿಳಿಯಿತು.

"ನಿಮ್ಮ ನಾಮಧೇಯ?"

ನಾನು ಮೆಲ್ಲನೆ "ಪ್ರದ್ಯುಮ್ನ" ಎಂದೆ.

" ಪ್ರದ್ಯುಮ್ನ!! " ತುಂಬಾ ಸೊಗಸಾದ ಹೆಸರು.

ನಂತರ ನನ್ನನ್ನು ಆ ಹಾಸಿಗೆಯಿಂದ ಎಬ್ಬಿಸಿ, ಒಂದು ಆರಾಮ ಕುರ್ಚಿಯಲ್ಲಿ ಕೂರಿಸಿದರು. ಯಾವುದೊ ಉಪಕರಣವನ್ನು ಉಪಯೋಗಿಸಿ ನನ್ನ ಅರೋಗ್ಯ ತಪಾಸಣೆ ಮಾಡಿದರು. ನಾವು ನಾಡಿ ನೋಡುವ ಹಾಗೆ, ಅವರು ಆ ಉಪಕರಣದ ಒಂದು ತುದಿಯನ್ನು, ಮೊದಲು ನನ್ನ ಎದೆ ನಂತರ ಬೆನ್ನಿಗೆ ಇಟ್ಟು, ಉಳಿದ ಭಾಗದ ಎರಡು ತುದಿಗಳನ್ನು ತಮ್ಮ ಕಿವಿಗೆ ಹಾಕಿಕೊಂಡು.ತಮ್ಮ ಕೈಯಲ್ಲಿ ಏನನ್ನೋ ನೋಡಿಕೊಂಡರು.

ಆ ಉಪಕರಣದ ಮೇಲೆ ಕೈ ಇಟ್ಟು ಏನೆಂದು ಸನ್ನೆಯಿಂದಲೇ ಕೇಳಿದೆ.

ರಾಜರಾಮ್ ನನ್ನ ಕಡೆಗೆ ತಿರುಗಿ, ಬಹಳ ನಿಧಾನವಾಗಿ ಇದನ್ನು "ಸ್ಟೆತೊಸ್ಕೋಪ್ ಎಂದು ಕರೆಯುತ್ತಾರೆ" ಎನ್ನಲು. ಈಗ ಅವರಾಡುವ ಮಾತನ್ನು ಸ್ಪಷ್ಟವಾಗಿ ಅರ್ಥಮಾಡಿಕೊಳ್ಳಬಲ್ಲವನಾದೆ.

"ಅಂದರೇ? ಅದನ್ನು ಏತಕ್ಕೆ ಬಳಸುತ್ತಾರೆ?"

"ಸ್ಟೆತೊಸ್ಕೋಪ್ ಎನ್ನುವುದು ಮಾನವ ದೇಹದ ಆಂತರಿಕ ಶಬ್ದಗಳನ್ನು ಆಲಿಸುವ ಒಂದು ವೈದ್ಯಕೀಯ ಸಾಧನವಾಗಿದೆ. ಇಲ್ಲಿ ಕಾಣುತ್ತಿರುವ ದುಂಡನೆಯ ಆಕಾರದ ಅನುರಣಕ(ರೆಸೊನೇಟರ್)ವನ್ನು ಹೊಂದಿರುತ್ತದೆ, ಇದನ್ನು ಚರ್ಮದ ಮೇಲೆ ಇಟ್ಟು ಮತ್ತೊಂದು ತುದಿಯ ಎರಡು ಕೊಳವೆಗಳಿಗೆ ಎರಡು ಶ್ರವಣಾಂಗ(ಇಯರ್‌ಪೀಸ್)ಗಳಿಗೆ ಸಂಪರ್ಕ ನೀಡಲಾಗುತ್ತದೆ.ಇದು ಹೃದಯ, ಶ್ವಾಸಕೋಶ ಅಥವಾ ಕರುಳುಗಳು ಮಾಡುವ ಶಬ್ದಗಳನ್ನು ಕೇಳಲು ಬಳಸಬಹುದು, ಜೊತೆಗೆ ಅಪಧಮನಿಗಳು ಮತ್ತು ರಕ್ತನಾಳಗಳಲ್ಲಿ ರಕ್ತದ ಹರಿವು, ರಕ್ತದೊತ್ತಡವನ್ನು ಅಳೆಯುವಾಗ ಇದನ್ನು ಸಾಮಾನ್ಯವಾಗಿ ಬಳಸಲಾಗುತ್ತದೆ. ಅದರ ಏರಿಳಿತದ ಆಧಾರದ ಮೇಲೆ ಮತ್ತೆ ಕೆಲವು ಪರೀಕ್ಷೆಗಳನ್ನು ಮಾಡಿ, ರೋಗಿಗೆ ಇರುವ ಸಮಸ್ಯೆಯನ್ನು ಕಂಡು ಹಿಡಿಯಬಹುದು."

"ಅಂದರೆ ನಾಡಿ ಬಡಿತವನ್ನು ಪರಿಶೀಲಿಸಲಾಗುತ್ತದೆಯೇ?"

"ಹೌದು."

"ನಾವು ಕೇವಲ ನಾಡಿ ಮಿಡಿತದಿಂದ, ಯಾವ ಸಮಸ್ಯೆ ಇದೆ ಎಂದು ತಿಳಿದುಕೊಂಡು ಅದಕ್ಕೆ ಪರಿಹಾರ ನೀಡುತ್ತೇವೆ. ಇದನ್ನು ಕೇಳಲು ವಿಚಿತ್ರವಾಗಿದೆ." ನನ್ನ ಸ್ವರ ಕ್ರಮೇಣ ಕ್ಷೀಣವಾಗುತ್ತಾ ಹೋಯಿತು. ಮತ್ತೆ ಏನನ್ನೂ ಮಾತನಾಡದಾದೆ, ನಿಶ್ಯಕ್ತಿ ನನ್ನನ್ನು ಆವರಿಸಿತು.

ವೃದ್ಧ ರಾಜಾರಾಮ್, ಧೀರಜನ ಕಡೆ ತಿರುಗಿ "ಪ್ರಯಾಣದಿಂದ ಇವರ ದೇಹಕ್ಕೆ ಆಯಾಸವಾಗಿದೆ. ಸ್ವಲ್ಪ ವಿಶ್ರಾಂತಿ ಅವಶ್ಯಕ" ಎಂದರು .

ಅಷ್ಟರಲ್ಲೇ ನಾನು ನಿದ್ದೆಗೆ ಜಾರಿದ್ದೆ. ಸ್ವಲ್ಪ ಸಮಯದ ನಂತರ ನನ್ನನ್ನು ಅಲ್ಲಿಂದ ಬೇರೆ ಕೊಠಡಿಗೆ ಕರೆದುಕೊಂಡು ಹೋದರು.

ಅಲ್ಲಿ ಒಂದು ಹಲಗೆಯ ಮೇಲೆ ಸಂಪೂರ್ಣ-ದೇಹದ ತಪಾಸಣೆ (ಸ್ಕ್ರೀನಿಂಗ್) ಎಂದು ಬರೆದಿತ್ತು.ನಾನು ಏನೆಂದು ತಿಳಿಯದಾದೆ.

ನನ್ನನ್ನು ಒಂದು ಹಾಸಿನ ಮೇಲೆ ಮಲಗಿಸಿದರು. ಆ ಹಾಸು ತನಗೆ ತಾನೇ ಚಲಿಸುವುದಕ್ಕೆ ಪ್ರಾರಂಭಿಸಿತು. ನಾನು ಬಹಳ ಭಯಗೊಂಡಿದ್ದೆ. ರಾಜಾರಾಮ್ ಬಳಿ ಬಂದು, ನನ್ನ ಕೈಯ ಮೇಲೆ ತಮ್ಮ ಕೈಯನ್ನಿಟ್ಟು" ಹೆದರ ಬೇಡ ಏನೂ ಆಗುವುದಿಲ್ಲ" ಎಂದು ಧೈರ್ಯ ಹೇಳಿದರು. ನನ್ನ ಸಂಪೂರ್ಣ ದೇಹ ಈಗ ಯಾವುದೊ ಸಣ್ಣ ಸುರಂಗದ ಒಳಗೆ ಹೋಯಿತು. ಒಳಗೆ ಬೆಳಕು, ಅಡಿಯಿಂದ ಮುಡಿಯವರೆಗೂ ಬೆಳಕಿನ ಕಿರಣಗಳು ಚಲಿಸಿತು. ಅಲ್ಲಿ ಏನು ನಡೆಯುತ್ತಿದೆಯೋ , ನಾನೇಕೆ ಇವರ ಕೈಗೆ ಸಿಕ್ಕಿದೆ ಎನ್ನುವುದೇ ತಿಳಿಯುತ್ತಿಲ್ಲ. ಸುಮಾರು ಸಮಯದ ನಂತರ ಮತ್ತೊಂದು ಕೊಠಡಿಗೆ ಕರೆದುಕೊಂಡು ಹೋದರು.

ನನ್ನ ಕೈಗೆ ಸೂಜಿಯಿಂದ ಚುಚ್ಚಿ ಏನನ್ನೋ ನನ್ನ ದೇಹಕ್ಕೆ ಸೇರಿಸಿದರು. ನಾನು ಮತ್ತೆ ನಿದ್ರೆಗೆ ಜಾರಿದೆ.

ಮತ್ತೆ ಕಣ್ಣು ಬಿಟ್ಟಾಗ , ರಾಜಾರಾಮ್ ಮತ್ತು ಧೀರಜ್ ನನ್ನ ಪಕ್ಕದಲ್ಲೇ ಕುಳಿತಿದ್ದರು.

"ನೀವು ನನಗೆ ಏನು ಮಾಡುತ್ತಿದ್ದೀರೆಂದು ತಿಳಿಯದು. ಆದರೆ ನನಗೆ ಬಹಳ ಹೆದರಿಕೆಯಾಗುತ್ತಿದ್ದೆ."

"ಚಿಂತೆ ಬೇಡ ನಿಮಗೆ ಯಾವ ಹಾನಿಯನ್ನು ಮಾಡುವುದಿಲ್ಲ. ನಿಮ್ಮ ದೇಹದ ಸಂಪೂರ್ಣ ತಪಾಸಣೆಯನ್ನು ಮಾಡಿದೆವು ಅಷ್ಟೇ . ಏಕೆಂದರೆ ನೀವು ಬಂದ ಪ್ರದೇಶದಿಂದ ಯಾವುದಾದರು ರೋಗಾಣು ನಿಮ್ಮ ಜೊತೆ ಬಂದಿದ್ದರೆ. ಅದಕ್ಕಾಗಿ ಈ ಪ್ರಕ್ರಿಯೆಯನ್ನು ಮಾಡಲೇ ಬೇಕಾಯಿತು.ನೀವು ಆರೋಗ್ಯವಾಗೇ ಇದ್ದೀರ ಚಿಂತಿಸಬೇಡಿ."

"ನೀವು ಆ ಕೊಠಡಿಯಲ್ಲಿ ಮಾಡಿದ್ದಾದರೂ ಏನು?"

"ಹೊಸ ತಂತ್ರಜ್ಞಾನವನ್ನು ಬಳಸಿ ನಿಮ್ಮ ದೇಹದ ಪರೀಕ್ಷೆ ಮಾಡಲಾಯಿತು. ಇದನ್ನು "ಗಣಕೀಕೃತ ಅಕ್ಷೀಯ ಟೊಮೊಗ್ರಾಫಿ" (ಸಿಎಟಿ) ಎಂದು ಕರೆಯಲಾಗುತ್ತದೆ. ಆ ಉಪಕರಣದಲ್ಲಿ ಬರುವ ಕ್ಷ-ಕಿರಣಗಳು, ದೇಹದ ಎಲ್ಲಾ ಭಾಗಗಳನ್ನು ಪರೀಕ್ಷಿಸಿ ವ್ಯವಸ್ಥಿತ ಚಿತ್ರಗಳನ್ನು ವೇಗವಾಗಿ ಉತ್ಪಾದಿಸುತ್ತವೆ. ಅದರಿಂದ ದೇಹದ ರಚನೆಗಳನ್ನು ಹೆಚ್ಚು ವಿವರವಾಗಿ ತಿಳಿದುಕೊಳ್ಳಲು ಬಳಸುತ್ತಾರೆ. ಸ್ವಲ್ಪ ಏರುಪೇರಾಗಿದ್ದರೂ ಅದು ರೋಗದ ಚಿಹ್ನೆಗಳಾಗಿರುತ್ತವೆ. ಯಾವುದೇ ರೋಗಲಕ್ಷಣಗಳನ್ನು ಹೊಂದಿರುವ ರೋಗಿಗಳಲ್ಲಿ ರೋಗ, ಆಘಾತ ಅಥವಾ ಅಸಹಜತೆಯನ್ನು ಪತ್ತೆಹಚ್ಚಲು, ಆ ಉಪಕರಣವನ್ನು ಅಮೂಲ್ಯವಾದ ವೈದ್ಯಕೀಯ ಸಾಧನವೆಂದು ಗುರುತಿಸಲಾಗಿದೆ. ಯೋಜನೆ, ಮಾರ್ಗದರ್ಶನ ಮತ್ತು ಮೇಲ್ವಿಚಾರಣಾ ಚಿಕಿತ್ಸೆಗೆ ಸಹ ಇದನ್ನು ಬಳಸಲಾಗುತ್ತದೆ."

ಎಲ್ಲವನ್ನೂ ಹೇಳಿ , ನನ್ನ ಪ್ರಶ್ನಾರ್ಥಕ ಮುಖ ನೋಡಿ ನಗುತ್ತಾ ,"ಇದೆಲ್ಲವೂ ನಂತರ ನಿಮಗೆ ನಿಧಾನವಾಗಿ ತಿಳಿಯುತ್ತದೆ."

ಅವರು ನನಗೆ ತಿನ್ನಲು ಆಹಾರ ಕೊಟ್ಟರು. ಹಾಲು ,ಹಣ್ಣುಗಳು ಮತ್ತು ಅದರ ಜೊತೆ ಚೌಕಾಕಾರದ ಮೆತ್ತನೆಯ ಒಂದು ಪದಾರ್ಥವಿತ್ತು.ಬಹುಶಃ ಗೋಧಿಯಿಂದ ಮಾಡಿರಬಹುದು ಆದರೆ ಅದು ರೊಟ್ಟಿಯಂತೂ ಅಲ್ಲ. ಏನೆಂದು ಕೇಳಿದೆ..

"ಇದು ಬ್ರೆಡ್ , ಗೋಧಿಯಿಂದ ಮಾಡಲ್ಪಟ್ಟಿದೆ." ಆದರೆ ನನಗೇಕೋ ಅದು ಇಷ್ಟವಾಗಲಿಲ್ಲ. ರಾಗಿಯ ಅಂಬಲಿಯನ್ನು ಕೇಳಿದೆ. ಆದರೆ ಅವರು ನಕ್ಕು , "ಮುಂದಿನ ಬಾರಿ ಕೊಡುತ್ತೇವೆ" ಎಂದರು. ನಾನು ಹಾಲು ಕುಡಿದೆ ಒಂದೆರಡು ಚೂರು ಹಣ್ಣುಗಳನ್ನು ತಿಂದೆ. ನಾನು ಉಪಹಾರವನ್ನು ಮುಗಿಸುವುದಕ್ಕೇ ಕಾಯುತ್ತಿದ್ದರು ಎಂದೆನಿಸುತ್ತದೆ.

ಅಂತಿಮವಾಗಿ ರಾಜರಾಮ್ ನನ್ನ ಕಡೆಗೆ ತಿರುಗಿ,

"ಸರಿ, ಪ್ರದ್ಯುಮ್ನ, ನಾವು ಈಗ ಹೇಳುವುದನ್ನು ಸರಿಯಾಗಿ ಅರ್ಥಮಾಡಿಕೊಳ್ಳಲು ಪ್ರಯತ್ನಿಸಬೇಕು. ಯಾವುದೇ ಭಾವೋದ್ವೇಗಕ್ಕೆ ಒಳಗಾಗಬಾರದು ಆಯಿತೇ? ಮೊದಲೇ ಹೇಳಿದಂತೆ ನಿಮಗೆ ನಾವು ಯಾವ ತೊಂದರೆಯನ್ನೂ ಕೊಡುವುದಿಲ್ಲ."

"ನಾನು ಆಗಬಹುದು" ಎಂದೆ.

ನಿಧಾನವಾಗಿ , "ನೀವು ಈಗ ಇಸವಿ ೧೫೨೦ ರಲ್ಲಿಲ್ಲ. ನೀವು ಭವಿಷ್ಯದಲ್ಲಿ ಐದುನೂರು ವರ್ಷಗಳು ನಂತರದ ವರ್ಷದಲ್ಲಿ ಇದ್ದೀರ" ಎಂದರು .

"ಅಂದರೇ?" ನಾನು ತಬ್ಬಿಬ್ಬಾದೆ.

"ನೀವೀಗ ಇಸವಿ ೨೦೨೦ ರಲ್ಲಿದ್ದೀರ."

ನನಗೆ ಭಯಾಶ್ಚರ್ಯ ಒಟ್ಟಿಗೇ ಆಯಿತು.

ಧೀರಜ್ ನಗುತ್ತಾ,..

"ನಾನು ಮತ್ತೆ ರಾಜಾರಾಮ್ ಇಬ್ಬರೂ ಸೇರಿ ನಿಮ್ಮನ್ನು ೧೯ ನೇ ಶತಮಾನದಿಂದ ೨೧ನೆ ಶತಮಾನಕ್ಕೆ ಕರೆತರಲು ಸಫಲರಾಗಿದ್ದೇವೆ."

ನಾನು ಬೆಚ್ಚಿಬಿದ್ದು ರಾಜಾರಾಮ್ ಕಡೆ ನೋಡಿದೆ. ಅವರು ಹೌದೆಂದು ತಲೆ ಅಲ್ಲಾಡಿಸಿದರು.

ಆದರೇ ನಾನು ಅದನ್ನು ನಂಬುವ ಸ್ಥಿತಿಯಲ್ಲಿರಲಿಲ್ಲ.

ರಾಜಾರಾಮ್ ಧೀರಜನ ಕಡೆ ನೋಡಿ, "ಇವರು ನಂಬುತ್ತಿಲ್ಲ.

ಪ್ರದ್ಯುಮ್ನ, ನೀವು ಇಲ್ಲಿಗೆ ಬರುವ ಮುಂಚೆ ಎಲ್ಲಿದ್ದಿರಿ ?"

"ಯಲಹಂಕ ನಾಡಿನ ಹೊರವಲಯದಲ್ಲಿರುವ ಬೆಟ್ಟದ ತುದಿಯಲ್ಲಿ" ಎಂದು ಹೇಳಿದೆ.

"ಸರಿ, ಈಗ ನೀವು ಆ ಕಿಟಕಿಯಿಂದ ಹೊರಗಡೆ ನೋಡಿ ಮತ್ತು ಅದು ನಿಮ್ಮ ೧೯ ನೇ ಶತಮಾನದ ಯಲಹಂಕ ನಾಡೊ ಇಲ್ಲವೋ ತಿಳಿಯುತ್ತದೆ. ನೋಡಿದ ಮೇಲೆ ಮತ್ತೆ ಮಾತನಾಡೋಣ" ಎಂದರು.

4

ವಿಚಿತ್ರವಾದ ನಗರ

ನಾನು ಕಿಟಕಿಯಿಂದ ಹೊರಗಡೆ ನೋಡಿದೆ. ಅಬ್ಬಬ್ಬಾ !! ದೇವರಾಣೆ , ನನ್ನ ಕಣ್ಣಮುಂದೆ ಎಂತಹ ದೃಶ್ಯ! ಅದೊಂದು ವಿಚಿತ್ರ ಹಾಗು ಅದ್ಭುತ!!! ನನಗೆ ಪರಿಚಿತವಾಗಿದ್ದ ಹಳ್ಳಿ ಮನೆಗಳು, ಹೊಲಗದ್ದೆಗಳು , ಗುಡ್ಡಗಾಡು ಪ್ರದೇಶಗಳು ಇವೆಲ್ಲವೂ ಅಲ್ಲಿ ಕಾಣಿಸಲೇ ಇಲ್ಲ. ಅವುಗಳೆಲ್ಲಾ ಎಲ್ಲಿ ಹೋದವು. ಎಲ್ಲಿ ಮಾಯವಾದವೋ. ಅದೊಂದು ಬೇರೆಯೇ ಪ್ರಪಂಚ.

"ಮಹಾಪ್ರಭು!!!,

ಅಲ್ಲಿ ನೋಡಿದರೆ ವಿಶಾಲ ಬೀದಿಗಳು, ದೊಡ್ಡ ದೊಡ್ಡ ರಸ್ತೆಗಳು ಮತ್ತು ಅವುಗಳ ಎರಡೂ ಬದಿಗಳಲ್ಲಿ ಅನೇಕ ಅಂತಸ್ತಿನ ದೊಡ್ಡ ಕಟ್ಟಡಗಳು. ಆಕಾಶವನ್ನೇ ಮುಟ್ಟುವಷ್ಟು ಎತ್ತರದ (ಗಗನ ಚುಂಬೀ)ಕಟ್ಟಡಗಳು. ನಾನಿದ್ದ ಕೊಠಡಿಯೂ ಅದೇ ತರಹದ ಎತ್ತರದ ಕಟ್ಟಡದಲ್ಲಿತ್ತು. ನಾನು ಈಗ ಧರಿಸಿದ್ದೇನಲ್ಲವೇ ಅದೇ ರೀತಿಯ ಉಡುಗೆಗಳನ್ನು ಧರಿಸಿರುವ ಜನರು ಆ ಬೀದಿಗಳಲ್ಲಿ ಓಡಾಡುತ್ತಿದ್ದರು. ಅಲ್ಲಿ ಕುದುರೆ ಅಥವಾ ಎತ್ತುಗಳ ಗಾಡಿಗಳಿರಲಿಲ್ಲ. ಆದರೇ ವಿಚಿತ್ರ ವಾಹನಗಳು ಅತಿ ವೇಗದಲ್ಲಿ ಚಲಿಸುತ್ತಿವೆ! ಅದೂ ಯಾವ ಪ್ರಾಣಿಗಳ ಸಹಾಯವಿಲ್ಲದೆ. ಅದೇ ವೇಳೆ ಆಕಾಶದಲ್ಲಿ ಬೃಹತ್ತಾದ ಲೋಹದ ಪಕ್ಷಿಯೊಂದು ಹಾರುತ್ತಿದೆ."

ಹಾರುತ್ತಿರುವುದು ಏನೆಂದು ಕೇಳಿದೆ. "ರೆಕ್ಕೆ ಬಡಿಯುತ್ತಿಲ್ಲ, ಆದರೆ ಅದು ಹೇಗೆ ಹಾರುತ್ತಿದೆ?"

"ಅದನ್ನು ವಿಮಾನ ಎಂದು ಕರೆಯುವರು."

"ಅದೇ ರಾಮಾಯಣದಲ್ಲಿ ಬರುವ ರಾವಣನ ಪುಷ್ಪಕ ವಿಮಾನ ಅಲ್ಲವೇ?"

"ನಿಜ, ನಮ್ಮ ಪೂರ್ವಜರು ಆಗಿನ ಕಾಲದಲ್ಲೇ ತಂತ್ರಜ್ಞಾನದಲ್ಲಿ ಬಹಳ ಮುಂದಿದ್ದರು.ಅವರ ಸಾಧನೆಗಳೇ ನಮಗೆ ಸ್ಪೂರ್ತಿ."

ಈಗ ಮತ್ತಷ್ಟು ವಿಮಾನಗಳು ಒಟ್ಟಿಗೇ ಹಾರುತ್ತಿದ್ದವು. ನಾನು ದಿಗ್ಭ್ರಮೆಗೊಂಡೆ.

"ಈಗ ನೀವು ನಂಬುತ್ತೀರಲ್ಲವೇ , ಪ್ರದ್ಯುಮ್ನ?" ಎಂದು ರಾಜಾರಾಮ್ ಮೆಲ್ಲನೆ ಕೇಳಿದರು.

ನಾನು ಸುಮ್ಮನೆ ತಲೆಯಾಡಿಸಿದೆ. ನನ್ನ ಮೆದುಳಿಗೆ ಕಂಡ ದೃಶ್ಯಗಳನ್ನು ನಂಬಲು ಸಾಧ್ಯವಾಗುತ್ತಿಲ್ಲ. ಅದೇ ಗುಂಗಿನಲ್ಲಿ ತಲೆ ತಿರುಗಿದಂತಾಗಿ, ಕುರ್ಚಿಯ ಮೇಲೆ ಕುಳಿತೆ.

ಅವರು ಗೋಡೆಯ ಮೇಲಿನ ಒಂದು ದೊಡ್ಡ ಲೋಹದ ವೃತ್ತವನ್ನು ತೋರಿಸಿ ಮತ್ತು ಅದೇ ಕೋಣೆಯ ಸುತ್ತಲಿನ ಯಂತ್ರಗಳತ್ತ ಗಮನ ಕೊಡಿ ಎಂದರು. ಆ ವೃತ್ತದ ಒಂದು ಬಿಂದುವನ್ನು ತೋರಿಸಿ "ಇದು ೧೫೨೦ ಇಸವಿ, ನಿಮ್ಮ ಸಮಯ, ಮತ್ತೆ ಇನ್ನೊಂದು ಬಿಂದುವನ್ನು ೨೦೨೦ ಸಮಯವೆಂದೂ , ಅಂದರೆ ಈಗ. ನಿಮ್ಮನ್ನು ಅಲ್ಲಿಂದ ಇಲ್ಲಿಯವರೆಗೆ ಎಳೆದು ತಂದ್ದಿದ್ದೇವೆ" ಎಂದರು ನಗುತ್ತಾ.

"ನೀವು ನನ್ನನ್ನು ಒಂದು ಕಾಲದಿಂದ ಇನ್ನೊಂದಕ್ಕೆ ಕರೆತಂದಿರುವುದು ನಿಜ . ಆದರೆ ಅದು ಹೇಗೆ ಸಾಧ್ಯವಾಯಿತು? ಹಾಗಾದರೆ ನೀವು ದೇವತೆಗಳೇ ಅಥವಾ ಕ್ಷುದ್ರ ಶಕ್ತಿಗಳೇ?"

"ಪ್ರದ್ಯುಮ್ನ !!! ನಾವು ದೇವರೂ ಅಲ್ಲ ದೆವ್ವಗಳೂ ಅಲ್ಲ, ನಿನ್ನ ಹಾಗೆ ನಾವೂ ಮನುಷ್ಯರು.೨೧ ನೇ ಶತಮಾನದ ಮನುಷ್ಯರು, ಆದರೆ ನಾವು ಇಲ್ಲಿನ ವಿಜ್ಞಾನಿಗಳು, ಭೌತವಿಜ್ಞಾನಿಗಳು. ಮನುಷ್ಯನು ತಿಳಿದುಕೊಳ್ಳಬಹುದಾದಷ್ಟು ಜ್ಞಾನವನ್ನು ತಿಳಿದುಕೊಳ್ಳಲು ಬಯಸುವ ಮತ್ತು ಹೊಸತನ್ನು ಅನ್ವೇಷಿಸುವಲ್ಲಿ ನಮ್ಮ ಜೀವನವನ್ನು ಮುಡಿಪಾಗಿಟ್ಟಿದ್ದೇವೆ."

"ನನಗೆ ಆಶ್ಚರ್ಯವಾಗಿ, ಸ್ವಾಮಿ!! ನಿಮ್ಮಂತೆಯೇ ನಾನೂ ಸಹ ನೋಡುವ ಪ್ರತಿಯೊಂದು ಜೀವಿಗಳಾಗಲಿ, ವಸ್ತುಗಳಾಗಲಿ, ಅವುಗಳ ಸಂಪೂರ್ಣ ಅಧ್ಯಯನ ಮಾಡಿ ತಿಳಿದುಕೊಳ್ಳುವ ಕುತೂಹಲ. ನಾನು ಹಲವು ಯೋಗಿಗಳನ್ನು ಭೇಟಿಯಾಗಿದ್ದೆ, ಅವರು ಕಾಲಯಾನದ ಬಗ್ಗೆ ತಿಳಿಸಿದ್ದರು. ಆದರೆ ಈಗ ಅದನ್ನು ಪ್ರತ್ಯಕ್ಷವಾಗಿ ಕಂಡೆ.ಈಗ ನನಗೆ ನನ್ನ ಆತ್ಮವಿಶ್ವಾಸ ಮರಳಿ ಬಂದಿದೆ. ಇದು ಕನಸೋ ನನಸೋ ನಾನೂ ಸಹ ಇದೇ ವಿಷಯದ ಬಗ್ಗೆ ಸಂಶೋಧನೆ ನಡೆಸುತ್ತಿದ್ದೆ, ಅಷ್ಟರಲ್ಲಿ ನೀವು ನನ್ನನ್ನು ಇಲ್ಲಿಗೆ ಕರೆ ತಂದಿರಿ. ಅದು ಸರಿ ಈ ಕಾಲದೊಂದಿಗೆ ಏನು ಮಾಡುತ್ತೀರಿ? ಈ ಕಾಲ ಬದಲಾಯಿಸುವುದು ಹೇಗೆ

ಸಾಧ್ಯವಾಯಿತು ?"

ಇಬ್ಬರೂ ಒಟ್ಟಿಗೇ ತಲೆ ಅಲ್ಲಾಡಿಸಿದರು.

"ಪ್ರದ್ಯುಮ್ನ!!!, ಮೊದಲು ನಾವು ನಿನ್ನ ಹಾಗೆಯೇ ಯೋಚಿಸುತ್ತಿದ್ದೆವು. ಆದರೆ ಇತ್ತೀಚೆಗೆ ನಮ್ಮ ಹಿರಿಯ ವಿಜ್ಞಾನಿಗಳು ಕಾಲವನ್ನು ಬದಲಾಯಿಸುವುದು ಸಾಧ್ಯವೆಂದು ಕಂಡುಕೊಂಡಿದ್ದಾರೆ. ಅದರ ಫಲಿತವೇ ನಿನ್ನ ಕಾಲಾಯಾನ."

ಅವರು ಇನ್ನೂ ಅನೇಕ ವಿಷಯಗಳನ್ನು ಹೇಳಿದರು. ಅದರಲ್ಲಿ ಕೆಲವು ಅರ್ಥವಾದರೂ , ಹಲವು ಅರ್ಥವಾಗದ ವಿಷಯಗಳ ಬಗ್ಗೆ ಹೇಳುತ್ತಾ ಹೋದರು. ಅವರ ಹಲವು ವಿಜ್ಞಾನಿಗಳು ಹಲವಾರು ವಿಷಯಗಳ ಬಗ್ಗೆ ಆಳವಾದ ಅಧ್ಯಯನ ಮಾಡಿದ್ದಾರೆ ಮುಖ್ಯವಾಗಿ ಬೆಳಕು, ಪರಮಾಣು, ಕೃತಕ ಉಪಗ್ರಹ ಎಂದು ಕೆಲವು ವಿಜ್ಞಾನಿಗಳ ಹೆಸರನ್ನು ಹೇಳಿದರು. ಸಿ.ವಿ.ರಾಮನ್ , ವಿಕ್ರಮ್ ಸರಬಾಯಿ ಮತ್ತು ಎ.ಪಿ.ಜೆ. ಅಬ್ದುಲ್ ಕಲಾಂ ಹೀಗೆ ಇನ್ನೂ ಹಲವು ಹೆಸರುಗಳನ್ನು ಹೇಳಿದರು. ಆ ಹೆಸರುಗಳನ್ನು ನಾನು ಎಂದೂ ಕೇಳಿರಲಿಲ್ಲ.

ವಿಜ್ಞಾನಿಗಳ ಮತ್ತೊಂದು ಆಸಕ್ತಿಕರ ಅಚ್ಚುಮೆಚ್ಚಿನ ವಿಷಯ ಎಂದರೆ ಅದು ಕಾಲ.ಅವರು ಕಾಲವನ್ನು ಉದ್ದ, ಅಗಲ ಹಾಗು ಎತ್ತರದ ಹಾಗೆ ಒಂದು ಆಯಾಮವೆಂದು ಗುರುತಿಸಿದ್ದಾರೆ. ಹೇಗೆ ನಾವು ನಮ್ಮ ಶಕ್ತಿಯನ್ನು ಬಳಸಿ ಒಂದು ವಸ್ತುವನ್ನು ಒಂದು ಸ್ಥಳದಿಂದ ಮತ್ತೊಂದು ಸ್ಥಳಕ್ಕೆ ಈ ಮೂರು ಆಯಾಮಗಳ ದಿಕ್ಕಿನಲ್ಲಿ ಚಲಿಸುತ್ತೀವೋ. ಅದೇ ರೀತಿಯಲ್ಲಿ ಅತಿ ಹೆಚ್ಚಿನ ಸೂಕ್ತವಾದ ಶಕ್ತಿಯ ಸಹಾಯದಿಂದ ಅದೇ ವಸ್ತುವನ್ನು ನಾಲ್ಕನೇ ಆಯಾಮ ಎಂದರೆ ಕಾಲದ ದಿಕ್ಕುಗಳು, ಅಂದರೇ ಭೂತ ಭವಿಷ್ಯತ್ ಕಾಲಗಳಿಗೆ ಕಳಿಸಬಹುದು.

"ಇಲ್ಲಿ ನೋಡು ಈ ಯಂತ್ರಗಳು ಅದಕ್ಕೆ ಬೇಕಾದ ಶಕ್ತಿಯನ್ನು ಉತ್ಪಾದಿಸುತ್ತವೆ. ಅದರ ಸಹಾಯದಿಂದ ಈ ಕಾಲಯಂತ್ರವನ್ನು ಐನೂರು ವರ್ಷಗಳ ಹಿಂದಕ್ಕೆ ಕಳಿಸಿ ನಿನ್ನನ್ನು ಕರೆದುಕೊಂಡು ಬಂದದ್ದು.

ನಾವು ಇದನ್ನು ಹಲವು ಬಾರಿ ಪ್ರಯತ್ನಿಸಿದ್ದೆವು , ಆದರೆ ಪ್ರತೀ ಬಾರಿ ಕಾಲಯಂತ್ರ ಭೇಟಿಕೊಟ್ಟ ಸ್ಥಳದಲ್ಲಿ ಏನೂ ಇರಲಿಲ್ಲ. ಈಗೆ ಹಲವು ಬಾರಿ ಪ್ರಯೋಗ ನಡೆಸಿದರೂ ಪ್ರಯೋಜನವಾಗಲಿಲ್ಲ. ನಂತರ ಕಾಲಯಂತ್ರಕ್ಕೆ ವಿದ್ಯುತ್ ತರಂಗಾಂತರಗಳನ್ನು ಕಳಿಸುವ ಸಾಮರ್ಥ್ಯವನ್ನು ಅಳವಡಿಸಿದೆವು. ಆ ತರಂಗಗಳನ್ನು ಯಾವುದಾದರು ವಸ್ತು ಸೆಳೆಯಬಲ್ಲದೋ , ಆ ಸ್ಥಳದಲ್ಲಿ ಖಂಡಿತ ನಮಗೆ ಬೇಕಾದ ವಸ್ತು ಸಿಗುತ್ತದೆ ಎಂದು ನಂಬಿದ್ದೆವು. ನಮ್ಮ ನಂಬಿಕೆ ಸುಳ್ಳಾಗಲಿಲ್ಲ. ಅದೇ ಸಮಯದಲ್ಲಿ ನಮ್ಮ ತರಂಗಗಳು ನೀನಿದ್ದ ಸ್ಥಳ ಮತ್ತು ಸಮಯಕ್ಕೆ ಆಕರ್ಷಿತವಾಗಿ ಅಲ್ಲಿ ಬಂದು ನಿನ್ನನ್ನು ಸೆಳೆದುಕೊಂಡು ಬರುವುದರಲ್ಲಿ

ಯಶಸ್ವಿಯಾಯಿತು."

"ನಾನು ಮಿಂಚು ಗುಡುಗುಗಳ ಬಗ್ಗೆ ಅಭ್ಯಾಸ ಮಾಡುತ್ತಿದ್ದೆ, ಬೆಳಕಿನ ವೇಗದಲ್ಲಿ ಚಲಿಸಲು ಸಾಧ್ಯವಾದರೇ. ಕಾಲಯಾನದ ನನ್ನ ಕನಸು ನೆನಸಾಗುತ್ತದೆ ಎಂದು ಭಾವಿಸಿದ್ದೆ. ಆದರೆ ನೀವು ಅದನ್ನು ಸಾಕಾರ ಮಾಡಿದ್ದೀರಿ."

ಅವರು ಕಾಲಯಾನದ ಪ್ರಯತ್ನ ಮಾಡುತ್ತಿರುವಾಗ ,ಅದೇ ಸಮಯದಲ್ಲಿ ನಾನು ಅವರಿಗೆ ಅನುಕೂಲಕರವಾದ ತರಂಗಗಳನ್ನು ಸ್ವೀಕರಿಸುವುದರಲ್ಲಿ ನನ್ನ ಪ್ರಯೋಗದಲ್ಲಿ ಯಶ್ವಸಿಯಾಗಿದ್ದೆ. ಅವರ ಮುಖ್ಯ ಉದ್ದೇಶ ಭೂತಕಾಲದಲ್ಲಿ ವಾಸಿಸುವ ಯಾರನ್ನಾದರೂ ಕರೆದುಕೊಂಡು ಬರಬೇಕೆಂದು ಯಾವಾಗಲೂ ಆಶಿಸುತ್ತಿದ್ದರು. ನಾನು ಬಂದಿರುವುದು ಅವರ ಇತರೆ ವಿಜ್ಞಾನಿಗಳಿಗೆ ಪುರಾವೆಯಂತೆ ತೋರಿಸಿ. ತಾವು ಮಾಡಿರುವ ಪ್ರಯೋಗ ಯಶಸ್ವಿಯಾಗಿದೆಯಂದು ಸಾಬೀತು ಪಡಿಸಬೇಕೆಂದು ಹಾತೊರೆಯುತ್ತಿದ್ದರು.

ನನಗೆ ಅವರು ಏನು ಹೇಳುತ್ತಿದ್ದಾರೆಂದು ಗ್ರಹಿಸಲು ಸಾಧ್ಯವಾಗಲಿಲ್ಲ. ಅವರ ಕಡೆ ನೋಡದೆ ನನ್ನ ಯೋಚನೆಯಲ್ಲಿ ನಾನಿದ್ದೆ.

"ಪ್ರದ್ಯುಮ್ನ!! ನೀವು ಭಯಪಡಬೇಡ" ಎಂಬ ರಾಜಾರಾಮ ಮಾತನ್ನು ಕೇಳಿ ಅತ್ತ ತಿರುಗಿದೆ.

ನಾನು ಭಯಗೊಂಡಿಲ್ಲ. ಆದರೆ ಅಲ್ಲಿ ಸುತ್ತಲೂ ನೋಡಿದ ಆ ವಸ್ತುಗಳು ಮತ್ತು ಅವರು ಹೇಳಿದ ವಿಷಯಗಳನ್ನು ಕೇಳಿ ಆಶ್ಚರ್ಯಗೊಂಡಿದ್ದೆ. ಅವುಗಳ ಬಗ್ಗೆ ಹೆಚ್ಚು ತಿಳಿದುಕೊಳ್ಳಲು ಉತ್ಸುಕನಾಗಿದ್ದೆ. ಅದರ ಬಗ್ಗೆ ಅವರನ್ನು ಕೇಳಿದೆ. ಅವರು ಬಹಳ ತಾಳ್ಮೆಯಿಂದ ಅವುಗಳಲ್ಲಿ ಕೆಲವನ್ನು ನನಗೆ ಅರ್ಥವಾಗುವ ರೀತಿಯಲ್ಲಿ ವಿವರಿಸಿದರು.ಆ ಮಾತುಗಳನ್ನು ಕೇಳುತ್ತಾ ನಾನು ಕಾಣುತ್ತಿರುವುದು ಕನಸೋ, ಕನಸೆಂಬ ಮಾಯಾಲೋಕವೋ ತಿಳಿಯದಾಯಿತು.

ಆ ಕೊಠಡಿಯ ಒಂದು ಮೂಲೆಯಲ್ಲಿದ್ದ ದೊಡ್ಡ ಪರದೆಯ ಬಳಿ ನನ್ನನ್ನು ಕರೆದುಕೊಂಡು ಹೋದರು. ಅಲ್ಲಿ ಸಣ್ಣ ಪಾರದರ್ಶಕ ತಂತಿಗಳನ್ನು ತೋರಿಸಿ, ಅದರ ಕೆಳಗಿರುವ ಗುಂಡಿಯನ್ನು ಸ್ಪರ್ಶಿಸುವಂತೆ ಹೇಳಿದರು. ನಾನು ಅವರು ಹೇಳಿದ ಹಾಗೆಯೇ ಮಾಡಿದೆನು. ಕೂಡಲೇ ಪಾರದರ್ಶಕ ತಂತಿಗಳಲ್ಲಿದ್ದ ದೀಪಗಳು ಮೇಣದಬತ್ತಿಗಳನ್ನು ಮೀರಿದ ಅದ್ಭುತ ಬೆಳಕಿನಿಂದ ಹೊಳೆಯುತ್ತಿದ್ದವು. ನಾನು ಅದನ್ನು ಕಂಡು ಬೆರಗಾದೆ , ಅವರು ನನ್ನನ್ನು ನೋಡಿ ನಕ್ಕರು. ರಾಜಾರಾಮ್ ಇನ್ನೊಂದು ಗುಂಡಿಯನ್ನು ಮುಟ್ಟಿದಾಗ, ಪಾರದರ್ಶಕ ವಸ್ತುವಿನ ಬೆಳಕು ಮಾಯವಾಯಿತು. ಬೆಳಕು ಈಗ ಮೇಲ್ಛಾವಣಿಯ ಕಡೆ

ಕೇಂದ್ರೀಕೃತವಾಯಿತು. ಅಲ್ಲಿ ಹಲವು ವಸ್ತುಗಳು ಇರುವುದನ್ನು ನೋಡಿದೆ.

5

ಭವಿಷ್ಯದ ಆವಿಷ್ಕಾರಗಳು

ಅಲ್ಲಿ ಒಂದು ದೊಡ್ಡ ವೃತ್ತಾಕಾರದ ಕಪ್ಪು ಲೋಹದ ವಸ್ತು. ಅದರ ತುದಿಗೆ ಒಂದು ಚಕ್ರವನ್ನು ಅಳವಡಿಸಿದ್ದರು.ಆ ಚಕ್ರದ ಸುತ್ತಲೂ ಒಂದು ಲೋಹದ ಸರಪಳಿ , ಆ ಸರಪಳಿ ಅನೇಕ ಯಂತ್ರಗಳಿಗೆ ಸಂಪರ್ಕ ಹೊಂದಿತ್ತು. ಅವುಗಳಲ್ಲಿ ಸಣ್ಣ ಸಣ್ಣ ಚಕ್ರಗಳು, ಅವುಗಳ ಸುತ್ತಲೂ ಮತ್ತೆ ಸಣ್ಣ ಸಣ್ಣ ಸರಪಳಿಗಳು. ಆ ವಸ್ತುವಿನ ಒಂದು ಭಾಗದಲ್ಲಿದ್ದ ಹಿಡಿಯನ್ನು ಎಳೆದರು. ಅದರಿಂದ ಏನೋ ವಿಚಿತ್ರ ಶಬ್ದವು ಹೊರಬಂದಿತು.ನಂತರ ಆ ಚಕ್ರವು ತುಂಬಾ ವೇಗವಾಗಿ ತಿರುಗಿತು, ಎಲ್ಲಾ ಯಂತ್ರಗಳನ್ನು ಆ ಸರಪಳಿಯೊಂದಿಗೆ ತಿರುಗಿಸಿತು. ಯಾವುದೇ ಮನುಷ್ಯನು ಅದನ್ನು ತಿರುಗಿಸಬಹುದಾಗಿದ್ದಕ್ಕಿಂತ ಹೆಚ್ಚು ವೇಗವಾಗಿ ಅದು ತಿರುಗಿತು. ಆದರೂ ಅವರು ಮತ್ತೆ ಹಿಡಿಯನ್ನು ಪುನಃ ಮೊದಲಿ ಸ್ಥಾನಕ್ಕೆ ಎಳೆದಾಗ ಅದು ತಿರುಗುವುದನ್ನು ನಿಲ್ಲಿಸಿತು. ನಮಗೆ ಆಕಾಶದಲ್ಲಿ ಕಾಣುವ ಮಿಂಚಿನ ಶಕ್ತಿಯಷ್ಟೇ ಬಲವಾದ ಶಕ್ತಿಯನ್ನು ಚಕ್ರವನ್ನು ತಿರುಗಿಸಲು ಬಳಸುತ್ತಿದ್ದರು.ಆ ಶಕ್ತಿ ಸೂರ್ಯನ ಬೆಳಕಿನಿಂದ ಬರುತ್ತಿತ್ತು. ಅದು ಸೌರಶಕ್ತಿಯ ಯಂತ್ರ.

ಅವರು ತೋರಿಸಿದ ಆ ಅದ್ಭುತವನ್ನು ನೋಡಿ ನನ್ನ ತಲೆ ತತ್ತರಿಸಿ ಹೋಯಿತು.ಆಗ ಧೀರಜ್ ಮೇಜಿನ ಮೇಲಿದ್ದ ಯಾವೂದೋ ಉಪಕರಣವನ್ನು ತನ್ನ ಕಿವಿಯಲ್ಲಿ ಹಿಡಿದು ಏನನ್ನೋ ಹೇಳಿದ. ಆ ಉಪಕರಣದಿಂದ ಯಾವುದೊ ಧ್ವನಿ ಬರುತ್ತಿತ್ತು. ಆದರೆ ಧ್ವನಿಯನ್ನು ಹೊರಸೂಸುತ್ತಿರುವ ಆ ವ್ಯಕ್ತಿ ಕಾಣಲಿಲ್ಲ. ಆದರೆ ಆ ರಾತ್ರಿ ಅವರ ಪ್ರಯೋಗವನ್ನು ನೋಡಲು ಇತರ ವಿಜ್ಞಾನಿಗಳು ಇಲ್ಲಿಗೇ ಬರುತ್ತಾರೆಂದು ಹೇಳಿದನು. ಆ ಉಪಕರಣದಿಂದ ಬೇರೆ ಬೇರೆ ವ್ಯಕ್ತಿಗಳೊಡನೆ ಮಾತನಾಡಿದನು. ಆದರೆ ನಾನು ಅದಕ್ಕೆ ಉತ್ತರಿಸುವ ಧ್ವನಿಗಳನ್ನು ಮಾತ್ರ

ಕೇಳಿದೆ. ಒಂದೊಂದು ಧ್ವನಿ ಒಂದಕ್ಕಿಂತ ಭಿನ್ನವಾಗಿತ್ತು.

ನಾನು ಆ ಉಪಕರಣದ ಬಗ್ಗೆ ಕೇಳಿದೆ?

ಅದಕ್ಕೆ ರಾಜಾರಾಮ್," ಪ್ರದ್ಯುಮ್ನ!! ಇದನ್ನು ಟೆಲಿಫೋನ್ ಎನ್ನುತ್ತಾರೆ."

"ಅಂದರೇ...?'

"ಅಂದರೆ ಇದನ್ನು ದೂರವಾಣಿ ಎನ್ನುತ್ತಾರೆ."

ಮತ್ತೆ ನನ್ನ ಮುಖವನ್ನು ನೋಡಿ ಅವರು ಮುಂದುವರೆಸಿದರು.

"ದೂರವಾಣಿ ಎನ್ನುವುದು ದೂರಸಂಪರ್ಕ ಸಾಧನವಾಗಿದ್ದು, ದೂರದಲ್ಲಿರುವವರ ಜೊತೆ ನೇರವಾಗಿ ಸಂಭಾಷಣೆ ನಡೆಸಲು ಬಳಸುತ್ತಾರೆ. ೧೮೭೬ ರಲ್ಲಿ ಅಲೆಕ್ಸಾಂಡರ್ ಗ್ರಹಾಂ ಬೆಲ್ ಅವರು ಮೊದಲ ಬಾರಿಗೆ ಈ ಸಾಧನದ ಹಕ್ಕು ಪತ್ರವನ್ನು ಪಡೆದರು. ನಂತರ ಈ ಉಪಕರಣವನ್ನು ಇತರರು ಅಭಿವೃದ್ಧಿಪಡಿಸಿದರು. ಕ್ರಮೇಣ ಇದು ವ್ಯಾಪಾರ, ಸರ್ಕಾರ ಮತ್ತು ಮನೆಗಳಲ್ಲಿ ಬಳಸುವುದು ಅನಿವಾರ್ಯವಾಯಿತು. ಒಂದು ಸಂದೇಶವನ್ನು ಬಹು ಬೇಗನೆ ಒಂದು ಪ್ರದೇಶದಿಂದ ಇನ್ನೊಂದು ಪ್ರದೇಶಕ್ಕೆ ಕಳಿಸಲು ಇದು ಸಹಾಯವಾಗುತ್ತದೆ."

"ಅದು ಸರಿ ಪ್ರದ್ಯುಮ್ನ, ನಿಮ್ಮ ಕಡೆ ರಾಜನ ಒಂದು ಸಂದೇಶವನ್ನು ಬೇರೆ ಪ್ರದೇಶದಲ್ಲಿರುವವವರಿಗೆ ತಲುಪಿಸಲು ಏನು ಮಾಡುತ್ತೀರಿ?" ಎಂದನು ಧೀರಜ್.

"ಅಧಿಕೃತ ಸುದ್ದಿಗಳನ್ನು ಲಿಖಿತ ಮತ್ತು ಮೌಖಿಕ ರೂಪದಲ್ಲಿ ತಲುಪಿಸುತ್ತೇವೆ. ಅದಕ್ಕಾಗಿ ಒಬ್ಬ ವ್ಯಕ್ತಿ ಖುದ್ದಾಗಿ ಆ ಸಂದೇಶವನ್ನು ನಿರ್ದಿಷ್ಟ ಸ್ಥಳಕ್ಕೆ ನಿರ್ದಿಷ್ಟ ವೇಳೆಗೇ ತಲುಪಿಸಬೇಕಾಗಿತ್ತು. ಇದು ಬಹಳ ಕಷ್ಟದ ಕೆಲಸವಾಗಿದೆ. ಕೆಲವು ವೇಳೆ ಅತೀ ಮುಖ್ಯವಾದ ಸಂದೇಶ ತಡವಾಗಿ ಬಂದರೆ ಪರಿಸ್ಥಿತಿಯನ್ನೇ ತಾರುಮಾರು ಮಾಡಿಬಿಡುತ್ತದೆ . ಅದೂ ಮುಖ್ಯವಾಗಿ ಯುದ್ಧದ ಸಂಧರ್ಭಗಳಲ್ಲಿ ಆದೇಶಗಳು ಬರುವುದು ತಡವಾದರೆ ಯುದ್ಧದ ಸ್ವರೂಪವೇ ಬದಲಾಗಿ ಹೋಗುತ್ತಿತ್ತು."

"ಈ ಸಾಧನದಿಂದ ಆ ಸಮಸ್ಯೆಗಳೆಲ್ಲವನ್ನೂ ಬಗೆಹರಿಸಿಕೊಳ್ಳಬಹುದು. ಈಗ ಇನ್ನೂ ಹಲವು ಉಪಕರಣಗಳು ಬಂದಿದೆ. ಅದರಿಂದ ಇನ್ನೊಂದು ಕಡೆಯಲ್ಲಿರುವ ವ್ಯಕಿಗಳನ್ನು ನೇರವಾಗಿ ನೋಡಬಹುದು ಮತ್ತು ಮಾತನಾಡಬಹುದು. ಅದನ್ನು ನಂತರ ನಿನಗೆ ತೋರಿಸುತ್ತೇನೆ." ಎಂದನು ಧೀರಜ್.

ನನಗೆ ಅದನ್ನು ನಂಬಲಾಗಲಿಲ್ಲ.ಆದರೂ ಅದು ನಂಬಲೇ ಬೇಕಾದ ವಿಷಯವಾಗಿತ್ತು. ಏಕೆಂದರೆ ನನ್ನ ಕಣ್ಣೆದುರಿಗೇ ಅದು ನಡೆಯಿತು,ನಾನು ಆಶ್ಚರ್ಯದಿಂದ ಬೆರಗಾಗಿ ಹೋಗಿದ್ದೆ ಮತ್ತು ಇನ್ನೂ ಬೇರೆಯ ಉಪಕರಣಗಳನ್ನು ನೋಡಲು ಉತ್ಸುಕನಾಗಿದ್ದೆ.

ರಾಜಾರಾಮ್ ಅವರ ಪಕ್ಕದಲ್ಲಿ ಒಂದು ಸಣ್ಣ ಪೆಟ್ಟಿಗೆ. ಅದಕ್ಕೆ ಒಂದು ಹಲಗೆಯನ್ನು ಅಳವಡಿಸಿದ್ದರು. ಆ ಹಲಗೆಯಲ್ಲಿ ಯಾವುದೊ ಅಕ್ಷರಗಳು ಕನ್ನಡವಂತೂ ಅಲ್ಲ , ಅವುಗಳಲ್ಲಿ ಏನನ್ನೋ ಒತ್ತಿದರು. ಆಗ ಪೆಟ್ಟಿಗೆಯಿಂದ ಹಾಡುವ ಧ್ವನಿಯು ಬಂತು. ನೋಡಿ ಇದನ್ನು ಹಾಡಿದವರು ಹಲವು ವರ್ಷಗಳ ಹಿಂದೆ ಮರಣ ಹೊಂದಿದವರು ಎಂದು ಹೇಳಿದಾಗ ನಾನು ನಡುಗಿದೆ. ಸತ್ತವರೂ ಸಹ ಇಲ್ಲಿ ಮಾತನಾಡಬಹುದೇ? ಅದು ಹೇಗೆ ?

"ಹೌದು ಆಡಿಯೋ (ಧ್ವನಿ ಮುದ್ರಣ) ದಿಂದ ಇದು ಸಾಧ್ಯ. ಅವರ ಧ್ವನಿಯನ್ನು ದಾಖಲು (ರೆಕಾರ್ಡ್) ಮಾಡಿಕೊಂಡು ಯಾವಾಗ ಬೇಕಾದರೂ ಎಷ್ಟು ಬಾರಿ ಬೇಕಾದರೂ ಕೇಳಬಹುದು.

ಇಲ್ಲಿ ಇನ್ನೂ ಅನೇಕ ಅದ್ಭುತಗಳು ನಡೆದಿವೆ. ನಿನಗೆ ಅದು ನಿಧಾನವಾಗಿ ತಿಳಿಯುತ್ತದೆ."

"ಮಹಾಪ್ರಭು!!!:,

ಅಲ್ಲಿ ಮತ್ತೆ ನಾನು ಕಂಡದ್ದನ್ನು ಹೇಗೆ ವಿವರಿಸಬಲ್ಲೆ? ಅದು ವಿಸ್ಮಯಗಳ ಬೀಡು. ನಂತರ ಅವರು ಅದೇ ಪೆಟ್ಟಿಗೆಯ ಹಲಗೆಯಲ್ಲಿ ಮತ್ತಿನೆನ್ನೋ ಕೆಲವು ಗುಂಡಿಗಳನ್ನು ಮುಟ್ಟಿದರು ಮತ್ತು ಅದರಿಂದ ಒಂದು ದೃಶ್ಯಾವಳಿ ಬಂತು.ಅದರಲ್ಲಿ ಮಾತನಾಡುವ ಧ್ವನಿ. ಆ ಪ್ರದೇಶ ಸಾವಿರಾರು ಮೈಲುಗಳ ದೂರದಲ್ಲಿ ಪಶ್ಚಿಮ ಸಾಗರದಾಚೆಗಿನ ಭೂಮಿ. ಆದರೆ ಆ ವ್ಯಕ್ತಿ ನನ್ನ ಪಕ್ಕದಲ್ಲಿಯೇ ಮಾತನಾಡುತ್ತಿದ್ದಾನೆನೋ ಎಂದೆನಿಸಿತು.

ಇದನ್ನು "ದೂರದರ್ಶನ" ಎನ್ನುತ್ತೇವೆ ಎಂದು ರಾಜಾರಾಮ್ ಹೇಳುತ್ತಾ....

"ಪ್ರದ್ಯುಮ್ನ!!, ದೂರದರ್ಶನದಲ್ಲಿ ಬರುವುದಕ್ಕೆ, ಅದನ್ನು ವಿಡಿಯೋ (ದೃಶ್ಯ ಮಾಧ್ಯಮವಾಗಿ) ದಾಖಲಿಸಿ . ನಂತರ ಪ್ರಸಾರ ಮತ್ತು ಪ್ರದರ್ಶನಕ್ಕಾಗಿ ಬಳಸುತ್ತೇವೆ."

ಈ ವಿಷಯಗಳಿಂದ ನಾನು ಎಷ್ಟು ಬೆರಗಾಗಿದ್ದೇನೆಂದರೆ ಹಸಿವೆಯ ಪರಿವೇ ಇರಲಿಲ್ಲ. ಅವರು ನನಗೆ ತಂಪಾದ ಪಾನೀಯ ನೀಡಿದರು.ಅದೊಂದು ದ್ರಾಕ್ಷಾರಸ. ಆ ಸಮಯದಲ್ಲಿ ನನಗೆ ಅದು ಅತ್ಯಾವಶ್ಯಕವಾಗಿತ್ತು. ಹೃದಯ ತುಂಬಿ ಬಂತು. ಮನಸ್ಸಿಗೆ ಉಲ್ಲಾಸವೆನಿಸಿತು.

"ಪ್ರದ್ಯುಮ್ನ!! , ಈಗಿನ ನಿಮ್ಮ ಯಲಹಂಕ ನಾಡನ್ನು ನೋಡಲು ಬಯಸುವಿರಾ?" ಎಂದು ರಾಜಾರಾಮ್ ಕೇಳಿದರು.

ಖಂಡಿತವಾಗಿಯೂ ನೋಡಲು ಉತ್ಸುಕನಾಗಿದ್ದೇನೆ.

"ಆದರೆ ಮೊದಲು ನಿಮ್ಮ ಬಟ್ಟೆಯನ್ನು (ವಸ್ತ್ರ) ಬದಲಿಸಬೇಕೆಂದು",ನನಗೆ ಅವರ ಉಡುಗೆಯನ್ನು ಕೊಟ್ಟರು. ನನ್ನ ಅಂಗಿ ಮತ್ತು ಕಚ್ಚೆ ಪಂಚೆಯನ್ನು ತೆಗೆದು. ಅವರು ಕೊಟ್ಟ ಶರ್ಟ್ ಮತ್ತು ಪ್ಯಾಂಟ್ ಎಂಬ ಉಡುಪುಗಳನ್ನು ಹಾಕಿಕೊಂಡೆ. ಅದರ ಮೇಲೆ ಹಾಕಿಕೊಳ್ಳಲು ಒಂದು ಉದ್ದನೆಯ ನಿಲುವಂಗಿಯನ್ನು(ಕೋಟ್) ಕೊಟ್ಟರು.

ಅಲ್ಲಿಂದ ನಾವು ಯಾವುದೇ ಮೆಟ್ಟಲುಗಳನ್ನು ಬಳಸದೆ. ಒಂದು ಚೌಕಾರದ ಪೆಟ್ಟಿಗೆಯಲ್ಲಿ ನಿಂತುಕೊಂಡೆವು, ಬಾಗಿಲು ತಂತಾನೆ ಮುಚ್ಚಿಕೊಂಡಿತು. ಅಲ್ಲಿ ಸಂಖ್ಯೆಗಳ ಗುಂಡಿಗಳಿದ್ದವು ಮತ್ತು ಯಾವುದೊ ಅಕ್ಷರಗಳಿದ್ದವು. ಅವು ಕನ್ನಡದ ಅಕ್ಷರಗಳಲ್ಲ, ಅದು ಯಾವ ಭಾಷೆ ಎಂದು ಕೇಳಿದೆ. ಅದಕ್ಕವರು ಅದು ಇಂಗ್ಲೀಷ್ (ಆಂಗ್ಲ ಭಾಷೆ) ಎಂದರು.

"ಅದು ಇಲ್ಲಿನ ಭಾಷೆಯೇ?"

"ಇಲ್ಲ ಇಲ್ಲಿನ ಭಾಷೆ ಈಗಲೂ ಕನ್ನಡವೇ , ಇದು ಪಾಶ್ಚಿಮಾತ್ಯ ಭಾಷೆ. ಇಂಗ್ಲೆಂಡ್ ಎಂಬ ದೇಶದಿಂದ ಬಂದ ಜನರ ಭಾಷೆ?"

"ಅದು ಹೇಗೆ ಅವರ ಭಾಷೆ ನೀವು ಮಾತನಾಡುತ್ತಿರುವುದು."

"ಅದಕ್ಕೆ ದೊಡ್ಡ ಕಥೆಯೇ ಇದೆ,ಸಮಯವಾದರೆ ಹೇಳುತ್ತೇನೆ.ಈ ಭಾಷೆಯ ಪ್ರಭಾವದ ನಡುವೆ ಕನ್ನಡ ಭಾಷೆಯನ್ನು ಉಳಿಸಿಕೊಳ್ಳುವುದೇ ದೊಡ್ಡ ಸಾಹಸವಾಗಿದೆ."

"ಅದು ಸರಿ ಈ ಚೌಕಾಕಾರದ ಪೆಟ್ಟಿಗೆ ಏನು?"

"ಪ್ರದ್ಯುಮ್ನ!! , ಇದನ್ನು ಎಲಿವೇಟರ್ ಅಥವಾ ಲಿಫ್ಟ್ , ಕನ್ನಡದಲ್ಲಿ ... ಉತ್ಥಾನಕ ಎನ್ನಬಹುದು.

ಎಲಿವೇಟರ್ ಅಥವಾ ಲಿಫ್ಟ್ ಎನ್ನುವುದು ಒಂದು ರೀತಿಯ ಎತ್ತರದ ಸಾರಿಗೆ ಯಂತ್ರವಾಗಿದ್ದು, ಕಟ್ಟಡ, ಹಡಗು ಅಥವಾ ಇತರ ರಚನೆಯ ಮಹಡಿಗಳು ನಡುವೆ ಜನರನ್ನು ಅಥವಾ ಸರಕುಗಳನ್ನು ಸಾಗಿಸುವುದಕ್ಕೆ ಇದನ್ನು ಬಳಸುತ್ತಾರೆ. ಈ ಎಲಿವೇಟರ್‌ಗಳನ್ನು ಸಾಮಾನ್ಯವಾಗಿ ವಿದ್ಯುತ್ ಮೋಟರ್‌ಗಳಿಂದ ನಡೆಸಲಾಗುತ್ತದೆ. ಇದು ಬಹಳ ಕ್ಲಿಷ್ಟಕರವಾದ ತಂತ್ರಜ್ಞಾನ."

ಅಷ್ಟರಲ್ಲಿ ಆ ಚೌಕಾಕಾರ ಇಳಿಮುಖವಾಗಿ ಚಲಿಸುವುದಕ್ಕೆ ಶುರುವಾಯಿತು. ಅಷ್ಟೇನೂ ವೇಗವಲ್ಲದಿದ್ದರೂ ಒಮ್ಮೆಲೇ ಕೆಳಗೆ ಹೋದದ್ದು ಹೃದಯಕ್ಕೆ ಒಂದು ರೀತಿಯ ಭಯ ಆವರಿಸಿತು. ನಾನು ಭಯದಿಂದ ರಾಜಾರಾಮರ ತೋಳನ್ನು ಹಿಡಿದೆ. ಧೀರಜ್ ಅದನ್ನು ನೋಡಿ ನಕ್ಕ. ರಾಜಾರಾಮ್ ತನ್ನ ಕೈಯಿಂದ ನನಗೆ ಮೃದುವಾಗಿ ತಟ್ಟಿದರು.

ನನ್ನನ್ನು ಆ ಕಟ್ಟಡದಿಂದ ಹೊರಗಡೆ ಕರೆದೊಯ್ದರು.

6

ನಗರ ಪರ್ಯಟನೆ

ಅಷ್ಟರಲ್ಲಿ ಕೆಂಪೇಗೌಡ ಪ್ರಭುಗಳು ಪ್ರದ್ಯುಮ್ನನನ್ನು ತಡೆದು , ತನ್ನ ಮಂತ್ರಿವರ್ಗದ ಕಡೆ ನೋಡಿ, ಸಚಿವ ರೇವಣ್ಣನಿಗೆ ಸನ್ನೆಯನ್ನು ಮಾಡಿದರು.

ರೇವಣ್ಣ ಸಭೆಯನ್ನುದ್ದೇಶಿಸಿ,

"ಮಹಾಪ್ರಭುಗಳ ಆದೇಶದಂತೆ, ಈಗ ವಿರಾಮದ ಸಮಯವಾದ್ದರಿಂದ. ಈ ಆರೋಪಿಯ ವಾದವನ್ನು ಅನಂತರ ಮುಂದುವರೆಸಬಹುದು. ಸಭಾಸದರೆಲ್ಲಾ ವಿರಾಮದ ನಂತರ ಮತ್ತೆ ಸೇರಬೇಕೆಂದು ವಿನಂತಿಸಿಸುತ್ತೇನೆ." ಎನ್ನಲು, ಎಲ್ಲರೂ ತಮ್ಮ ಗೃಹಗಳಿಗೆ ಹಿಂದಿರುಗಿ ಉಪಹಾರ ಇತ್ಯಾದಿ ಮುಗಿಸಿಕೊಂಡು ಬರಲು ಹೊರಟರು. ಪ್ರದ್ಯುಮ್ನನನ್ನು ಭಟರು ಅಲ್ಲಿಂದ ಕರೆದು ಕೊಂಡು ಹೋದರು.

ಪ್ರಭುಗಳು ಲಘು ಉಪಹಾರವನ್ನು ಸೇವಿಸುತ್ತಾ ಚಿಂತಾಮಗ್ನರಾಗಿದ್ದರು. ತಾವು ಹೊಸ ನಗರವನ್ನು ನಿರ್ಮಿಸುವುದರ ಬಗ್ಗೆಯೇ ಯೋಚನೆಯಲ್ಲಿದ್ದರು. ಅದರ ನಡುವೆ ಪ್ರದ್ಯುಮ್ನನ ಮಾತುಕತೆ ತೀರಾ ಕುತೂಹಲವೆನಿಸಿತು. ಅದು ನಿಜವಾಗಿಯೂ ನಡೆದಿದೆಯೇ ?. ಅದು ನಂಬಲು ಸಾಧ್ಯವೇ? ಇಲ್ಲ...ಇಲ್ಲ... ಅವನು ಎಲ್ಲರಿಗೂ ಯಾವುದೊ ಕಟ್ಟು ಕಥೆಯನ್ನು ಹೇಳುತ್ತಿದ್ದಾನೆಯೇ? ಇರಲಿ ಮತ್ತೆ ಅವನ ವಿಚಾರಣೆಯ ಸಮಯದಲ್ಲಿ ಅದನ್ನು ಗಮನಿಸಬಹುದು.

ಬಾಗಿಲ ಬಳಿಯಲ್ಲಿದ್ದ ಭಟರನ್ನು ಕರೆದು, ಮತ್ತೆ ಸಭೆಯನ್ನು ಪ್ರಾರಂಭಿಸುವಂತೆ ಮಂತ್ರಿವರ್ಗಕ್ಕೆ ತಿಳಿಸುವಂತೆ ಸೂಚಿಸಿದರು.

******

ಈಗ ಮತ್ತೆ ಸಭೆ ಸೇರಿದೆ. ಪ್ರದ್ಯುಮ್ನ ಅಲ್ಲಿ ನಿಂತ್ತಿದ್ದಾನೆ. ಮಹಾಪ್ರಭುಗಳ ಆಗಮನವಾಯಿತು. ಅಲ್ಲಿದ್ದ ಸಂಗೀತಗಾರರು ಸೊಗಸಾಗಿ ಸುಸ್ವಾಗತ ಗೀತೆಯನ್ನು ಹಾಡಿದರು.ಎಲ್ಲರೂ ಎದ್ದು ನಿಂತು ಗೌರವ ಸೂಚಿಸಿದರು. ತಮ್ಮ ಸಿಂಹಾಸದಲ್ಲಿ ಆಸೀನರಾಗಿ ,ಎಲ್ಲರನ್ನೂ ತಮ್ಮ ತಮ್ಮ ಸ್ಥಾನದಲ್ಲಿ ಕುಳಿತುಕೊಳ್ಳಲು ಆದೇಶಿಸಿದರು.

ನಂತರ ವಿಚಾರಣಾಧಿಕಾರಿಗೆ ವಿಚಾರಣೆ ಮುಂದುವರೆಸುವಂತೆ ಆಜ್ಞಾಪಿಸಿದರು.

"ಪ್ರದ್ಯುಮ್ನ!! ನಿನ್ನ ವಿವರಣೆಯನ್ನು ಮುಂದುವರೆಸು."

"ಧನ್ಯವಾದ ಮಹಾಪ್ರಭುಗಳಿಗೆ", ಎಂದು ಪ್ರದ್ಯುಮ್ನ ತನ್ನ ಮಾತನ್ನು ಆರಂಭಿಸಿದನು.

ರಾಜಾರಾಮ್ ಮತ್ತು ಧೀರಜ್ ಇಬ್ಬರೂ ನನ್ನನ್ನು ನಗರ ಪರ್ಯಟನೆಗೆ ಕರೆದುಕೊಂಡು ಹೋದರು.

ನಾನು ಆ ಬೀದಿಯ ಸುತ್ತಾ ಆಶ್ಚರ್ಯಚಕಿತನಾಗಿ ನೋಡಿದೆ. ಆ ಬೀದಿಯ ಎರಡೂ ಬದಿಯಲ್ಲಿ ನಡೆದಾಡಿದೆ.ಅಲ್ಲಿ ನೂರಾರು ಜನರು ಓಡಾಡುತ್ತಿದ್ದರು. ಎಲ್ಲರೂ ಒಂದೇ ರೀತಿಯ ಬಣ್ಣಬಣ್ಣದ ಉಡುಗೆಗಳನ್ನು ಧರಿಸಿದ್ದರು. ರಾಜಾರಾಮರಂತೆಯೇ ಅನೇಕರು ಸೌಮ್ಯವಾಗಿ ಕಾಣುತ್ತಿದ್ದರು. ಅಲ್ಲಿ ಯಾರೂ ಕತ್ತಿ ಅಥವಾ ಕಠಾರಿ ಧರಿಸಿ ನಿಂತಿರಲಿಲ್ಲ. ಯಾವ ಭಟರಾಗಲಿ, ಸೇನಾಧಿಕಾರಿಯಾಗಲೀ ಮಂತ್ರಿಯಾಗಲೀ ಇರಲಿಲ್ಲ.

ನಾನು ರಾಜಾರಾಮರ ಕಡೆ ನೋಡಿ, "ಇಲ್ಲಿ ಭಟರಿಲ್ಲವೇ? ಇಷ್ಟು ಜನರಿದ್ದಾರೆ."

"ಅದೋ ನೋಡು " ಎಂದು ಅಲ್ಲೊಂದು ಕಟ್ಟಡವನ್ನು ತೋರಿಸಿದರು. ಅದರ ಮೇಲೆ ಆರಕ್ಷಕ ಠಾಣೆ ಎಂದು ಬರೆದಿತ್ತು. "ಭಟರು ಅಲ್ಲಿರುತ್ತಾರೆ. ನಾವು ಕರೆದಾಗ ಬರುತ್ತಾರೆ. ಏನಾದರು ತೊಂದರೆಯಿದ್ದರೆ ಅವರಿಗೆ ದೂರವಾಣಿ ಇದೆಯಲ್ಲ ಅದರ ಮೂಲಕ ಕರೆ ಮಾಡಿದರೆ ಬಂದು ಸಹಾಯ ಮಾಡುತ್ತಾರೆ."

ಅಲ್ಲೊಂದು ವೃತ್ತದಲ್ಲಿ, ಒಬ್ಬ ಬಿಳಿ ಅಂಗಿ ಮತ್ತು ಕಂದು ಬಣ್ಣದ ವಸ್ತ್ರವನ್ನು ಧರಿಸಿದ್ದ. ಅವನು ಅಲ್ಲಿ ಪ್ರಾಣಿಗಳ ಸಹಾಯವಿಲ್ಲದೆ ಬರುತ್ತಿದ್ದ ಗಾಡಿಗಳನ್ನು ಒಂದು ಕಡೆ ತಡೆದು ಮತ್ತೊಂದು ಕಡೆ ದಾರಿಯ ಗಾಡಿಗಳನ್ನು ಕಳಿಸುತ್ತಿದ್ದ. ನಂತರ ಮೊದಲ ದಾರಿಯ ಗಾಡಿಗಳು, ಈಗೆಯೇ ಅವನ ಕೆಲಸ ಮುಂದುವರೆಯುತ್ತಿತ್ತು.

"ಅವನಾರೆಂದೆ?"

"ಪ್ರದ್ಯುಮ್ನ!!!, ಅವರನ್ನು ಸಂಚಾರ ಆರಕ್ಷಕರು(ಪೊಲೀಸರು) ಎನ್ನುತ್ತಾರೆ. ಆದರೆ ಈಗ ಎಲ್ಲಾ ಕಡೆ ಸ್ವಯಂಚಾಲಿತ ಸಂಚಾರ ಪ್ರಕ್ರಿಯೆ ಇರುವುದರಿಂದ. ಇವರು ಹೆಚ್ಚಾಗಿ ಜನ ನಿಭಿಡ ಸ್ಥಳದಲ್ಲಿರುತ್ತಾರೆ. ಸಂಚಾರ ನಿಯಮಗಳನ್ನು ಎಲ್ಲರೂ ಪಾಲಿಸುವಂತೆ ನೋಡಿಕೊಳ್ಳುವುದು ಇವರ ಕೆಲಸ. ಇದರಿಂದ ಅಪಘಾತಗಳಾಗುವುದಕ್ಕೆ ಸಹಾಯವಾಗುತ್ತದೆ."

ಆಗ ಅಲ್ಲಿ ಸಣ್ಣ ಹುಡುಗರು ತುಂಬಾ ತೆಳುವಾದ ತಾಳೆ ಎಲೆಯನ್ನು ಹೋಲುವ ವಸ್ತುವನ್ನು ಮಾರಾಟ ಮಾಡಲು ನಮ್ಮ ಬಳಿ ಬಂದರು. ಇಂದಿನ ವಾರ್ತಾ ಸುದ್ಧಿ ಈ ಪತ್ರಿಕೆಯಲ್ಲಿದೆ ಎಂದು ಕೂಗಿ ಹೇಳುತ್ತಿದ್ದರು. ರಾಜರಾಮ್ ಅದನ್ನು ಕೊಂಡು, ನನಗೆ ತೋರಿಸಿದರು. ಪ್ರಪಂಚದಾದ್ಯಂತ ಸಂಭವಿಸಿದ ಎಲ್ಲ ವಿಷಯಗಳನ್ನು ಅವುಗಳಲ್ಲಿ ಬರೆದಿದ್ದಾರೆ ಎಂದು ಹೇಳಿದರು.

ಆದರೆ ಆಶ್ಚರ್ಯವಾದ ಸಂಗತಿಯೆಂದರೆ ಈಗ ನಾವು ಯಾವುದಾದರು ವಿಷಯಗಳನ್ನು ಅಷ್ಟು ಬಾರಿ ಬರೆಯಬೇಕಾದರೆ ವಿದ್ವಾಂಸರಿಗೆ ಹಲವು ದಿನಗಳು ಬೇಕು..ಆದರೆ ಅಲ್ಲಿ ನೂರಾರು ಪ್ರತಿಗಳು ಎಂದು ಯೋಚಿಸುತ್ತಿರಲು.

"ಅದನ್ನು ಕಾಗದ ಎನ್ನುತ್ತಾರೆ, ಮರಗಳಿಂದ ಮಾಡಿರುತ್ತಾರೆ. ಆದರೆ ಬರವಣಿಗೆಯನ್ನು ಕೈಯಲ್ಲಿ ಬರೆಯದೇ ಕೆಲವು ಯಂತ್ರಗಳಿಂದ ಬೇಗನೆ ಮಾಡಲಾಗುತ್ತದೆ" ಎಂದು ಅವರು ಹೇಳಿದರು. ಮತ್ತು ಈಗ ದಿನಪತ್ರಿಕೆಗಳೂ ಕಡಿಮೆಯಾಗಿ, ಕೇವಲ ಒಂದು ಸಣ್ಣ ಉಪಕರಣದಲ್ಲೇ ವಿಶ್ವದ ಸುದ್ಧಿಯನ್ನು ನೋಡಬಹುದು" ಎಂದರು ರಾಜಾರಾಮ್.

"ಮಹಾಪ್ರಭು!!",

ನಾವು ಇಲ್ಲಿ ಒಂದು ಸುದ್ಧಿಯನ್ನು ಪಡೆಯಬೇಕಾದರೆ , ಹೆಚ್ಚು ಸುದ್ಧಿಕಾರರನ್ನು ನಿಯಮಿಸಿ. ಕಾಲ ಕಾಲಕ್ಕೆ ಅವರಿಂದ ಸುದ್ಧಿ ಪಡೆದುಕೊಳ್ಳುತ್ತೇವೆ. ಆದರೆ ಅಲ್ಲಿ ಅವರು ತಾವಿರುವ ಜಾಗದಲ್ಲೇ ಪ್ರಪಂಚದ ಎಲ್ಲಾ ಸುದ್ಧಿಗಳನ್ನು ತಿಳಿದುಕೊಳ್ಳುತ್ತಾರೆ.

ನಾವು ನಡೆಯುತ್ತಾ ದೂರದಲ್ಲಿ ವೃತ್ತದ ಮಧ್ಯೆ ಯಾರೋ ಕುದುರೆಯ ಮೇಲೆ ಕುಳಿತಂತೆ ಕಾಣಿಸಿತು. ಅಂತಿಮವಾಗಿ ಕುದುರೆ ಸವಾರನನ್ನು ನೋಡಿದೆ.ತ್ವರಿತವಾಗಿ ಆ ವೃತ್ತದ ಸಮೀಪ ಬಂದೆವು.ಅದು ಕುದುರೆ ಮತ್ತು ಕುದುರೆ ಸವಾರನ ಪ್ರತಿಮೆಯಾಗಿತ್ತು. ಅಲ್ಲಿ ಬರೆದಿದ್ದ ಪದಗಳನ್ನು ಓದಿ ಸಂತಸಗೊಂಡೆ ಎಂದು ಮಹಾಪ್ರಭುಗಳ ಕಡೆ ನೋಡಿದ. ಅವನ ಮುಖದಲ್ಲಿ ಏನೋ ವಿಶೇಷವಾದ ಕಾಂತಿ.

ಪ್ರಭುಗಳು ಆಶ್ಚರ್ಯಚಕಿತರಾಗಿ ಅವನನ್ನೇ ನೋಡುತ್ತಿದ್ದರು.

"ಪ್ರದ್ಯುಮ್ನ!!!, ಏನದರ ವಿಶೇಷತೆ?"

"ಮಹಾಪ್ರಭುಗಳೇ ಆ ಪ್ರತಿಮೆ ನಿಮ್ಮದೇ,ಹಾಗೂ ಆ ವೃತ್ತಕ್ಕೆ ನಾಡ ಪ್ರಭು ಕೆಂಪೇಗೌಡ ವೃತ್ತ ಎಂದು ಬರೆದಿತ್ತು. ಮತ್ತು ಆ ರಸ್ತೆಗೆ ನಿಮ್ಮ ಹೆಸರನ್ನೇ ಇಟ್ಟಿದ್ದರು."

"ಪ್ರದ್ಯುಮ್ನ!!!, ನನ್ನನ್ನು ನೀನು ಈ ರೀತಿ ಹೊಗಳಿದರೂ, ಯಾವ ಪ್ರಯೋಜನವಿಲ್ಲ. ನೀನು ತಪ್ಪಿತಸ್ಥನೆಂದು ಸಾಭೀತಾದರೆ ನಿನಗೆ ಕೊಡುವ ಶಿಕ್ಷೆಯಲ್ಲಿ ಎಳ್ಳಷ್ಟೂ ಕಡಿಮೆಯಾಗುವುದಿಲ್ಲ."

"ಮಹಾಪ್ರಭು!!!, ಇದು ನನ್ನ ಉತ್ಪ್ರೇಕ್ಷೆಯಲ್ಲ. ಅಲ್ಲಿ ಇದ್ದುದನ್ನು ಇದ್ದ ಹಾಗೆಯೇ ಹೇಳುತ್ತಿದ್ದೇನೆ."

ನಗುತ್ತಾ, "ಸರಿ ಮುಂದುವರೆಸು" ಎಂದರು.

ನಾವು ಅದೇ ರೀತಿ ಮುಂದಕ್ಕೆ ಬಂದೆವು , ನಾನು ಕಿಟಕಿಯಿಂದ ನೋಡಿದ ವಿಚಿತ್ರ ವಾಹನಗಳನ್ನು ಈಗ ಬಹಳ ಹತ್ತಿರದಿಂದ ನೋಡಿದೆ. ಅವು ಅಲ್ಲಲ್ಲಿ ನಿಂತು ಮುಂದಕ್ಕೆ ಓಡುತ್ತಿದ್ದೆ. ನಿಂತಾಗ ಸಂಪೂರ್ಣ ನಿಲುಗಡೆ, ನಂತರ ಒಮ್ಮೆಲೇ ತಮ್ಮ ವೇಗ ಹೆಚ್ಚಿಸುತ್ತಿದ್ದವು. ಆ ರಸ್ತೆಯನ್ನು ದಾಟುವುದಕ್ಕೆ ಭಯವಾಗುತ್ತಿತ್ತು. ವಾಹನಗಳಿಂದ ಭಯಂಕರ ಶಬ್ದಗಳು ಬರುತ್ತಿದ್ದವು. ಕೆಲವೊಮ್ಮೆ ನಡೆದಾಡುವವರು ವೇಗವಾಗಿ ಚಲಿಸುವ ವಾಹನಗಳ ಮುಂದೆ ಹೋದರೇ ಅದರಿಂದ ಬರುತ್ತಿದ್ದ ಭಯಾನಕ ಎಚ್ಚರಿಕೆ ಶಬ್ದದಿಂದ ಅವರನ್ನು ಹಿಂದಕ್ಕೆ ಸೆಳೆಯುವಂತೆ ಮಾಡಿತು. ಯೋಚಿಸಲಾಗದ ವೇಗದಲ್ಲಿ ಆ ವಾಹನಗಳು ಅನೇಕ ಜನರನ್ನು ಕರೆದೊಯ್ದುವು.

ನಾವು ಅಲ್ಲಿಂದ ಒಂದು ಸ್ಥಳಕ್ಕೆ ಬಂದೆವು, ಅಲ್ಲಿ ದೊಡ್ಡದಾದ ಹಲಗೆಯಲ್ಲಿ "ನಾಡ ಪ್ರಭು ಕೆಂಪೇಗೌಡ ವಾಹನ ನಿಲ್ದಾಣ" ಎಂದು ಬರೆದಿತ್ತು.

"ಕೆಂಪೇಗೌಡ ನಿಲ್ದಾಣವನ್ನು ೧೯೬೦ ರ ದಶಕದಲ್ಲಿ ತೆರೆಯಲಾಯಿತು. ಈ ನಿಲ್ದಾಣವು ಧರ್ಮಂಬುಧಿ ಕೆರೆಯ ಸ್ಥಳದಲ್ಲಿದೆ, ಇದು ೨೦ ನೇ ಶತಮಾನದ ಆರಂಭದಲ್ಲಿ ಒಣಗಿ ಹೋಗಿದ್ದು. ಅದರ ಮೇಲೆ ಇದನ್ನು ನಿರ್ಮಿಸಲಾಗಿದೆ. ಈಗಲೂ ಮಳೆ ಹೆಚ್ಚಾದರೇ ಅಲ್ಲಿ ಭಾರೀ ಪ್ರಮಾಣದಲ್ಲಿ ನೀರು ನಿಲ್ಲುತ್ತದೆ" ಎಂದು ರಾಜಾರಾಮ್ ಹೇಳಿದರು.

"ಏನು ಕೆರೆಯ ಜಾಗದಲ್ಲಿ ವಾಹನ ನಿಲ್ದಾಣವೇ? ಮತ್ತೆ ನೀರಿಗಾಗಿ ಏನು ಮಾಡುತ್ತಾರೆ?" ಎಂದು ಎತ್ತರದ ಧ್ವನಿಯಲ್ಲಿ ಪ್ರಭುಗಳು ಕೇಳಿದರು.

"ಮಹಾಪ್ರಭು,ಆ ನಗರದಲ್ಲಿ ಹೆಚ್ಚಾದ ಜನಸಂಖ್ಯೆಯಿಂದ ಕೆರೆಯ ಪ್ರದೇಶವನ್ನು ಒತ್ತುವರಿ ಮಾಡಿ ಅದರ ಮೇಲೆ ಕಟ್ಟಡಗಳನ್ನು ನಿರ್ಮಿಸಿದ್ದಾರೆ.

ಮತ್ತು ನೀರಿಗಾಗಿ ಅಂತರ್ಜಲವನ್ನು ಬರಿದು ಮಾಡಿದ್ದಾರೆ. ಇನ್ನು ಕೆಲವೇ ವರ್ಷಗಳಲ್ಲಿ ಅಲ್ಲಿ ನೀರಿಗೆ ವಿಪರೀತ ಅಭಾವವುಂಟಾಗುವ ಸಾಧ್ಯತೆ ಇದೆ. ಆ ನಗರ ಎಷ್ಟು ಅದ್ಭುತವೋ ಅಷ್ಟೇ ಸಮಸ್ಯೆಗಳಿಂದ ಕೂಡಿದೆ" ಎಂದ. ಅದನ್ನು ಕೇಳಿ ಪ್ರಭುಗಳು ಯೋಚನಾಮಗ್ನರಾದರು.

ಸ್ವಲ್ಪ ಸಮಯದ ಮೌನದ ನಂತರ ಮತ್ತೆ ವಿವರಣೆ ಮುಂದುವರೆಯಿತು.

ಈಗ ನನ್ನನ್ನು ಒಂದು ಬಸ್ (ಅದೊಂದು ವಾಹನ) ನಿಲುಗಡೆಯ ಮುಂದೆ ಕರೆದುಕೊಂಡು ಹೋದರು. ಅದು ನಮ್ಮ ಮುಂದೆ ಬಂತು ನಿಂತುಕೊಂಡು ದ್ವಾರವನ್ನು ತನಗೆ ತಾನೇ ತೆಗೆದುಕೊಂಡಿತು. ನಾವು ಅದನ್ನು ಪ್ರವೇಶಿಸಿ ಮೃದುವಾದ ಚರ್ಮದ ಆಸನದ ಮೇಲೆ ಕುಳಿತೆವು. ಎಲ್ಲರೂ ಕುಳಿತ ಮೇಲೆ ಆ ದ್ವಾರ ಮತ್ತೆ ಮುಚ್ಚಿಕೊಂಡಿತು. ವಾಹನ ಚಲಿಸುವುದಕ್ಕೆ ಪ್ರಾರಂಭಿಸಿತು. ಕ್ಷಣ ಕ್ಷಣಕ್ಕೂ ಅದು ತನ್ನ ವೇಗವನ್ನು ಹೆಚ್ಚಿಸಿತು. ವಾಹನದ ಮುಂಭಾಗದಲ್ಲಿ ಯಾರೋ ಕುಳಿತ್ತಿದ್ದರು, ಅವರ ಕೈಯಲ್ಲಿ ಚಕ್ರದಂತಹ ವಸ್ತು, ಪಕ್ಕದಲ್ಲಿ ಒಂದು ಲೋಹದ ಕೋಲು(ಲೀವರ್) ಅದರಿಂದ ಆ ವಾಹನವನ್ನು ಚಾಲನೆ ಮಾಡುತ್ತಿದ್ದರು. ಅವರನ್ನು ಚಾಲಕರು ಎನ್ನುತ್ತಾರೆಂದು ಧೀರಜ್ ತಿಳಿಸಿದ.

"ಈಗಿನ ಯಲಹಂಕ ನಾಡಿನ ಹೆಸರೇನು ಗೊತ್ತೆ?" ಎಂದು ಧೀರಜ್ ಕೇಳಲು. ನಾನು ರಾಜಾರಾಮ್ ಕಡೆ ನೋಡಿದೆ.

"ಈ ನಗರದ ಹೆಸರು 'ಬೆಂಗಳೂರು ನಾಡ ಪ್ರಭು ಕೆಂಪೇಗೌಡ ಕಟ್ಟಿದ ಬೆಂಗಳೂರು" ಎಂದರು.

7

ಲೋಹದ ಪಕ್ಷಿ

ನಾನು ಪಯಣಿಸುತ್ತಿರುವ ವಾಹನದ ರೀತಿಯಲ್ಲೇ ಹಲವು ಸಣ್ಣ , ದೊಡ್ಡ ಸಾವಿರಾರು ವಾಹನಗಳು ಆ ರಸ್ತೆಗಳಲ್ಲಿ ವೇಗವಾಗಿ ಚಲಿಸುತ್ತಿದ್ದವು. ನಾವು ದೊಡ್ಡ ಕಟ್ಟಡಗಳ ನಡುವೆ ಮತ್ತು ವಿಶಾಲವಾದ ಆ ಹಾದಿಯಲ್ಲಿ ಸಾಗುತ್ತಿದ್ದೆವು. ನಾನು ನೋಡುತ್ತಿರುವ ದೃಶ್ಯಗಳು ,ಕೇಳುತ್ತಿರುವ ಧ್ವನಿಗಳು, ನನ್ನ ಕಣ್ಣು ಮತ್ತು ಕಿವಿಗಳನ್ನು ನಾನೇ ನಂಬುವ ಸ್ಥಿತಿಯಲ್ಲಿರಲಿಲ್ಲ.ಪಕ್ಕದಲ್ಲಿದ್ದ ಜನರು ತಮ್ಮದೇ ಪ್ರಪಂಚದಲ್ಲಿದ್ದರು. ಅವರ ಕೈಯಲ್ಲಿ ಯಾವುದೊ ಸಣ್ಣ ಉಪಕರಣ, ಅದರಲ್ಲಿ ಏನನ್ನೋ ಒತ್ತುತ್ತಿದ್ದರು. ಕೆಲವರು ಅದರಲ್ಲಿ ಏನನ್ನೋ ನೋಡುತ್ತಿದ್ದರು. ಮತ್ತೆ ಕೆಲವರು ಅದನ್ನು ಕೈಯಲ್ಲಿ ಹಿಡಿದುಕೊಂಡು ಕಿವಿಯಲ್ಲಿ ಏನನ್ನೋ ಕೇಳುತ್ತಿದ್ದರು. ಅವರವರ ಪಾಡಿಗೆ ಅವರು, ಯಾರೂ ಪಕ್ಕದಲ್ಲಿರುವವರ ಜೊತೆ ಮಾತನಾಡುತ್ತಿಲ್ಲ.

ಆ ಉಪಕರಣದ ಬಗ್ಗೆ ಧೀರಜ್,

ಪ್ರದ್ಯುಮ್ನ , ನೀನು ನೋಡುತ್ತಿರುವ ಆ ಉಪಕರಣದ ಹೆಸರು ಮೊಬೈಲ್ ಫೋನ್ ,

ಅಂದರೇ ?

ಧೀರಜ್, ರಾಜಾರಾಮ್ ಮುಖ ನೋಡಿದ ,

ಜಂಗಮವಾಣಿ ಎನ್ನುತ್ತಾರೆ, ಚಲಿಸುವಾಗ ಕೂಡ ಅದನ್ನು ಉಪಯೋಗಿಸಿ ದೂರದಲ್ಲಿರುವವರೊಡನೆ ಮಾತನಾಡಬಹುದು. ಅದಲ್ಲದೆ ಈಗೀಗ ಅದರಲ್ಲಿ ನೀನು ಕೇಳಿದೆಯಲ್ಲಿ ಹಾಡು ಮತ್ತು ದೃಶ್ಯಾವಳಿಗಳನ್ನೂ ನೋಡಬಹುದು. ಪ್ರಪಂಚದ ಎಲ್ಲಾ ವಿಷಯಗಳು ಈ ಸಣ್ಣ ಉಪಕರಣದ ಸಹಾಯದಿಂದ

ತಿಳಿದುಕೊಳ್ಳಬಹುದು.

ಧೀರಜ್ ತನ್ನ ಬಳಿಯಿದ್ದ ಆ ಉಪಕರಣವನ್ನು ತೆಗೆದು , ಅದರಲ್ಲಿ ಧ್ವನಿ ಹಾಗು ದೃಶ್ಯಾವಳಿಗಳನ್ನು ತೋರಿಸಿದನು. ನಾನು ಅದರೆಡೆ ಆಕರ್ಷಿತನಾದೆ. ಧೀರಜ್ ಅದರ ಬಗ್ಗೆ ವಿವರಿಸುತ್ತಿದ್ದರೂ, ಗಮನ ಕೊಡೆದೆ, ದೃಶ್ಯವನ್ನೇ ನೋಡುತ್ತಿದ್ದೆ. ಈಗ ನನಗೆ ತಿಳಿಯಿತು ಏಕೆ ಜನರು ಇದರತ್ತ ಆಕರ್ಷಿತರಾಗಿದ್ದಾರೆ, ಅದೂ ತಮ್ಮ ಸುತ್ತಮುತ್ತಲಿನ ಪ್ರಪಂಚವನ್ನೂ ಮರೆತು.

ರಾಜಾರಾಮ್ , ಉಪಕರಣಗಳು ಮಾನವನಿಗೆ ಎಷ್ಟು ಉಪಕಾರಿಯೋ ಅಷ್ಟೇ ಅಪಾಯಕಾರಿ. ಇದರ ಅತಿಯಾದ ಬಳಕೆಯಿಂದ, ಅನಾರೋಗ್ಯವುಂಟಾಗುತ್ತದೆ. ಮೆದುಳಿನ ಮೇಲೆ ಹೆಚ್ಚು ಪರಿಣಾಮ ಬೀರುತ್ತದೆ. ಅದಕ್ಕೂ ಹೆಚ್ಚಾಗಿ ಮಾನವೀಯ ಮೌಲ್ಯಗಳಿಗೆ ಜನರು ದೂರವಾಗುತ್ತಿದ್ದಾರೆ. ಸಾಮಾಜಿಕ ಜೀವನದಿಂದ ಬೇರೆಯಾಗಿ, ತಮ್ಮದೇ ಸ್ವಾರ್ಥ ಬದುಕನ್ನು ಕಟ್ಟಿಕೊಂಡಿದ್ದಾರೆ. ಇದರಿಂದ ಅವರು ಹೊರ ಬರುವುದೇ ಕಷ್ಟವಾಗಿದೆ. ಈಗ ನೋಡು ನೀನೇ ಅದರೆಡೆ ಆಕರ್ಷಿತನಾಗಿದ್ದೀಯಾ ಎಂದು ನಕ್ಕರು.

ಅದನ್ನು ಕೇಳಿ ತಕ್ಷಣ ನಾನು ಧೀರಜನಿಗೆ ಆ ಉಪಕರಣವನ್ನು ಹಿಂತಿರುಗಿಸಿದೆ.

ನಾವು ಈಗ ನಗರದ ಹೊರವಲಯದಲ್ಲಿ ಹಾದುಹೋಗುತ್ತಿದ್ದೆವು. ನಾನು ಆ ಪ್ರದೇಶವನ್ನು ನಾವಿರುವ ಈ ಯಲಹಂಕ ನಾಡು ಎಂದು ನಂಬಲು ಸಾಧ್ಯವಾಗಲಿಲ್ಲ, ಅಷ್ಟು ಬದಲಾಗಿ ಹೋಗಿತ್ತು.

ವಾಹನ ಈಗ ಒಂದು ಸೇತುವೆಯ ಮೇಲೆ ಸಾಗುತ್ತಿದೆ. ಆದರೆ ಎರಡೂ ಕಡೆ ನೋಡಿದರೆ ಅಲ್ಲಿ ಯಾವ ಜಲಾಶಯವಾಗಲೀ ಇರಲಿಲ್ಲ. ಬದಲಿಗೆ ಅಲ್ಲಿ ಬರೀ ಕಟ್ಟಡಗಳೇ ಕಾಣಿಸಿದವು.

ರಾಜಾರಾಮರನ್ನು ಕೇಳಿದಾಗ,ಇದು ಸೇತುವೆಯಲ್ಲ ಇದನ್ನು ಫ್ಲೈಓವರ್(ಮೇಲುಹಾದಿ) ಎಂದು ಕರೆಯುತ್ತಾರೆ.ಅವುಗಳನ್ನು ಸಾಮಾನ್ಯವಾಗಿ ರಸ್ತೆ , ಬೀದಿಗಳು ಮೇಲೆ ನಿರ್ಮಿಸಲಾಗಿದೆ. ಸೇತುವೆಯನ್ನು ನಿರ್ಮಿಸುವುದು , ನದಿಗಳು, ಕಣಿವೆಗಳು ಮೇಲೆ. ಆದರೆ ವಾಹನಗಳ ದಟ್ಟಣೆಯನ್ನು ಕಡಿಮೆ ಮಾಡುವ ಉದ್ದೇಶದಿಂದ ಈ ಫ್ಲೈಓವರ್ ನಿರ್ಮಿಸಲಾಗಿದೆ.

ನಾವು ಈಗ ಹೋಗುತ್ತಿರುವುದು, ನಿಮ್ಮ ಯಲಹಂಕ ನಾಡಿನ ಮೊದಲ ರಾಜಧಾನಿ ಯಲಹಂಕದ ಮೇಲೆಯೇ. ಈ ಪ್ರದೇಶವನ್ನು ನೋಡಿದರೆ ಸಂಪೂರ್ಣ ಬದಲಾಗಿತ್ತು, ಉದ್ಯಾನವನಗಳು , ಕೋಟೆ ಕೊತ್ತಲಗಳು, ಕೆರೆ ಕಟ್ಟೆಗಳು ಮಾಯವಾಗಿ, ಬರೀ ಕಟ್ಟಡಗಳೇ ತುಂಬಿ ಹೋಗಿತ್ತು.

ನಾವು ನಗರದ ಹೊರಗಡೆ ಒಂದು ದೊಡ್ಡ ಕಟ್ಟಡಕ್ಕೆ ಬಂದೆವು. ಅದು ವಿಶಾಲವಾಗಿತ್ತು. "ಕೆಂಪೇಗೌಡ ಅಂತರಾಷ್ಟ್ರೀಯ ವಿಮಾನ ನಿಲ್ದಾಣ" ಎಂದು ಬರೆದಿತ್ತು.

ಪ್ರದ್ಯುಮ್ನ, ಇದು ನಿನ್ನ ಉತ್ಪ್ರೇಕ್ಷೆಯ ಪರಮಾವಧಿ ಎಂದು ವಿಚಾರಣಾಧಿಕಾರಿ ಎಚ್ಚರಿಸಿದನು.

ಮಹಾಪ್ರಭು, ಮೊದಲೇ ಹೇಳಿದಂತೆ ಇದರಲ್ಲಿ ನನ್ನ ಉತ್ಪ್ರೇಕ್ಷೆ ಏನೂ ಇಲ್ಲ. ನೋಡಿದ್ದನ್ನು ನೋಡಿದ ಹಾಗೆಯೇ ಹೇಳುತ್ತಿದ್ದೇನೆ.

ಸರಿ, ಮುಂದುವರೆಸು ಎಂದು ಪ್ರಭುಗಳು ಆಜ್ಞಾಪಿಸಿದರು.

ರಾಜಾರಾಮ್ ನನ್ನ ಕಡೆ ನೋಡಿ ಪ್ರದ್ಯುಮ್ನ, ಇದು ಕೆಂಪೇಗೌಡ ಅಂತರಾಷ್ಟ್ರೀಯ ವಿಮಾನ ನಿಲ್ದಾಣ. ಭಾರತದ ದಕ್ಷಿಣ ಭಾಗದ ದೊಡ್ಡ ಅಂತರರಾಷ್ಟ್ರೀಯ ವಿಮಾನ ನಿಲ್ದಾಣವಾಗಿದೆ. ಇದು ನಗರದ ಉತ್ತರಕ್ಕೆ ದೇವನಹಳ್ಳಿಯ ಉಪನಗರ ಬಳಿ ಇದೆ. ಇದಕ್ಕೆ ಬೆಂಗಳೂರಿನ ಸಂಸ್ಥಾಪಕ ನಿಮ್ಮ ಮಹಾಪ್ರಭು ಕೆಂಪೇಗೌಡರ ಹೆಸರನ್ನು ಇಡಲಾಗಿದೆ.

ನಂತರ ಆ ಕಟ್ಟಡದ ಒಳಗೆ ಹೊದೆವು, ಅಲ್ಲಿ ಜಗಮಗಿಸುವ ಬೆಳಕಿನ ದೀಪಗಳು. ಬಹಳಷ್ಟು ಜನ ಸಾಲಿನಲ್ಲಿ ನಿಂತಿದ್ದರು, ಜೊತೆಗೆ ಸಾಮಾನು ಸರಂಜಾಮುಗಳು. ನಾವು ಅಲ್ಲಿಂದ ತೆರೆದ ಮೈದಾನಕ್ಕೆ ಬಂದೆವು. ರಾಜಾರಾಮ್ ಮತ್ತು ಅಲ್ಲಿ ಧೀರಜ್ ನನ್ನನ್ನು ಅಲ್ಲಿದ್ದ ಒಂದು ಎತ್ತರದ ಮಹಡಿಯ ಮೇಲಿನ ಕೊಠಡಿಗೆ ಕರೆದುಕೊಂಡು ಹೋದರು.ಅಲ್ಲಿಂದ ವಿಶಾಲವಾದ ಮೈದಾನ , ಅಲ್ಲಿ ನೋಡಿದರೆ ,ಎರಡೂ ಬದಿಯಲ್ಲಿ ಚಪ್ಪಟೆಯಾದ ರೆಕ್ಕೆಗಳಂತಹ ಪ್ರಕ್ಷೇಪಗಳು, ಅವು ಲೋಹದ ಹಕ್ಕಿಗಳು. ಅವು ಆ ಮೈದಾನದ ಮೇಲೆ ಬಹಳ ವೇಗವಾಗಿ ಚಲಿಸಿ ಮತ್ತು ನಂತರ ಅವು ನೆಲದಿಂದ ಗಾಳಿಯಲ್ಲಿ ಹಾರುತ್ತಿರುವುದನ್ನು ನಾನು ನೋಡಿದೆ. ಅದ್ಭುತ ದೃಶ್ಯ . ಅದನ್ನು ವಿಮಾನ ಚಾಲಕರು ಹಾರಿಸುತ್ತಿದ್ದರು.

ಸ್ವಲ್ಪ ಸಮಯದ ನಂತರ ರಾಜಾರಾಮ್ ಮತ್ತು ಧೀರಜ್ ನನ್ನನ್ನು ಆ ಕಟ್ಟಡದಿಂದ ಕೆಳಕ್ಕೆ ಮತ್ತೆ ಮೈದಾನಕ್ಕೆ ಕರೆದೊಯ್ದರು. ಅವರು ಅಲ್ಲಿನ ಕೆಲವು ಜನರೊಂದಿಗೆ ಏನನ್ನೋ ಮಾತನಾಡಿದರು. ಅದಾದ ನಂತರ ಅಲ್ಲಿ ಒಬ್ಬರು ಸಣ್ಣ ಲೋಹದ ಹಕ್ಕಿಯನ್ನು ನಮ್ಮ ಬಳಿಗೆ ತಂದು ನಿಲ್ಲಿಸಿದರು. ಆದರೆ ಅದು ಮೊದಲು ನೋಡಿದ ವಿಮಾನದಂತೆ ಇರಲಿಲ್ಲ. ರಾಜಾರಾಮ್ ನನ್ನ ಕಡೆ ನೋಡಿ ಮೊದಲು ನೋಡಿದ್ದು ಪ್ಲೈಟ್ (ವಿಮಾನ) ಈಗ ನೋಡುತ್ತಿರುವುದು ಹೆಲಿಕ್ಯಾಪ್ಟರ್ . ಇದಕ್ಕೆ ಅಕ್ಕ ಪಕ್ಕ ರೆಕ್ಕೆಗಳು ಇರಲಿಲ್ಲ, ಬದಲಿಗೆ ಮೇಲೆ ನಾಲ್ಕು ಸಣ್ಣ ರೆಕ್ಕೆಗಳಿದ್ದವು.ರಾಜಾರಾಮ್ ಮತ್ತು ಧೀರಜ್ ಒಳಗೆ ಹೋಗಿ ಕೂತರು. ನನ್ನನ್ನು

ಒಳಗೆ ಬರಲು ಹೇಳಿದರು, ನಾನು ಭಯಭೀತನಾಗಿದ್ದೆ. ಆದರೂ ಆ ವಾಹನ ನನ್ನ ಮನಸೆಳೆದಿತ್ತು.

ಅವರಿಬ್ಬರೂ ಹಿಂದಿನ ಆಸನದಲ್ಲಿ ಕುಳಿತರು, ನಾನು ಚಾಲಕನ ಜೊತೆ ಅವನ ಪಕ್ಕದಲ್ಲಿ ಕುಳಿತೆ. ಅವನ ಮುಂದೆ ದೊಡ್ಡ ಹಲಗೆಯಿತ್ತು ಅದರಲ್ಲಿ ವಿವಿಧ ಬಣ್ಣದ ಗುಂಡಿಗಳು, ಲೋಹದ ಸನ್ನೆಕೋಲುಗಳಿದ್ದವು.ಅವನು ಯಾವುದೊ ಗುಂಡಿಯನ್ನು ಒತ್ತಿದನು. ಅದು ಜೋರಾಗಿ ಘರ್ಜನೆ ಮಾಡಿತು. ಮೇಲಿದ್ದ ರೆಕ್ಕೆಗಳು ಒಮ್ಮೆಲೇ ಬಡಿಯುವುದಕ್ಕೆ ಪ್ರಾರಂಭಿಸಿ , ವಾಹನ ಮೊದಲು ನಿಧಾನವಾಗಿ ಮೇಲಕ್ಕೆದ್ದು ನಂತರ ಸ್ವಲ್ಪ ವೇಗದಿಂದ ಮೇಲಕ್ಕೇರಿತು , ಮೇಲಿನ ರೆಕ್ಕೆಗಳು ಸುಂಟರಗಾಳಿಯನ್ನು ಸೃಷ್ಟಿ ಮಾಡಿತ್ತು.ವೇಗವಾಗಿ ಮೇಲಕ್ಕೇರಿ ಗಾಳಿಯಲ್ಲೇ ಮುಂದಕ್ಕೆ ಹೋಗುತ್ತಿತ್ತು.ಆಗ ನಾನು ಕೆಳಗೆ ನೋಡಿದೆ, ಆ ದೃಶ್ಯವನ್ನು ನೋಡಿ ನಡುಗಿದೆ. ನೆಲದಿಂದ ಈಗಾಗಲೇ ತುಂಬಾ ಮೇಲಕ್ಕೆ ಬಂದಿದ್ದೆ . ನಾನು ಕೂಡ, ಗಾಳಿಯಲ್ಲಿ ಹಾರುತ್ತಿದ್ದೆ. ಪಕ್ಷಿಯ ತರಹ . ನಾನು ಪಕ್ಷಿಗಳ ಬಗ್ಗೆ ಸಂಶೋಧನೆ ನಡೆಸಿದ್ದೇ ಅವುಗಳ ರೀತಿ ಹಾರುವ ಉಪಕರಣವನ್ನು ನಿರ್ಮಿಸಲು. ಆದರೆ ಇವರು ಅದನ್ನು ಸಾಧಿಸಿ ತೋರಿಸಿದ್ದರು.

ಸಭೆಯಲ್ಲಿದ್ದವರೆಲ್ಲಾ, ಬೆರಗಾಗಿ ಪ್ರದ್ಯುಮ್ನ ಹೇಳುತ್ತಿದ್ದ ವಿವರಣೆಯನ್ನು ಬಹಳ ಆಸಕ್ತಿಯಿಂದ ಕೇಳುತ್ತಿದ್ದರು.

ಅವನು ತನ್ನ ಅನುಭವದ ಮಾತುಗಳನ್ನು ಮುಂದುವರೆಸಿದ.

ನಾವು ಸ್ಥಿರವಾಗಿ ಹೆಚ್ಚು ವೇಗದಲ್ಲಿ ಮೇಲಕ್ಕೆ ಹೋಗುತ್ತಿದ್ದೆವು.. ವಾಹನದ ಗುಡುಗಿನ ಶಬ್ದ ಭಯಂಕರವಾಗಿತ್ತು, ಮತ್ತು ಆ ಸನ್ನೆಕೋಲ್ಲಿನಿಂದ ಚಾಲಕ ಅದರ ಸ್ಥಾನವನ್ನು ಬದಲಾಯಿಸುತ್ತಿದ್ದಂತೆ, ನಾವು ಪಕ್ಷಿಗಳಂತೆ ಮೇಲಕ್ಕೆ, ಕೆಳಕ್ಕೆ ತಿರುಗಿದೆವು. ರಾಜರಾಮ್ ನನಗೆ ಏನನ್ನೋ ವಿವರಿಸಲು ಪ್ರಯತ್ನಿಸಿದರೂ , ಅದು ನನಗೆ ಅರ್ಥವಾಗಲಿಲ್ಲ. ಹೆಲಿಕ್ಯಾಪ್ಟರ್ ಈ ರೀತಿ ಹಾರುವುದು ತುಂಬಾ ಅದ್ಭುತ ಮತ್ತು ರೋಮಾಂಚಕವಾಗಿತ್ತು. ನನ್ನ ಸಂಭ್ರಮವನ್ನು ಹೇಗೆ ಬಣ್ಣಿಸಲಿ. ನನ್ನನ್ನು ನಾನೇ ಹಿಡಿದಿಟ್ಟುಕೊಂಡಿದ್ದೆ. ಪಕ್ಷಿಯಂತೆ ಹಾರುವ ನನ್ನ ಕನಸು ಅಂದು ನನಸಾಯಿತು.

ನಾವು ಇನ್ನೂ ಹೆಚ್ಚು ಎತ್ತರಕ್ಕೆ ಹೋದೆವು. ಭೂಮಿಯು ಈಗ ತುಂಬಾ ಕೆಳಗಿದೆ ಮತ್ತು ಅಲ್ಲಿಂದ ನೋಡಿದರೆ ಬೆಂಗಳೂರು(ಯಲಹಂಕ ನಾಡು)ನಿಜಕ್ಕೂ ಒಂದು ಬಹು ದೊಡ್ಡ ನಗರ , ಅದರ ವಿಶಾಲವಾದ ಕಟ್ಟಡಗಳು ಆ ನಗರದ ವಿಸ್ತೀರ್ಣ ವಿಶಾಲವಾಗಿ ವಿಸ್ತರಿಸಿದೆ. ಅದು ನಮ್ಮ ಭವಿಷ್ಯದ ಪ್ರಬಲ ನಗರ, ಅದನ್ನು ನನ್ನ ಕಣ್ಣುಗಳಲ್ಲಿ ತುಂಬಿಕೊಂಡೆ.

8

ಮಾಯಾನಗರ

"ಮಹಾಪ್ರಭು!!!,

ನಾವು ಗಾಳಿಯಲ್ಲಿ ಹಾರುತ್ತಿರುವಾಗಲೇ, ಅಲ್ಲಿ ಹಲವಾರು ವಿಮಾನಗಳೂ , ಹೆಲಿಕಾಪ್ಟರುಗಳೂ ಚಲಿಸುತ್ತಿದ್ದವು. ಕೆಲವು ಇಳಿಯುತ್ತಿದರೇ ಇನ್ನು ಕೆಲವು ಆಗಸಕ್ಕೆ ಹಾರುತ್ತಿದ್ದವು. ಅವು ಜನರನ್ನು ಒಂದು ಕಡೆಯಿಂದ ಮತ್ತೊಂದು ಕಡೆಗೆ ಸಾವಿರಾರು ಮೈಲಿಗಳ ಆಚೆಗೆ ಸಾಗಿಸುತ್ತಿದ್ದವು. ಆಗ ಒಂದು ದೊಡ್ಡ ವಿಮಾನ ನಮ್ಮ ಬಳಿಗೇ ಬರುವುದರಲ್ಲಿತ್ತು. ಅಷ್ಟರಲ್ಲಿ ನನ್ನ ಪಕ್ಕದ್ದಲ್ಲಿದ್ದ ಚಾಲಕ ಚಾಕಚಕ್ಯತೆಯಿಂದ ಅದನ್ನು ತಪ್ಪಿಸಿ, ಅದರ ಹತ್ತಿರದಲ್ಲೇ ಹಾರುತ್ತಿದ್ದ. ಆ ವಿಮಾನ ಬಹಳ ದೊಡ್ಡದು ಹತ್ತಾರು ಆನೆಗಳನ್ನು ಒಟ್ಟಿಗೇ ನಿಲ್ಲಿಸಿದರೆ ಹೇಗೋ ಹಾಗೆ ಅದು ಅಷ್ಟು ಉದ್ದನೆಯ ವಿಮಾನ.ಆ ವಿಮಾನದ ಕೆಳ ಭಾಗದಲ್ಲಿ ಜನರ ಸಾಮಾನುಗಳನ್ನು ಇಡಲಾಗುತ್ತದೆ. ಮತ್ತೆ ಮೇಲೆ ಜನರು ಕೂರಲು ಆಸನಗಳಿರುತ್ತವೆ. ಆ ವಿಮಾನ ಭೂಮಿಯಿಂದ ಅತ್ಯಂತ ಎತ್ತರದಲ್ಲಿ ಹಾರುವ ಸಾಮರ್ಥ್ಯ ಹೊಂದಿದೆ. ಆ ವಿಮಾನದಲ್ಲಿ ನೂರಾರು ಜನರು ಒಟ್ಟಿಗೆ ಪಯಣಿಸಬಹುದು ಎಂದು ರಾಜಾರಾಮ್ ಅದರ ಬಗ್ಗೆ ಹೇಳುತ್ತಿದ್ದರು. ನಾನು ಆ ವಿಮಾನವನ್ನು ನೋಡುವುದರಲ್ಲೇ ತನ್ಮಯನಾಗಿದ್ದೆ.

ಆ ಬೃಹತ್ ವಿಮಾನ ನಮ್ಮನ್ನು ಹಾದು ಎತ್ತರಕ್ಕೆ ಹಾರಿ ಹೋಯಿತು, ಈಗ ನಮ್ಮ ಹೆಲಿಕ್ಯಾಪ್ಟರ್ ಇಳಿಯಲು ಪ್ರಾರಂಭಿಸಿತು. ಅದು ಕೆಳಗೆ ಇಳಿಯಲು ತನ್ನ ವೇಗವನ್ನು ಕಡಿಮೆಗೊಳಿಸಿತು. ಆದರೆ ತಾಂತ್ರಿಕ ದೋಷವುಂಟಾಗಿ, ಅಲುಗಾಡಲು ಶುರುಮಾಡಿತು. ವೇಗದಲ್ಲಿ ವ್ಯತ್ಯಾಸವಾಗುತಿತ್ತು. ಅದು ಗಾಳಿಯಲ್ಲೇ ಗಿರಕಿ ಹೊಡೆಯುತ್ತಿತ್ತು. ಅದರ ರೆಕ್ಕೆಗಳು ಒಮ್ಮೆಲೇ

ಬಡಿದುಕೊಳ್ಳುವುದು ನಿಲ್ಲಿಸಿತ್ತು. ವೇಗದಿಂದ ಭೂಮಿಯ ಕಡೆ ಬೀಳುತ್ತಿತ್ತು. ಧೀರಜ್ ಮತ್ತು ರಾಜಾರಾಮ್ ಬಹಳ ಭಯಗೊಂಡಿದ್ದರು. ಆದರೆ ಚಾಲಕ ಸ್ವಲ್ಪವೂ ಗೊಂದಲಕ್ಕೆ ಒಳಗಾಗದೆ ಸಂಯಮದಿಂದ ಅದನ್ನು ಹತೋಟಿಗೆ ತರುವಲ್ಲಿ ಮಗ್ನನಾಗಿದ್ದ. ಧೀರಜ್ ಭಯದಿಂದ ನಡುಗುತ್ತಿದ್ದ. ನನಗೆ ಯಾವ ಭಯವೂ ಆಗುತ್ತಿರಲಿಲ್ಲ. ಏಕೆಂದರೆ ಕಾಲಾಯಾನದ ಪಯಣಕ್ಕಿಂತ ಇದು ಅಷ್ಟು ಭಯಂಕರವಾಗಿರಲಿಲ್ಲ. ನಾನು ನಗುತ್ತಲೇ ಇದ್ದೆ, ಚಾಲಕ ಆ ಸಮಯದಲ್ಲೂ ಅವನ ಆತ್ಮವಿಶ್ವಾಸಕ್ಕೆ ನಿಜಕ್ಕೂ ಮೆಚ್ಚಬೇಕಾದ್ದೇ.ಕೊನೆಗೆ ಅದನ್ನು ಹತೋಟಿಗೆ ತಂದು ಕೆಳಗಿಳಿಸುವಲ್ಲಿ ಸಫಲನಾದ.

ನಾವು ಆ ದೊಡ್ಡ ಮೈದಾನಕ್ಕೆ ಬರುವ ಬದಲು ಬೇರೆಯ ಸ್ಥಳದಲ್ಲಿ ತುರ್ತು ನಿಲುಗಡೆ ಮಾಡಬೇಕಾಯಿತು. ಅದೊಂದು ದೊಡ್ಡ ಕಟ್ಟಡ ಅದರ ಮೇಲೆ ಹೆಲಿಕ್ಯಾಪ್ಟರ್ ನಿಲ್ಲಿಸಿದರು. ನಾವು ಅಲ್ಲಿಗೆ ಇಳಿಯುವಾಗ ರಾಜರಾಮ್ ಮತ್ತು ಧೀರಜ್ ಇನ್ನೂ ಭಯದಲ್ಲಿದ್ದರು. ಚಾಲಕ (ಪೈಲಟ್) ತೊಂದರೆಗೆ ವಿಷಾದಿಸಿದನು, ತಾಂತ್ರಿಕ ದೋಷಕ್ಕೆ ಕ್ಷಮೆಕೋರುತ್ತೇನೆ ಎನ್ನಲು . ಧೀರಜ್ ಕೋಪದಿಂದಲೇ ಕೆಳಗಿಳಿದ.ಅವನಿಗೆ ಹೋದ ಜೀವ ಬಂದಂತಾಯಿತು.ನಾನು ಆ ಚಾಲಕನಿಗೆ ಕೃತಜ್ಞತೆ ತಿಳಿಸಿ, ಸುರಕ್ಷಿತವಾಗಿ ಇಳಿಸಿದ್ದಕ್ಕೆ ವಂದನೆಗಳನ್ನು ಅರ್ಪಿಸಿದೆ. ರಾಜಾರಾಮ್, ಸುಮ್ಮನೆ ನಕ್ಕರು. ಅಲ್ಲಿಂದ ಮತ್ತೆ ಚೌಕಾಕಾರದ ಲಿಫ್ಟಿನಲ್ಲಿ ಕೆಳಗೆ ಹೊರಟೆವು".

"ಪ್ರದ್ಯುಮ್ನ !!, ಒಂದು ವೇಳೆ ಆ ಹೆಲಿಕ್ಯಾಪ್ಟರ್ ಕೆಳಗೆ ಬಿದ್ದು ಬಿಟ್ಟಿದ್ದರೇ , ನಾವು ಜೀವಂತವಾಗಿ ಸುಟ್ಟು ಬೂದಿಯಾಗುತ್ತಿದ್ದೆವು. ನಿನಗೆ ತೊಂದರೆಯಾಗಿದ್ದರೆ ಕ್ಷಮಿಸು" ಎಂದರು. ನಾನು ನಕ್ಕೆ.

"ಮಹಾಪ್ರಭು!!, ಆ ಅಪಘಾತ ಸಂಭವಿಸಿದ್ದರೆ, ಅಲ್ಲಿನ ವಿಷಯವನ್ನು ಹೇಳಲು ನಾನು ನಿಮ್ಮ ಮುಂದೆ ಇರುತ್ತಿರಲಿಲ್ಲ.ಅದು ನಮ್ಮ ಮರುಜನ್ಮವೆಂದು ರಾಜಾರಾಮ್ ಹೇಳಿದರು. ಧೀರಜ್ ಆ ಚಾಲಕನನ್ನು ಮೂದಲಿಸುತ್ತಿದ್ದ.ಇದರಲ್ಲಿ ಯಾರ ತಪ್ಪು ಇಲ್ಲವಲ್ಲ. ಆ ಚಾಲಕ ಪ್ರಾಮಾಣಿಕವಾಗಿ ತನ್ನ ಪ್ರಯತ್ನ ಮಾಡಿದ್ದಾನೆ "ಎಂದೆ.

ರಾಜಾರಾಮ್ ನನ್ನ ಮಾತನ್ನು ಪ್ರಶಂಸಿಸಿ , ಧೀರಜನಿಗೆ ಸುಮ್ಮನೆ ಬರುವಂತೆ ಹೇಳಿದರು.

"ಮತ್ತೆ ವಿಮಾನದಲ್ಲಿ ನನ್ನನ್ನು ಕರೆದುಕೊಂಡು ಹೋಗುತ್ತೀರಾ ಎಂದೆ. ಅದಕ್ಕವರು ಖಂಡಿತಾ ನಾಳೆ ನಿನ್ನ ವಿಮಾನಯಾನ. ಆದರೆ ಪಕ್ಕದಲ್ಲಿದ್ದ ನಡೆಯುತ್ತಿದ್ದ ಧೀರಜ್ ತಾನು ಬರುವುದಿಲ್ಲ ಎಂದನು. ನಾನು ರಾಜಾರಾಮ್

ಇಬ್ಬರೂ ನಕ್ಕೆವು.

ಅಲ್ಲಿ ನಮಗಾಗಿ ಚಿಕ್ಕ ವಾಹನವೊಂದು ಕಾಯುತ್ತಿತ್ತು , ಅದನ್ನು ಕಾರ್ ಎನ್ನುತ್ತಾರೆ. ಅಷ್ಟೊತ್ತಿಗೆ ಸಂಜೆಯಾಗುತ್ತಾ ಬಂದಿತ್ತು , ಸೂರ್ಯ ಪಶ್ಚಿಮ ದಿಕ್ಕಿನ ಕಡೆ ತಾನು ಪಯಣಿಸುತ್ತಿದ್ದನು. ಅಲ್ಲಿಂದ ನಾವು ಮತ್ತೆ ಬೆಂಗಳೂರು ನಗರಕ್ಕೆ ಹೋಗುವ ಹೊತ್ತಿಗೆ ಆಗಲೇ ಕತ್ತಲೆ ಆವರಿಸಿತ್ತು."

****

"ಆದರೆ ಆ ನಗರದಲ್ಲಿ ಕತ್ತಲೆಯಾಗಿರಲಿಲ್ಲ! ಎಲ್ಲೆಡೆಯೂ ದೀಪಗಳು ಮಿನುಗುತ್ತಿದ್ದವು. ಅದರ ಪ್ರಮುಖ ಕಟ್ಟಡಗಳ ಮೇಲೆ ಅದ್ಭುತವಾಗಿ ದೀಪಗಳು ಮಿನುಗುತ್ತಿದ್ದವು.ನಾಮಫಲಕಗಳನ್ನೂ ಆ ಬೆಳಕು ಎತ್ತಿ ತೋರಿಸುತ್ತಿತ್ತು.ಆ ಬೆಳಕು ದಿನದ ಸೂರ್ಯನ ಬೆಳಕಿನ ರೀತಿಯೇ ಇತ್ತು. ರಾಜಾರಾಮ್ ಮತ್ತು ಧೀರಜ್ ಈಗ ನನ್ನನ್ನು ಒಂದು ದೊಡ್ಡ ಕಟ್ಟಡದ ಮುಂದೆ ನಿಲ್ಲಸಿದರು,.

ಅದರ ಮೇಲೆ "ಸಿನಮಾ ಹಾಲ್" ಎಂದು ಬರೆದಿತ್ತು. ಮೂವರೂ ಒಳ ಹೋದೆವು.ಒಳಗೆ ಬಹಳ ವಿಶಾಲವಾಗಿತ್ತು ಮತ್ತು ಹಲವಾರು ಜನರು ಸಾಲುಗಳಲ್ಲಿ ಕುಳಿತ್ತಿದ್ದರು. ನಾನು ಇದನ್ನು ಮೊದಲಿಗೆ ದೊಡ್ಡ ಸಭಾಂಗಣ ಇಲ್ಲವೇ ಯಾವುದೊ ಆಸ್ಥಾನವೆಂದು ಭಾವಿಸಿದ್ದೆ. ಆದರೆ ಮುಂದೆ ಇನ್ನೊಂದು ತುದಿಯಲ್ಲಿ ದೊಡ್ಡ ಬಿಳಿಯ ಗೋಡೆ ಅಲ್ಲ ಪರದೆಯಿತ್ತು. ಅದರ ಕಡೆಗೆ ಎಲ್ಲರೂ ನೋಡುತ್ತಿದ್ದರು. ನಮಗೆ ಹಾಕಿಕೊಳ್ಳಲು ಏನನ್ನೋ ಕೊಟ್ಟರು, ಅದನ್ನು ಧ್ರುವೀಕರಣ ಕನ್ನಡಕ ಎಂದು ಕರೆಯುತ್ತಾರೆ. ಅದು ಕಣ್ಣಿಗೆ ತಲುಪುವ ಬೆಳಕನ್ನು ನಿರ್ಬಂಧಿಸುವ ಮೂಲಕ ಮೂರು ಆಯಾಮದ ಚಿತ್ರಗಳ ಭ್ರಮೆಯನ್ನು ಸೃಷ್ಟಿಸಲು ಈ ಧ್ರುವೀಕರಣ ಕನ್ನಡಕವನ್ನು ಬಳಸುತ್ತದೆ. ಆ ವಿಶಾಲವಾದ ಕೊಠಡಿ ಈಗ ಸಂಪೂರ್ಣ ಕತ್ತಮಾಯವಾಗಿದೆ. ಆ ಪರದೆಯ ಮೇಲೆ ಒಮ್ಮೆಲೇ ಬೆಳಕು , ನಂತರ ಚಲಿಸುವ ಚಿತ್ರಗಳು ಮೂಡಿದವು. ಆ ಚಿತ್ರಗಳು ತಮಗೆ ತಾವು ಜೀವಂತವಾಗಿ ಚಲಿಸುತ್ತಿವೆ! ಮತ್ತು ಅಲ್ಲಿರುವ ಜನರು ಒಬ್ಬರಿಗೊಬ್ಬರು ಮಾತನಾಡುತ್ತಿದ್ದರು. ಅವು ಜೀವಂತ ಧ್ವನಿಗಳಂತೆ! ನಮ್ಮ ಹತ್ತಿರದಲ್ಲೇ ಮಾತಾಡುವಂತಿದ್ದೆ. ನಾನು ಅದಕ್ಕೆ ಪ್ರತ್ಯುತ್ತರ ಕೊಡಲು ಹೋದೆ. ರಾಜಾರಾಮ್ ನನ್ನನ್ನು ತಡೆದರು. ನಾನು ಆ ವಿಸ್ಮಯವನ್ನು ನೋಡಿ ನಡುಗುತ್ತಿದ್ದೆ. ಇದು ಇಂದ್ರಜಾಲದಂತಿತ್ತು.

ರಾಜಾರಾಮ್ ಮತ್ತು ಧೀರಜ್ ನನ್ನ ಪಕ್ಕದ ಆಸನಗಳಲ್ಲಿ ಕುಳಿತ್ತಿದ್ದರು. ನಾನು ಮೋಹಗೊಂಡು ಆ ಚಲಿಸುತ್ತಿರುವ ಚಿತ್ರಗಳನ್ನು ಬಹಳ ಉತ್ಸಾಹದಿಂದ ನೋಡುತ್ತಿದ್ದೆ. ಇದು ಒಂದು ದೊಡ್ಡ ಕಿಟಕಿಯ ಮೂಲಕ ಆ ವಿಚಿತ್ರ ಲೋಕಗಳತ್ತ ನೋಡುತ್ತಿದ್ದಂತೆಯೇ ಇತ್ತು. ನಾನು ಅದರಲ್ಲಿ ಸಮುದ್ರವನ್ನು ನೋಡಿದೆ,ಆ

ನೀರಿನಲ್ಲಿ ಈಜಾಡಿದ ಅನುಭವ, ಸಾಗರದಾಳದ ವಿಸ್ಮಯಕಾರಿ ದೃಶ್ಯಗಳು ಅಲ್ಲಿರುವ ಅಸಂಖ್ಯಾತ ಜೀವ ಜಂತುಗಳು ಒಂದಕ್ಕಿಂತ ಒಂದು ವಿಭಿನ್ನ. ಈಗ ದೊಡ್ಡ ಹಡಗಿನಲ್ಲಿ ಚಲಿಸುವಂತೆ ಅನುಭವಕ್ಕೆ ಬರುತ್ತಿತ್ತು. ಸಾವಿರಾರು ಜನರನ್ನು ಆ ಹಡುಗು ಹಿಡಿದಿಟ್ಟುಕೊಂಡಿದೆ. ಅಲ್ಲಿ ಬಹಳ ಹಡುಗುಗಳಿಗೆ ನಂಬಲಸಾಧ್ಯವಾದ ಗಾತ್ರದ ಹಡುಗುಗಳು. ಎಲ್ಲರೂ ಯುದ್ಧೋತ್ಸಾಹದಲ್ಲಿದ್ದಾರೆ. ಅದರ ಜೊತೆಗೆ ಯಾರೋ ಹಾಡಿದಂತೆ. ಅದೊಂದು ಯುದ್ಧ ಗೀತೆ.ಅವರು ಪಶ್ಚಿಮ ಸಾಗರದ ಮೇಲೆ ಪ್ರಯಾಣಿಸುತ್ತಿರುವ ಸೈನಿಕರು.

ಮರುಕ್ಷಣ ನಾನು ಯುದ್ಧ ಭೂಮಿಯಲ್ಲಿದ್ದೆ . ಅಲ್ಲಿ ಸೈನಿಕರು ನನ್ನ ಮುಂದೆ ಈಟಿಯನ್ನು ಎಸೆಯುತ್ತಿದ್ದಾರೆ, ಅದು ನಮ್ಮ ಮೇಲೆಯೇ ಬೀಳುವಂತಿತ್ತು, ನಾನು ಪಕ್ಕಕ್ಕೆ ಸರಿದೆ, ಆದರೆ ಆ ಸೈನಿಕ ಮತ್ತೆ ಘರ್ಜಿಸುತ್ತಿದ್ದಾನೆ, ಖಡ್ಗವನ್ನು ಹಿಡಿದು ನನ್ನ ಬಳಿ ಬರುತ್ತಿದ್ದಾನೆ. ಅಷ್ಟರಲ್ಲಿ ನಾಯಕನೊಬ್ಬ ನನ್ನ ಮುಂದೆ ಬಂದು ಅವನನ್ನು ಎದುರುಗೊಂಡ. ಇಬ್ಬರಿಗೂ ಭಯಂಕರ ಯುದ್ಧ, ನನ್ನ ಮುಂದೆಯೇ ಅದು ನಡೆಯುತ್ತಿದೆ.

ನಂತರ ನಾಯಕನಿಗೆ ಜಯವಾಯಿತು. ಅವನನ್ನು ಅವನ ರಾಜಧಾನಿಯಲ್ಲಿ ಮಹಾರಾಣಿಯು ಸ್ವಾಗತಿಸುತ್ತಿದ್ದಾರೆ. ನಂತರ ಆಸ್ಥಾನ, ಅಲ್ಲಿ ನರ್ತಕಿಯೊಬ್ಬಳು ನೃತ್ಯಮಾಡುತ್ತಿದ್ದಾಳೆ, ಅದಕ್ಕೆ ತಕ್ಕವಾದ ಸಂಗೀತ. ಆಗೆಯೇ ಎತ್ತರವಾದ ಪರ್ವತಗಳು, ದಟ್ಟವಾದ ಕಾಡು, ದುಮ್ಮಿಕ್ಕುವ ಝರಿಗಳು ಅವುಗಳ ಭೋರ್ಗರೆಯುವ ಶಬ್ದ ಕುಳಿತಲ್ಲಿಯೇ ಅಲ್ಲಿಗೆ ಹೋಗಿ ಅದರ ಅನುಭವವನ್ನು ಪಡೆದಂತಿದೆ. ಹೀಗೆ ಇನ್ನೂ ಹಲವು ದೃಶ್ಯಗಳು ಕಣ್ಣು ತುಂಬಿ ಹೋದವು. ಕೊನೆಗೆ ಪರದೆಯಲ್ಲಿ ಚಿತ್ರಗಳು ತನಗೆ ತಾನೇ ನಿಂತು ಹೋದವು.ಕತ್ತಲು ಸರಿದು ಬೆಳಕು ಮೂಡಿತು. ನಾವು ಧರಿಸಿದ್ದ ಕನ್ನಡಕವನ್ನು ತೆಗೆದುಕೊಂಡರು. ನನಗೆ ಬಹಳ ಆನಂದವಾಗಿತ್ತು.

ಎಲ್ಲರೂ ಸಾಲಾಗಿ ಹೊರನಡೆದರು. ನಾನೂ ರಾಜಾರಾಮ್ ಮತ್ತು ಧೀರಜರೊಂದಿಗೆ ಮತ್ತೆ ನಮ್ಮ ವಾಹನ ಕಾರಿನ ಕಡೆ ನಡೆದೆವು.

"ಮಹಾಪ್ರಭು!!!, ಅದೊಂದು ವಿಸ್ಮಯಗಳ ಬೀಡು. ನಮ್ಮ ಊಹೆಗೂ ನಿಲುಕದ ಅದ್ಭುತಗಳ ತವರೂರು ಈ ಬೆಂಗಳೂರು. ಈ ಬೆಂಗಳೂರನ್ನು ಮಾಯಾನಗರವೆಂದೇ ಕರೆಯುವರು." ಎಲ್ಲರೂ ಮಂತ್ರ ಮುಗ್ಧರಾಗಿ ಕೇಳುತ್ತಿರುವಾಗಲೇ ಮಂತ್ರಿ ವೀರಣ್ಣ ಇಂದಿನ ವಿಚಾರಣೆ ಇಲ್ಲಿಗೆ ನಿಲ್ಲಿಸಿ, , ಈಗ ಮುಖ್ಯವಾದ ಸಭೆ ನಡೆಯಲಿದೆ. ಪುನಃ ನಾಳೆ ಮುಂದುವರೆಸಬಹುದು ಎಂದು ಸಭೆಯನ್ನು ವಿಸರ್ಜಿಸಿದರು.

ಅಲ್ಲಿ ವಿಚಾರಣೆಯಂತೂ ನಡೆಯುತ್ತಿರಲಿಲ್ಲ, ಪ್ರದ್ಯುಮ್ನನ ವಿವರಣೆ ನಡೆಯುತ್ತಿತ್ತು.

9

ಕಾಲಯಾನಕ್ಕೆ ತಯಾರಿ

ಮರುದಿನ ಮುಂಜಾನೆ ಬೇರೆ ರಾಜತಾಂತ್ರಿಕ ಸಭೆಯಿದ್ದುದರಿಂದ, ಪ್ರದ್ಯುಮ್ನನ ವಿಚಾರಣೆ ಮದ್ಯಾಹ್ನಕ್ಕೆ ಮುಂದೂಡಲ್ಪಟ್ಟಿತು.

ಮದ್ಯಾಹ್ನದ ಸಭೆ ಸೇರಿತು. ಮಹಾಪ್ರಭುಗಳ ಆಗಮನಕ್ಕಾಗಿ ಎಲ್ಲರೂ ಕಾಯುತ್ತಿದ್ದರು.

ವಿಚಾರಣಾ ಅಧಿಕಾರಿ ಪ್ರದ್ಯುಮ್ನನ ಕಡೆ ತಿರುಗಿ.

"ಪ್ರದ್ಯುಮ್ನ!! ನೀನು ಇಂದೇ ವಿವರಣೆಯನ್ನೆಲ್ಲವನ್ನೂ ಹೇಳಿ ಮುಗಿಸಿದರೆ ಉತ್ತಮ. ಇಲ್ಲದಿದ್ದರೆ?.. ಮಹಾಪ್ರಭುಗಳು ಹೆಚ್ಚು ಸಮಯ ಇದಕ್ಕೆ ಮೀಸಲಿಡಲಾಗುವುದಿಲ್ಲ. ಅವರಿಗೆ ಬೇರೆ ಬಹು ಮುಖ್ಯವಾದ ಕಾರ್ಯಗಳಿಗೆ. ತಡಮಾಡಿದರೇ ಹೆಚ್ಚೆಚ್ಚು ಸಮಯ ಕಾರಾಗೃಹ ವಾಸವನ್ನು ಮಾಡಬೇಕಾಗುತ್ತದೆ. ಎಚ್ಚರ!!" ಎನ್ನುವಷ್ಟರಲ್ಲಿ ಪ್ರಭುಗಳ ಆಗಮನವಾಯಿತು. ಸಭೆಯೆಲ್ಲ ಎದ್ದು ನಿಂತು ಅವರಿಗೆ ಜಯಘೋಷ ಕೂಗಿದರು.

ಪ್ರಭುಗಳು ಹಸನ್ಮುಖರಾಗಿ ಎಲ್ಲರ ಕಡೆ ನೋಡಿ , ತಮ್ಮ ಸಿಂಹಾಸವನ್ನು ಅಲಂಕರಿಸಿದರು. ಅಧಿಕಾರಿಯ ಕಡೆ ನೋಡಿ ವಿಚಾರಣೆಯನ್ನು ಆರಂಭಿಸುವಂತೆ ಆಜ್ಞಾಪಿಸಿದರು. ಆ ಅಧಿಕಾರಿಯು ಸನ್ನೆ ಮಾಡಿ ಪ್ರದ್ಯುಮ್ನನಿಗೆ ವಿವರಣೆಯನ್ನು ಆರಂಭಿಸಲು ಹೇಳಿದ.

"ಮಹಾಪ್ರಭುಗಳಿಗೆ ಧನ್ಯವಾದಗಳು!!, ಖಂಡಿತ ನಿಮ್ಮ ಆಜ್ಞೆಯಂತೆ ಇಂದು ಉಳಿದದ್ದನ್ನು ಸಂಪೂರ್ಣವಾಗಿ ಹೇಳಿಬಿಡುತ್ತೇನೆ.

ಮರುದಿನ ರಾಜಾರಾಮ್ ಒಬ್ಬರೇ ನನ್ನನ್ನು ಮತ್ತೆ ವಿಮಾನ ನಿಲ್ದಾಣಕ್ಕೆ ಕರೆದುಕೊಂಡು ಹೋದರು. ಈ ಬಾರಿ ಒಂದು ಸಣ್ಣ ವಿಮಾನದಲ್ಲಿ ನಮ್ಮ ಗಗನ

ವಿಹಾರ ಪ್ರಾರಂಭವಾಯಿತು. ಧೀರಜ್ಗೆ ಹಿಂದಿನ ದಿನ ನಡೆದ ಅವಘಢ ಆವನ ಮನಸ್ಸಿನ ಮೇಲೆ ಬಹಳ ಪರಿಣಾಮ ಬೀರಿತ್ತು. ಅವನು ಅಲ್ಲಿಯೇ ಉಳಿದ.

ಆ ಚಿಕ್ಕ ವಿಮಾನ, ಭಯಂಕರ ಶಬ್ದದಿಂದ ಮೊದಲು ನಿಧಾನವಾಗಿ ಚಲಿಸುತ್ತಾ ನಂತರ ಒಮ್ಮೆಲೇ ವೇಗ ವೃದ್ಧಿಗೊಳಿಸಿ, ನೋಡು ನೋಡುತ್ತಿದ್ದಂತೆ ಆಗಸಕ್ಕೆ ಹಾರಿತು. ಹೆಲಿಕ್ಯಾಪ್ಟರಿನಲ್ಲಿ ಆದ ಅನುಭವಕ್ಕಿಂತ ಇದು ಬಹಳ ಭಿನ್ನವಾಗಿತ್ತು. ಅದಕ್ಕಿಂತ ಬಹಳ ವೇಗ ಹಾಗು ಎತ್ತರದಲ್ಲಿ ಇದು ಹಾರುತ್ತಿದೆ.

"ಹೋ ದೇವರೇ!! , ಏನೀ ಅದ್ಭುತ ನಗರ! ಸ್ವರ್ಗವನ್ನೇ ಅಳೆಯುವಂತಹ ಮಹತ್ವಾಕಾಂಕ್ಷೆಯ ದೊಡ್ಡ ಪರ್ವತಗಳಂತಹ ಕಟ್ಟಡಗಳು ,ಸದಾ ಜನರಿಂದ ತುಂಬಿರುವ ಬೀದಿಗಳು.ಇದು ನಮ್ಮ ಯಲಹಂಕ ನಾಡೇ ಎಂದು ನಂಬಲಾಗದ ನಗರವಾಗಿತ್ತು! ಆಕಾಶವನ್ನು ಮುಟ್ಟುವ ಕಟ್ಟಡಗಳ ನಡುವೆ ಅಂತ್ಯವಿಲ್ಲದ ಬೀದಿಗಳಲ್ಲಿ ಈ ಲಕ್ಷಾಂತರ ಜನರು. ರಸ್ತೆಗಳಲ್ಲಿ ಅಸಂಖ್ಯಾತ ವಾಹನಗಳು ನೋಡುವುದಕ್ಕೆ ಇದೊಂದು ಅಪರೂಪದ ದೃಶ್ಯ."

ಈಗ ವಿಮಾನ ನಗರದಿಂದ ಬಹಳ ದೂರ ಸಮುದ್ರ ತೀರದ ಕಡೆ ಹಾರುತ್ತಿತ್ತು. ಅಲ್ಲಿ ನೋಡಿದರೇ ದೊಡ್ಡ ವಾಯುನೌಕೆಗಳು ಸಮುದ್ರದ ನೀರಿನಲ್ಲಿ ದೊಡ್ಡ ಹಡಗುಗಳು ಮತ್ತು ಸಣ್ಣ ಹಡಗುಗಳು ಎಲ್ಲವೂ ಚಲಿಸುತ್ತಿದ್ದವು. ೨೧ ನೇ ಶತಮಾನದ ಮನುಷ್ಯನು ಖಂಡಿತವಾಗಿಯೂ ಅವನ ಕನಸಿನಲ್ಲಿ ಬಂದದ್ದನ್ನು ನನಸು ಮಾಡಿಕೊಳ್ಳುವ ಎಲ್ಲಾ ಸಾಮರ್ಥ್ಯವಿದೆ. ಅದಕ್ಕಾಗಿ ಅವನು ಕನಸು ಕಾಣುತ್ತಲೇ ಇರುತ್ತಾನೆ. ಆಗ ರಾಜಾರಾಮ್

"ಪ್ರದ್ಯುಮ್ನ!! ನೀನು ನೋಡುತ್ತಿರುವುದು ಮಂಗಳೂರಿನ ಬಂದರು. ಇದೊಂದು ಪ್ರಸಿದ್ಧ ವ್ಯಾಪಾರ ಕೇಂದ್ರ." ಎಂದರು.

ಅಲ್ಲಿಳಿದ ನಾವು ಹತ್ತಿರದಲ್ಲೇ ಇದ್ದ ಇನ್ನೊಂದು ನಗರದ ಕಾರ್ಖಾನೆಗೆ ಹೋದೆವು. ನನ್ನನ್ನು ಬೆಚ್ಚಿಬೀಳಿಸುವ ದೊಡ್ಡ ಕಾರ್ಯವಿಧಾನಗಳನ್ನು ತೋರಿಸಿದರು. ಮನುಷ್ಯನ ಹಲವು ದಿನಗಳ ಅಗೆಯುವ ಕೆಲಸವನ್ನು ಕ್ಷಣಾರ್ಧದಲ್ಲಿ ಮಾಡುವ ದೈತ್ಯ ಲೋಹದ ಯಂತ್ರ. ಹತ್ತಾರು ಪುರುಷರು ಮತ್ತು ಎತ್ತುಗಳೂ ಒಟ್ಟಿಗೇ ಎತ್ತಲು ಆಗದಂತ ಭಾರವನ್ನು ಈ ಒಂದು ಲೋಹದ ಯಂತ್ರ ಮಾಡಿ ಮುಗಿಸುತ್ತದೆ. ಇದಕ್ಕೆ ಕ್ರೇನ್ ಎನ್ನುತ್ತಾರೆ. ಅಲ್ಲಿ ಹಲವು ಇತರೇ ಕಾರ್ಖಾನೆಗಳನ್ನೂ ತೋರಿಸಿದರು.

ಹಾಗೆಯೇ ಅವರು ವಿಮಾನದಲ್ಲೇ ಇತರೆ ನಗರಗಳನ್ನು ಪಕ್ಷಿನೋಟದಲ್ಲಿ ತೋರಿಸಿದರು. ಆ ನಗರದ ಚಿತ್ರಗಳು ಒಂದಕ್ಕಿಂತ ಒಂದು ವಿಭಿನ್ನ ಆದರೆ ಯಾವುದೂ ಬೆಂಗಳೂರಿನಷ್ಟು ದೊಡ್ಡದಾಗಿರಲಿಲ್ಲ.ಆದರೆ ಅವು ಹಸಿರು ಹಸಿರಾಗಿ

ಪ್ರಕೃತಿ ಸೌಂದರ್ಯದೊಂದಿಗೆ ಬಹಳ ಸೊಗಸಾಗಿ ಕಾಣುತ್ತಿತ್ತು. ಮತ್ತೆ ಬೆಂಗಳೂರನ್ನು ತಲುಪಿದೆವು.

ರಾಜಾರಾಮ್ ಈಗ ನನ್ನನ್ನು ಒಂದು ಆಸ್ಪತ್ರೆ (ವೈದ್ಯಾಲಯಕ್ಕೆ) ಗೆ ಕರೆದುಕೊಂಡು ಹೋದರು. ಅಲ್ಲಿ ಹೊಸ ಹೊಸ ಆವಿಷ್ಕಾರಗಳ ಉಪಕರಣಗಳು, ಯಾವುದೇ ರೋಗವಿದ್ದರೂ ಗುಣಪಡಿಸುವಂತಹ ವೈದ್ಯಕೀಯ ಚಿಕಿತ್ಸೆ ಲಭ್ಯವಿತ್ತು. ಅಲ್ಲಿನ ವೈದ್ಯರು ಅಪಾರವಾದ ಜ್ಞಾನವನ್ನು ಪಡೆದುಕೊಂಡಿದ್ದರು.ಎಲ್ಲ ಸಮಸ್ಯೆಗಳಿಗೂ ಪರಿಹಾರಗಳನ್ನು ಮಾಡುತ್ತಿದ್ದರು.ಬಹಳ ಹೊತ್ತು ಅಲ್ಲಿದ್ದು ನಂತರ ಕಾರಿನಲ್ಲಿ ಅಲ್ಲಿಂದ ನಗರದ ಹಲವಾರು ಪ್ರಮುಖ ಸ್ಥಳಗಳನ್ನು ನೋಡಿದೆವು, ವಿಧಾನಸೌಧ, ಲಾಲ್ ಬಾಗ್ ,ಕಬ್ಬನ್ ಪಾರ್ಕ್, ಹಲವು ಉದ್ಯಾನವನಗಳು ಮತ್ತು ಬೆಂಗಳೂರು ಅರಮನೆ.

ಅದರಲ್ಲಿ ಮುಖ್ಯವಾಗಿ ಬೆಂಗಳೂರಿನ ಅರಮನೆ. ಈ ಅರಮನೆಯ ವಿನ್ಯಾಸವು ಇಂಗ್ಲೆಂಡ್ ಎಂಬ ಕಡಲಾಚೆಗಿರುವ ದೇಶದಲ್ಲಿರುವ ಅರಮನೆಯ ಮಾದರಿಯಂತೆ.ಇದು ಪಾಶ್ಚಿಮಾತ್ಯ ಶೈಲಿಯ ವಾಸ್ತುಶಿಲ್ಪವನ್ನು ಹೊಂದಿದ್ದು, ಅದರ ಒಳಾಂಗಣದಲ್ಲಿ ಭದ್ರವಾದ ಗೋಪುರಗಳು, ಕಮಾನುಗಳು, ಹಸಿರು ಹುಲ್ಲುಹಾಸುಗಳು ಮತ್ತು ಸೊಗಸಾದ ಮರಗೆಲಸಗಳನ್ನು ಹೊಂದಿದೆ.

ರಾಜಾರಾಮ್ ಅವರಿಗೆ ಈಗಿನ ಇಲ್ಲಿನ ರಾಜರಾರು ಎಂದು ಕೇಳಿದೆ.

ಅದಕ್ಕೆ ಅವರ ನಕ್ಕು "ರಾಜರ ಕಾಲ ಮುಗಿದುಹೋಗಿದೆ, ಈಗ ಪ್ರಜಾಪ್ರಭುತ್ವದ ಕಾಲ, ಈಗ ಪ್ರಜೆಗಳೆ ರಾಜರು ಅವರು ಆಯ್ಕೆ ಮಾಡಿದವ ಮಂತ್ರಿಯಾಗಿ ರಾಜ್ಯಭಾರ ಮಾಡುತ್ತಾರೆ. ಪ್ರತಿಯೊಬ್ಬ ನಾಗರಿಕನೂ ತಮಗೆ ತಾವೇ ಒಡೆಯರು. ಮಂತ್ರಿಗಳು ಪ್ರಜೆಗಳಿಗಿಂತ ಶ್ರೇಷ್ಠರಲ್ಲ, ಪ್ರಜೆಗಳು ದೇಶಕ್ಕಿಂದ ಶ್ರೇಷ್ಠರಲ್ಲ ಎಂಬ ನಂಬಿಕೆಯಲ್ಲಿ ಜೀವನ ಸಾಗುತ್ತಿದೆ.ಈ ಭೂಮಿಯಲ್ಲಿ ಯಾರೂ ಯಾರಿಗಿಂತಲೂ ಹೆಚ್ಚಿನ ಶಕ್ತಿಯನ್ನು ಹೊಂದಿಲ್ಲ ಇಲ್ಲಿ ಎಲ್ಲರೂ ಸಮಾನರೇ.

ಸ್ಥಾವರಕ್ಕೆ ಹಿಂದಿರುಗಿದೆವು, ಅಲ್ಲಿ ಒಂದು ಕೊಠಡಿಯಲ್ಲಿ ಕೆಲವರು ಕೊಳವೆಗಳ ಮೂಲಕ ಮೇಲೆ ನಕ್ಷತ್ರಗಳ ನೋಡುತ್ತಿದ್ದರು.ಅವರು ನೋಡುತ್ತಿದ್ದ ಚಿತ್ರಗಳು ಪರದೆಯ ಮೇಲೆ ಬರುತ್ತಿದ್ದವು.ಅದರಲ್ಲಿ ನಕ್ಷತ್ರಗಳು ನಮ್ಮ ಸೂರ್ಯನಂತೆ, ಆದರೆ ಸೂರ್ಯನಿಗಿಂತ ದೊಡ್ಡ ಗಾತ್ರ. ನಮ್ಮ ಸೂರ್ಯ ಭೂಮಿಗಿಂತ ದೊಡ್ಡದಾಗಿ ಕಾಣಿಸುತ್ತಿದ್ದಾನೆ. ಈ ಭೂಮಿ ಸೂರ್ಯನ ಸುತ್ತಲೂ ತಿರುಗುತ್ತಿರುವುದನ್ನು ನೋಡಿದೆ.

ಈ ಕೊಳವೆಗಳನ್ನು ದೂರದರ್ಶಕ(ಟೆಲಿಸ್ಕೋಪ್) ಎಂದು ಕರೆಯುತ್ತಾರೆ. ದೂರದರ್ಶಕವು ಬಾಹ್ಯಾಕಾಶದ ದೂರದ ಗ್ರಹಗಳನ್ನು , ನಕ್ಷತ್ರಗಳನ್ನು ವೀಕ್ಷಿಸಲು ಬಳಸುತ್ತಾರೆ. ಮೊಟ್ಟಮೊದಲ ಪ್ರಾಯೋಗಿಕ ದೂರದರ್ಶಕಗಳು ಗಾಜಿನ ಮಸೂರಗಳನ್ನು ಬಳಸಿ ೧೭ ನೇ ಶತಮಾನದ ಆರಂಭದಲ್ಲಿ ಕಂಡುಹಿಡಿದ ದೂರದರ್ಶಕಗಳನ್ನು ಭೂಮಿಯ ಅನ್ವಯಿಕೆಗಳು ಮತ್ತು ಖಗೋಳವಿಜ್ಞಾನ ಎರಡಕ್ಕೂ ಅವುಗಳನ್ನು ಬಳಸಲಾಗುತ್ತಿತ್ತು.ಬಾಹ್ಯಾಕಾಶದ ಅನೇಕ ವಿಸ್ಮಯಕಾರಿ ಸಂಗತಿಗಳನ್ನು ತಿಳಿದು ಕೊಂಡೆ.

ನಾನು ನನ್ನ ಕೊಠಡಿಯನ್ನು ಪ್ರವೇಶಿಸಿದೆ. ಅಲ್ಲಿ ಧೀರಜ್ ನಮಗಾಗಿ ಕಾಯುತ್ತಿದ್ದನು. ಅವರ ಈ ಕಾಲಾಯಾನದ ಸಾಧನೆಯನ್ನು ಕೇಳಲು ಅವರ ಸಹ ವಿಜ್ಞಾನಿಗಳನ್ನು ಭೇಟಿಯಾಗಲು ನಾವು ನಂದಿ ಬೆಟ್ಟದಲ್ಲಿರುವ ಮತ್ತೊಂದು ಸ್ಥಾವರಕ್ಕೆ ಹೋಗಬೇಕೆಂದು ತಿಳಿಸಿದನು.

ನಂದಿ ಬೆಟ್ಟವನ್ನು ತಲುಪುವಷ್ಟರಲ್ಲಿ ಬಹಳ ಕತ್ತಲಾಗಿತ್ತು. ಇದನ್ನು ನಂದಿದುರ್ಗ ಎಂದೂ ಕರೆಯುತ್ತಾರೆ. ವಿಹಂಗಮ ನೋಟಗಳಿಗೆ ಹೆಸರುವಾಸಿಯಾಗಿದೆ. ರಾತ್ರಿಯಾದ ಕಾರಣ ಅಲ್ಲಿನ ದೃಶ್ಯಗಳನ್ನು ಹೆಚ್ಚು ನೋಡಲಾಗಲಿಲ್ಲ. ಆದರೆ ನಗರದ ವಾತಾವರಣಕ್ಕಿಂತ ಬಹಳ ಚೆನ್ನಾಗಿತ್ತು, ತಣ್ಣನೆ ಗಾಳಿ ಬೀಸುತಿತ್ತು. ಅಲ್ಲಿ ಬೆಟ್ಟದ ಯೋಗ ನಂದೀಶ್ವರ ದೇವಸ್ಥಾನಕ್ಕೆ ಭೇಟಿಕೊಟ್ಟು ದೇವರ ದರ್ಶನ ಪಡೆದೆ.

ಅದು ಆ ಸ್ಥಾವರದ ಬೃಹತ್ತಾದ ಕೊಠಡಿ, ಅಲ್ಲಿ ಸುಮಾರು ೮ ಜನ ವಿಜ್ಞಾನಿಗಳು ಕುಳಿತಿದ್ದಾರೆ. ಅಲ್ಲೊಬ್ಬ ಮುಖ್ಯ ವಿಜ್ಞಾನಿ, ನನಗೆ ಪ್ರಶ್ನೆಗಳ ಸುರಿಮಳೆಯನ್ನೇ ಸುರಿಸಿದರು. ೧೯ ನೇ ಶತಮಾನದ ಬಗ್ಗೆ ಕೇಳಿದರು, ಮುಖ್ಯವಾಗಿ ಮಹಾಪ್ರಭು ನಿಮ್ಮ ಬಗ್ಗೆ ಬಹಳ ಉತ್ಸಾಹದಿಂದ ಕೇಳಿದರು. ಅವರು ನಿಮ್ಮ ಹೆಸರನ್ನು ಕೇಳಿದರೆ ರೋಮಾಂಚನಗೊಳ್ಳುತ್ತಿದ್ದರು. ನಿಮ್ಮನ್ನು ಕಂಡರೆ ಅವರಿಗೆ ಬಹಳ ಗೌರವ ಅಭಿಮಾನ.

ನಂತರ ೨೧ ನೇ ಶತಮಾನದ ಬಗ್ಗೆ ಕೇಳಿದಾಗ , ಅಲ್ಲಿ ನಾನು ಅನುಭವಿಸಿದ ಎಲ್ಲಾ ಘಟನಾವಳಿಗಳನ್ನು ವಿವರಿಸಿದೆ ಹಾಗು ನಾನು ಎಷ್ಟು ಸಂತೋಷಗೊಂಡಿದ್ದೇನೆಂದು ತಿಳಿಸಿದೆ. ಈ ಮಾತುಕತೆ ಬಹಳ ಸಮಯದವರೆಗೂ ನಡೆಯಿತು. ಎಲ್ಲಾ ವಿಜ್ಞಾನಿಗಳಿಗೂ ನನ್ನ ಉತ್ತರವನ್ನು ಕೇಳಿ ತೃಪ್ತಿಯಾಯಿತು. ಅಲ್ಲಿ ನನ್ನನ್ನು ಹೇಗೆ ತಮ್ಮ ಪ್ರಯೋಗದಿಂದ ೧೯ ನೇ ಶತಮಾನದಿಂದ ಕರೆತಂದರು ಎಂದು ರಾಜಾರಾಮ್ ಮತ್ತು ಧೀರಜ್ ವಿವರಿಸಿದರು. ನಾನು ಹೋದಾಗಿನಿಂದ ಅಲ್ಲಿವವರೆಗಿನ ದೃಶ್ಯದ

ಚಿತ್ರೀಕರಣವನ್ನು ಮಾಡಿ ಅದನ್ನು ಅವರಿಗೆ ತೋರಿಸಿದರು. ಇದರಿಂದ ಆ ವಿಜ್ಞಾನಿ ತಂಡ ಬಹಳ ಸಂತಸಗೊಂಡು. ಚಪ್ಪಾಳೆ ತಟ್ಟಿದರು. ರಾಜಾರಾಮ್ ಮತ್ತು ಧೀರಜ್ ರನ್ನು ಅಭಿನಂದಿಸಿದರು.

ಆದರೆ ಕೊನೆಯಲ್ಲಿ ಆ ಕಾಲಯಾನದ ಪ್ರಯೋಗವನ್ನು ಪ್ರತ್ಯಕ್ಷವಾಗಿ ನೋಡಬೇಕೆಂದು ಕೇಳಿದರು.

ರಾಜಾರಾಮ್ ಅದಕ್ಕಾಗಿ ಬೆಂಗಳೂರಿನ ನಮ್ಮ ಸ್ಥಾವರಕ್ಕೆ ಹಿಂದಿರುಗಬೇಕು, ನಮ್ಮ ಜೊತೆ ಅವರೂ ಬಂದರೇ ಅದನ್ನು ಈಗಲೇ ನೋಡಬಹುದು ಎಂದರು. ಮತ್ತೆ ನನ್ನ ಕಡೆ ತಿರುಗಿ.

"ಪ್ರದ್ಯುಮ್ನ!!, ನಿನ್ನ ಕಾಲಕ್ಕೆ ನೀನು ಮರಳಲು ಇಷ್ಟವಿದೆಯಲ್ಲವೇ? ಏನೂ ಹೆದರಿಕೆಯಿಲ್ಲವಲ್ಲ ?" ನಾನು ತಲೆ ಅಲ್ಲಾಡಿಸಿದೆ.

"ಖಂಡಿತವಾಗಿ ನಾನು ಮರಳಲು ಬಯಸುತ್ತೇನೆ, ನನ್ನ ಜನರಿಗೆ ಇಲ್ಲಿ ೨೧ ನೇ ಶತಮಾನದಲ್ಲಿ ನಾನು ಕಂಡದ್ದನ್ನು ಹೇಳಲು ಬಯಸುತ್ತೇನೆ-ಅವರ ಶ್ರಮದಿಂದ ಭವಿಷ್ಯ ಹೇಗಿರುತ್ತದೆ" ಎಂದು ನಾನು ಅವರಿಗೆ ಹೇಳಲೇಬೇಕು.

"ಅದು ಸರಿ!!, ಆದರೆ ಅವರು ನಿಮ್ಮನ್ನು ನಂಬದಿದ್ದರೆ? ನಿಮಗೆ ಅಪಾಯ ಮಾಡಿದರೇ?' ಎಂದು ಕೇಳಿದ ಧೀರಜ್.

"ಅವರು ನಂಬದಿದ್ದರೂ, ನಾನು ಹೋಗಬೇಕು-ಅವರಿಗೆ ಹೇಳಲೇಬೇಕು" ಎಂದೆ.

ರಾಜಾರಾಮ್ ನನ್ನ ಕೈಯನ್ನು ಹಿಡಿದನು. "ಭಲೇ !!ಭಲೇ!! ಪ್ರದ್ಯುಮ್ನ, ನೀನು ಧೈರ್ಯವಂತ" ಎಂದು ಬೆನ್ನು ತಟ್ಟಿದರು.

ನಂತರ, ಅಲ್ಲಿಂದ ನನ್ನ ಮೊದಲಿನ ಕೊಠಡಿಯಿರುವ ಸ್ಥಾವರಕ್ಕೆ ಹೆಲಿಕಾಪ್ಟರ್ ನಲ್ಲಿ ಹೊರಟೆವು.

10

ಪ್ರಭುಗಳ ತೀರ್ಪು

"ನಾನು ಅಲ್ಲಿಂದ ಮತ್ತೆ ಆ ಕೊಠಡಿಗೆ ಹಿಂದಿರುಗಿದೆವು. ಅಲ್ಲೊಂದು ವೃತವಿತ್ತು ,ಅದರ ಸುತ್ತಲೂ ಗೋಡೆಗಳ ಮೇಲೆ ಹೊಳೆಯುವ ಅನೇಕ ವಸ್ತುಗಳು. ಅವುಗಳಿಂದ ಈಗ ಪ್ರಕಾಶಮಾನವಾಗಿ ಬೆಳಕು, ಅದನ್ನು ಪಾರದರ್ಶಕ ಪರದೆಯ ಹಿಂದೆ ಆ ವಿಜ್ಞಾನಿಗಳು ವಿಚಿತ್ರವಾಗಿ ಆಶ್ಚರ್ಯವಾಗಿ ನೋಡುತ್ತಿದ್ದಾರೆ. ಅವರೆಲ್ಲರೂ ನನಗೆ ಅರ್ಥವಾಗದಷ್ಟು ಉತ್ಸಾಹದಿಂದ ಪ್ರಶ್ನೆಗಳನ್ನು ರಾಜಾರಾಮ್ ರನ್ನು ಕೇಳುತ್ತಿದ್ದರು ,ರಾಜಾರಾಮ್ ಆ ವಿಜ್ಞಾನಿಗಳನ್ನು ಉದ್ದೇಶಿಸಿ ಮಾತನಾಡಲು ಪ್ರಾರಂಭಿಸಿದರು.

ಅವರು ನನ್ನನ್ನು ೧೬ ನೇ ಶತಮಾನದಿಂದ ೨೧ ನೇ ಶತಮಾನಕ್ಕೆ ಹೇಗೆ ಕರೆತಂದಿದ್ದಾರೆಂದು ವಿವರವಾಗಿ ಹೇಳುತ್ತಿದ್ದರು. ಅವರು ನನಗೆ ಅರ್ಥವಾಗದ ಅನೇಕ ಪದಗಳು , ಗ್ರಹಿಸಲಾಗದ ಉಲ್ಲೇಖಗಳು ಬಳಸುತ್ತಿದ್ದರು. ಆಗ ನಾನು ಮೊದಲು ಕೇಳಿದ್ದ ಸಿ.ವಿ ರಾಮನ್ , ವಿಕ್ರಂ ಸಾರಾಭಾಯಿ ಮತ್ತು ಅಬ್ದುಲ್ ಕಲಾಂ ಹೆಸರುಗಳನ್ನು ಮತ್ತೆ ಕೇಳಿದೆ.ಈ ಜನರು ರಾಜಾರಾಮ್ ಮತ್ತು ಧೀರಜ್ ಅವರೊಂದಿಗೆ ಚರ್ಚೆಯಲ್ಲಿ ತೊಡಗಿದ್ದರು.

ಅಲ್ಲಿ ಮುಖ್ಯ ವಿಜ್ಞಾನಿ ,"ಇದು ನಿಜಕ್ಕೂ ನಂಬಲಸಾಧ್ಯವಾದದ್ದು. ಅದನ್ನು ನೀವು ಸಾಧಿಸಿ ತೋರಿಸಿದ್ದೀರ. ಇದನ್ನು ನಾವು ಸಂಪೂರ್ಣವಾಗಿ ನಂಬಬೇಕಾದರೆ ಪ್ರತ್ಯಕ್ಷ ಸಾಕ್ಷಿ ಪುರಾವೆಗಳು ಬೇಕು."

ರಾಜಾರಾಮ್ ಮುಗುಳ್ನಕ್ಕು. "ಧೀರಜ್ ಮತ್ತು ನಾನು ಐದು ಶತಮಾನಗಳಲ್ಲಿ ಹಿಂದಿನ ಕಾಲದಿಂದ ಪ್ರದ್ಯುಮ್ನ ನನ್ನು ಇಲ್ಲಿಗೆ ಕರೆತಂದಿದ್ದೇವೆ ಎಂದು ನೀವು ನಂಬುವುದಿಲ್ಲವೇ?" ಎನ್ನಲು.

"ಇದು ನಂಬಿಕೆಯ ಪ್ರಶ್ನೆಯಲ್ಲ, ನಾವು ಉನ್ನತ ಅಧಿಕಾರಿಗಳು ಮತ್ತು ಸರಕಾರಕ್ಕೆ ಇದಕ್ಕೆ ಪೂರಕವಾದ ಮಾಹಿತಿ ಕೊಡಬೇಕಾಗುತ್ತದೆ.ಅದಕ್ಕಾಗಿ ಕೇಳುತ್ತಿದ್ದೇನೆ ಬೇರೆ ಉದ್ದೇಶವಿಲ್ಲ."

"ಮಹನೀಯರೇ!!, ನಿಮಗೆ ಬಲವಾದ ಸಾಕ್ಷ ಒದಗಿಸಲು ನನ್ನ ಬಳಿ ಒಂದು ಮಾರ್ಗವಿದೆ"ಎಂದು ರಾಜಾರಾಮ್ ಅಂತಿಮವಾಗಿ ಹೇಳಿದರು.

"ಹೇಗೆ? ಎಂದು ಎಲ್ಲರೂ ಒಟ್ಟಿಗೇ ಕೇಳಲು,"ಮೊದಲೇ ತಿಳಿಸಿದಂತೆ , ಪ್ರದ್ಯುಮ್ನನನ್ನು ಮತ್ತೆ ತನ್ನ ಕಾಲಕ್ಕೆ ಕಳುಹಿಸುವುದನ್ನು ನೇರವಾಗಿ ನೀವು ನೋಡಬಹುದು.

ದೊಡ್ಡ ಪರದೆಯ ಆ ಸ್ಥಳದಲ್ಲಿ ಕಾಲದ ಆಯಾಮಗಳನ್ನು ತಿರುಗಿಸುವ ಮೂಲಕ ಪ್ರದ್ಯುಮ್ನ ಇಲ್ಲಿಗೆ ಬಂದಿದ್ದಾನೆ.ನಾವು ಆ ತಿರುಗುವಿಕೆಯನ್ನು ಹಿಮ್ಮುಖಗೊಳಿಸುತ್ತೇವೆ ಮತ್ತು ಅವನನ್ನು ನಿಮ್ಮ ಕಣ್ಣ ಮುಂದೆಯೇ ಅವನ ಕಾಲಕ್ಕೆ ಕಳುಹಿಸುತ್ತೇವೆ , ಅದು ಪುರಾವೆವೆಗೆ ಯೋಗ್ಯವಲ್ಲವೇ ?"

ಅವರೆಲ್ಲರೂ ಏಕಕಾಲಕ್ಕೆ "ಸರಿ" ಎಂದರು.

ರಾಜಾರಾಮ್ ನನ್ನ ಕಡೆಗೆ ತಿರುಗಿ, "ಲೋಹದ ವೃತ್ತದ ಮೇಲಿರುವ ಆ ಆಸನದಲ್ಲಿ ಕುಳಿತುಕೋ ಪ್ರದ್ಯುಮ್ನ ಎಂದರು. ನಾನು ಹಾಗೆಯೇ ಮಾಡಿದೆ.

ಎಲ್ಲರೂ ಬಹಳ ಸೂಕ್ಷ್ಮವಾಗಿ ಗಮನಿಸುತ್ತಿದ್ದರು. ಕೋಣೆಯಲ್ಲಿನ ಕಾರ್ಯವಿಧಾನಗಳ ಸನ್ನೆಕೋಲುಗಳು ಮತ್ತು ಗುಂಡಿಗಳಿಂದ ಧೀರಜ್ ಏನನ್ನೋ ಸರಿಸುತ್ತಿದ್ದಾನೆ.ಆಗ ವಿಚಿತ್ರವಾದ ಶಬ್ದ ಪ್ರಾರಂಭವಾಯಿತು.ಅಲ್ಲಿನ ಕೆಲವು ಗಾಜಿನ ಕೊಳವೆಗಳಿಂದ ನೀಲಿ ಬೆಳಕು ಬಂದಿತು. ಎಲ್ಲರೂ ಶಾಂತವಾಗಿದ್ದರು, ನಾನು ಲೋಹದ ವೃತ್ತದಲ್ಲಿ ನಿಂತಾಗ ರಾಜಾರಾಮ್ ನನ್ನ ಕಡೆಯೇ ನೋಡಿದರು. ಕೈ ಬೀಸುತ್ತಾ ಮುಗುಳ್ನಕ್ಕು, ಧೀರಜ್ ಮತ್ತೆ ಕೆಲವು ಗುಂಡಿಗಳನ್ನು ಒತ್ತಲು ಹೇಳಿದರು. ಆ ಶಬ್ದ ಇನ್ನೂ ಜೋರಾಯಿತು. ನಂತರ ಅವನು ಮತ್ತೊಂದು ಸನ್ನೆಕೋಲಿನ ಕಡೆಗೆ ತಲುಪಿದನು. ಕೋಣೆಯಲ್ಲಿದ್ದವರೆಲ್ಲರೂ ಉದ್ವಿಗ್ನರಾಗಿದ್ದರು ಮತ್ತು ನಾನು ಉದ್ವಿಗ್ನನಾಗಿದ್ದೆ. ನಂತರ ಧೀರಜ್ ಸನ್ನೆಕೋಲನ್ನು ತಿರುಗಿಸಿದಾಗ ವೃತ್ತ ತಿರುಗುವುದಕ್ಕೆ ಶುರುವಾಯಿತು. ಎಲ್ಲರಿಗೂ ವಿಧಾಯ ಹೇಳಿದೆ.

ಸುತ್ತಲೂ ಭಯಂಕರವಾದ ಮಿಂಚು ಗುಡುಗಿನ ಶಬ್ಧ ಮತ್ತು ಅದರ ಆಘಾತದಿಂದ ನಾನು ಕಣ್ಣು ಮುಚ್ಚಿಕೊಂಡೆ. ಮೊದಲು ಹೇಗೆ ಸುತ್ತುತ್ತಿತ್ತೋ ಹಾಗೆಯೇ ಸುತ್ತುತ್ತಿದ್ದೇನೆ ಮತ್ತು ಅದೇ ಸುಂಟರಗಾಳಿ ಬೀಸುತ್ತಿದೆ. ನಾನೀಗ ಬೀಳುತ್ತಿರುವ ಅನುಭವ .ಭೀಕರವಾದ ಬೀಳುವ ಸಂವೇದನೆ, ಅದರ ಅದೆಲ್ಲಾ ಒಂದು ಕ್ಷಣದಲ್ಲಿ ನಿಂತುಹೋಯಿತು ಮತ್ತು ಶಬ್ದ ಕಡಿಮೆಯಾಯಿತು. ನಾನು ಆಗ

ಕಣ್ಣು ತೆರೆದೆ, ತೆರೆದು ನೋಡಿದರೇ . ಆ ಗುಡ್ಡದ ಮೇಲೆಯೇ ಇದ್ದೇನೆ. ಆ ಒಂದು ಕ್ಷಣದಲ್ಲಿ ನಾನು ಭವಿಷ್ಯದ ಐನೂರು ವರ್ಷಗಳ ಆಚೆ ಹೋಗಿ ಬಂದಿದ್ದೇನೆ.

ಆ ಬೆಟ್ಟದ ನನ್ನ ಪ್ರಯೋಗಾಲಯದ ಸುತ್ತಲೂ ಅನೇಕ ಜನರು ಭಯಭೀತರಾಗಿ ನನ್ನನ್ನೇ ನೋಡುತ್ತಿದ್ದರು.ನನ್ನ ಮನಸ್ಸು ನಾನು ನೋಡಿದ ಆ ವಿಷಯಗಳಿಂದ ತುಂಬಿತ್ತು ಮತ್ತು ನಾನು ಆ ವಿಷಯಗಳನ್ನು ಅವರಿಗೆ ಹೇಳಲು ಬಯಸಿ , ಭವಿಷ್ಯದ ಆಶ್ಚರ್ಯದ ಸಂಗತಿಗಳನ್ನು ತಿಳಿಸಲು ಮುಂದಾದೆ. ಆದರೆ ಅವರು ಕೇಳಲಿಲ್ಲ. ನಾನು ಅವರೊಂದಿಗೆ ಮಾತನಾಡಲು ಅವಕಾಶವನ್ನೇ ಕೊಡದೆ ,ನಾನು ಮಾಂತ್ರಿಕನೆಂದು ಭಾವಿಸಿ ನನ್ನನ್ನು ಹಿಡಿದು ವಿಚಾರಣಾಧಿಕಾರಿಯ ವಶಕ್ಕೆ ಒಪ್ಪಿಸಿದರು."

ಒಂದು ಕ್ಷಣ ಮೌನವಾಗಿ ,

"ಮಹಾಪ್ರಭು,ನಿಮಗೆ ಎಲ್ಲ ವಿಷಯಗಳಲ್ಲೂ ಸತ್ಯವನ್ನೇ ಹೇಳಿದ್ದೇನೆ.ನಾನು ಮಾಂತ್ರಿಕನಾಗಿದ್ದರೆ ಹೀಗೆ ಬಂಧಿಯಾಗಿರುತ್ತಿರಲಿಲ್ಲ .ಆದರೇ ನಾನು ಕಂಡ ವಿಷಯವನ್ನು ಎಲ್ಲರಿಗೂ ತಿಳಿಯುವಂತೆ ಹೇಳಲು ಅವಕಾಶ ಮಾಡಿಕೊಟ್ಟಿದ್ದಕ್ಕೆ , ಅನಂತಾನಂತ ವಂದನೆಗಳು.ಈಗ ನನಗೆ ಸಂಪೂರ್ಣ ತೃಪ್ತಿ ಹಾಗು ಸಂತೋಷವಾಗಿದೆ."

ವಿಚಾರಣಾ ಅಧಿಕಾರಿಗೆ ಪ್ರದ್ಯುಮ್ನನ ಮೇಲೆ ಮೃಧು ಧೋರಣೆ ಇದ್ದರೂ ನ್ಯಾಯದ ದೃಷ್ಟಿಯಿಂದ,ಮಹಾಪ್ರಭುಗಳ ಕಡೆ ತಿರುಗಿ.

"ಮಹಾಪ್ರಭು!!, ತಮ್ಮ ಆಸ್ಥಾನದಲ್ಲಿ ಈಗ ನಡೆದ ವಾದ ಪ್ರತಿವಾದಗಳನ್ನು ತಾವುಗಳು ಪರಿಶೀಲಿಸಿ. ಆರೋಪಿಗೆ ತಕ್ಕ ಶಿಕ್ಷೆಯನ್ನು ವಿಧಿಸಬೇಕೆಂದು ತಮ್ಮಲ್ಲಿ ಪ್ರಾರ್ಥಿಸುತ್ತೇನೆ."

ಎಲ್ಲವನ್ನೂ ಸಮಚಿತ್ತದಿಂದ ಆಲಿಸಿದ ಮಹಾಪ್ರಭುಗಳು ಪ್ರದ್ಯುಮ್ನನ ಕಡೆ ತಿರುವಷ್ಟರಲ್ಲಿ, ಭಟನೊಬ್ಬನು ಅವರಿಗೊಂದು ಪತ್ರ ಕೊಟ್ಟನು, ಅದನ್ನು ಮಂತ್ರಿಗಳ ಮೂಲಕ ಸ್ವೀಕರಿಸಿ, ಮಂದಸ್ಮಿತರಾದರು.

ನಂತರ ಜನರನ್ನುದ್ದೇಶಿಸಿ, "ಈತನಿಂದ ನಿಮಗೆ ಏನಾದರು ಹಾನಿಯುಂಟಾಗಿದೆಯೇ?"

"ಎಲ್ಲರೂ ಇಲ್ಲ" ಎಂದರು.

"ಆದರೆ ಇವನನ್ನು ನೋಡಿ ಮಾಂತ್ರಿಕನೆಂಬ ಭಯ ಅಲ್ಲವೇ?"

"ಹೌದು ", ಎಂದರು.

"ಪ್ರದ್ಯುಮ್ನ ಹೇಳಿದ್ದು ನಂಬಲಾರ್ಹ ವಿಷಯವಲ್ಲ ಎಂದು ನಮ್ಮ ಭಾವನೆಯೂ ಸಹ , ಆತನು ನಿರ್ಭಯವಾಗಿ ಎಲ್ಲರ ಬಳಿ ನಿಂತು ತನ್ನ ವಿವರಣೆಯನ್ನು

ಕೊಟ್ಟಿದ್ದಾನೆ. ಹಾಗು ಅವನಿಂದ ಯಾರಿಗೂ ಹಾನಿಯುಂಟಾಗಿಲ್ಲ ಎಂಬುದು ಖಚಿತವಾಗಿದೆ. ಆದರೂ ಇದು ಜನರ ನಂಬಿಕೆಯ ಪ್ರಶ್ನೆ, ಹಾಗು ಅವರ ಅನುಭವದ ವಿಚಾರ. ಆದುದರಿಂದ ಇನ್ನು ಮುಂದೆ ಈ ರೀತಿ ಪ್ರಯೋಗವಾಗಲೀ ಮಾತುಗಳಾಗಲೀ ಜನರಿರುವ ಸ್ಥಳದಲ್ಲಿ ಮಾಡಬಾರದೆಂದು ಎಚ್ಚರಿಕೆ ನೀಡಿ, ಒಂದು ವಾರಗಳ ಕಾಲ ಸೆರೆಮನೆ ವಾಸವನ್ನು ವಿಧಿಸಿದ್ದೇನೆ."ಎಂದು ತಮ್ಮ ತೀರ್ಪನ್ನು ನೀಡಿದರು.

ಅದರ ನಂತರ ಸಭೆಯನ್ನು ವಿಸರ್ಜಿಸಿದರು.

ರಾಜ ಭಟರು ಪ್ರದ್ಯುಮ್ನನನ್ನು ಸೆರೆಮನೆಗೆ ಕರೆದುಕೊಂಡು ಹೋದರು.
ಆ ರಾತ್ರಿ ಕಾರಾಗೃಹಕ್ಕೆ ಪ್ರದ್ಯುಮ್ನನನ್ನು ಹುಡುಕಿಕೊಂಡು ಗುಪ್ತವಾಗಿ ಒಬ್ಬರು ಬಂದರು. ಅವರನ್ನು ನೋಡಿ ಪ್ರದ್ಯುಮ್ನ ಬಹಳ ಆಶ್ಚರ್ಯಗೊಂಡನು. ಅವರಿಗೆ ಸಾಷ್ಟಾಂಗ ನಮಸ್ಕಾರ ಮಾಡಿದನು.

"ಯಾರದು? "

ಅವನ ಮುಂದೆ ನಾಡ ಪ್ರಭು ಕೆಂಪೇಗೌಡರು ನಗುತ್ತಾ ನಿಂತಿದ್ದರು.

"ಮಹಾಪ್ರಭು, ನೀವು ಇಲ್ಲಿ.?!!!"

"ನಿನ್ನ ಬಳಿಯೇ ಮಾತನಾಡಬೇಕಿತ್ತು" ಎಂದು ಗಂಭೀರವಾಗಿ ನುಡಿದರು.
"ಪ್ರದ್ಯುಮ್ನ, ನಿಜವಾಗಿ ನೀನು ಯಾರು? ಇಲ್ಲಿ ಏಕೆ ಬಂದೆ? ಎಲ್ಲವನ್ನೂ ನಾನು ಬಲ್ಲೆ. ಪ್ರದ್ಯುಮ್ನ , ಗೂಢಾಚಾರಿಗಳನ್ನು ಕಳಿಸಿ ನೀನು ಹೇಳಿದ ಬಲ್ಲಾಳಪುರ ಹಾಗು ಮಹೀಶೂರುಗಳಲ್ಲಿ ನಿನ್ನ ಬಗ್ಗೆ ವಿಚಾರಿಸಿದೆ. ಆದರೇ ಎಲ್ಲಿಯೂ ನಿನ್ನ ಬಗ್ಗೆ ಸುಳಿವು ಸಿಗಲಿಲ್ಲ. ನೀನು ಶತ್ರು ದೇಶದ ಗೂಢಚಾರನೆಂದು ಅನುಮಾನವಿತ್ತು ಅದನ್ನೂ ಅವರು ದೂರ ಪಡಿಸಿದರು. ಏಕೆಂದರೆ ನೀನು ಹೊರ ರಾಜ್ಯದಿಂದ ಬಂದವನಲ್ಲ.
ಆದರೂ ಇದು ಹೇಗೆ ಸಾಧ್ಯ?

ನನ್ನ ಆಲೋಚನೆಯ ಪ್ರಕಾರ, ನೀನು ಈ ಕಾಲದವನಲ್ಲ, ೨೧ ನೇ ಶತಮಾನದವನು. ಈಗಿನ ಕಾಲದ ಅಧ್ಯಯನ ಮಾಡಲು ಬಂದಿರುವ ವಿಜ್ಞಾನಿ ಅಲ್ಲವೇ?"

ಅವರ ಮಾತುಗಳನ್ನು ಕೇಳಿ ಪ್ರದ್ಯುಮ್ನ ದಿಗ್ಭ್ರಮೆಗೊಂಡ. ಎಷ್ಟು ಚತುರರು , ಅಪಾರ ಜ್ಞಾನ ಸಂಪನ್ನರು ಈ ಪ್ರಭುಗಳು ಎಂದು ಮನಸ್ಸಿನಲ್ಲೇ ಶ್ಲಾಘಿಸಿದ .

"ಮಹಾಪ್ರಭು!!, ನೀವು ಹೇಳಿದ್ದು ಸತ್ಯವಾದ ವಿಚಾರ, ನನ್ನ ತಪ್ಪಿಗೆ ಕ್ಷಮಿಸಿ."
"ಪ್ರದ್ಯುಮ್ನ!! ನಿನ್ನ ಪೂರ್ವಾಪರವನ್ನು ಯೋಚಿಸಿ, ಇಲ್ಲಿ ನಿನ್ನ ತಪ್ಪು ನನಗೆ ಕಾಣದಿದ್ದರೂ, ಜನಗಳ ಅಭಿಪ್ರಾಯವೇ ನನಗೆ ಮುಖ್ಯ. ಅವರ ಸಮಸ್ಯೆಗೆ

ಸ್ಪಂದಿಸುವುದೇ ನನ್ನ ಕರ್ತವ್ಯ. ಆಗಾಗಿ ನ್ಯಾಯ ಸಮ್ಮತವಾಗಿ ನಿನಗೆ ಶಿಕ್ಷೆ ವಿಧಿಸಿದೆ. ಅದು ಸರಿ ೨೧ ನೇ ಶತಮಾನದಲ್ಲಿ ಇನ್ನು ಏನೇನು ಅದ್ಭುತಗಳಿವೆ?"

ಅವರ ಈ ಮಾತುಕತೆ ಬಹಳ ಸಮಯದವರೆಗೂ ನಡೆಯಿತು. ನಂತರ ಅವರು ಕಾರಗೃಹ ವಾಸದ ನಂತರ ಹೆಚ್ಚು ಸಮಯ ಇಲ್ಲಿರಬೇಡ. "ನಿನ್ನ ಕಾಲಕ್ಕೆ ನೀನು ಹೋಗಿ ಬಿಡು. ಮತ್ತೆ ಜನಗಳ ಆಕ್ರೋಶಕ್ಕೆ ಗುರಿಯಾಗಬೇಡ. ನಿನ್ನ ಪ್ರಯೋಗಾಲಯಕ್ಕೆ ನನ್ನ ಭಟರ ಕಾವಲಿದೆ ಯೋಚನೆ ಬೇಡ , ಆದಷ್ಟು ಬೇಗ ಇಲ್ಲಿಂದ ಹೊರಡು, ನಿನಗೆ ಶುಭವಾಗಲಿ" ಎಂದು ಪ್ರದ್ಯುಮ್ನನಿಗೆ ಆಶೀರ್ವಧಿಸಿ, ಅಲ್ಲಿಂದ ಹೊರಟರು.

ಒಂದು ವಾರದ ನಂತರ ಪ್ರದ್ಯುಮ್ನ ಆ ಬೆಟ್ಟದ ತುದಿಗೆ ಬಂದಿದ್ದಾನೆ.ಅವನ ಜೊತೆ ಮಾರುವೇಷದಲ್ಲಿ ನಾಡ ಪ್ರಭು ಕೆಂಪೇಗೌಡರೂ ಜೊತೆಗಿದ್ದಾರೆ. ಪ್ರದ್ಯುಮ್ನ ತನ್ನ ಪ್ರಯೋಗಾಲಯ ಮತ್ತು ಕಾಲಯಂತ್ರವನ್ನು ಪ್ರಭುಗಳಿಗೆ ತೋರಿಸಿ ಅದರ ವಿವರಣೆ ನೀಡುತ್ತಿದ್ದ. ಸ್ವಲ್ಪ ಸಮಯದ ನಂತರ ಅವನಿಗೆ ವಿದಾಯ ಹೇಳಿ , ಪ್ರಭುಗಳು ಅಲ್ಲಿಂದ ತಮ್ಮ ಕುದುರೆಯ ಮೇಲೆ ಯಲಹಂಕದ ಕಡೆ ಪಯಣ ಬೆಳೆಸಿದರು.

ಪ್ರದ್ಯುಮ್ನ ೨೦೨೦ ನೇ ಇಸವಿಗೆ ಬರಲು , ಕಾಲಯಂತ್ರದಲ್ಲಿ ಎಲ್ಲ ಸಿದ್ಧತೆಯನ್ನು ಮಾಡಿಕೊಡು ಹೊರಟನು. ಮತ್ತೆ ಗುಡುಗು ಮಿಂಚು ಭಯಂಕರ ಶಬ್ದ ಅದೇ ಸುಂಟರಗಾಳಿ.

ಮಹಾಪ್ರಭುಗಳು ಈಗ ಬೆಟ್ಟದ ತಪ್ಪಲಿಗೆ ಬಂದಿದ್ದರು, ತಮ್ಮ ನೋಟವನ್ನು ಒಮ್ಮೆ ಎತ್ತಿ ಮೇಲಕ್ಕೆ ನೋಡಿದರು, ಬೆಟ್ಟದ ತುದಿಯಿಂದ ಮೇ ಲಕ್ಕೆ ಹೋಗುವ ಪ್ರಕಾಶಮಾನವಾದ ಬೆಳಕಿನ ಭಾರೀ ಮಿಂಚನ್ನು ನೋಡಿದರು. ಇದು ಬಹಳ "ವಿಚಿತ್ರ" ಎಂದು ತಮಗೆ ತಾವೇ ಹೇಳಿಕೊಂಡರು.

ಪ್ರದ್ಯುಮ್ನ ಕಾಲಯಂತ್ರದಲ್ಲಿ ಪಯಣಿಸುತ್ತಿದ್ದಾನೆ, ಆದರೇ ತಾಂತ್ರಿಕ ದೋಷದಿಂದ ಕಾಲಯಾನದಲ್ಲಿ ಅಡಚಣೆಯಾಗುತ್ತಿದ್ದೆ. ಅವನು ಸರಿಯಾದ ಕಾಲಕ್ಕೆ ಸೇರುತ್ತಾನಾ? ಪ್ರದ್ಯುಮ್ನನ ಕಾಲಯಂತ್ರ ಎಲ್ಲಿಗೆ ಹೋಗಿ ನಿಲ್ಲುತ್ತದೆ?

ಭವಿಷ್ಯಯಾನಕ್ಕೆಸಿದ್ಧರಾಗಿ.

11

ಕಾಲಯಾನ

ಪ್ರದ್ಯುಮ್ನ ಕಾಲಯಂತ್ರದಲ್ಲಿ ಪಯಣಿಸುತ್ತಿದ್ದಾನೆ, ಆದರೇ ತಾಂತ್ರಿಕ ದೋಷದಿಂದ ಕಾಲಯಾನದಲ್ಲಿ ಅಡಚಣೆಯಾಗುತ್ತಿದೆ. ತಾನು ಸೇರಬೇಕಿದ್ದ ೧೦೨೦ ಮುಗಿದು ಇನ್ನೂ ಮುಂದಕ್ಕೆ ಸಾಗುತ್ತಿದೆ ಕಾಲಯಂತ್ರ. ಏನು ಮಾಡುವುದು? ಕಾಲಯಂತ್ರ ಅವನ ಹಿಡಿತದಲ್ಲಿಲ್ಲ. ಅವನ ಎಲ್ಲಾ ಪ್ರಯತ್ನವೂ ವಿಫಲವಾಗುತ್ತಿದೆ. ಈಗ ವರ್ಷದ ದಿಕ್ಸೂಚಿ ಯಾವ ಯಾವುದೋ ಸಂಖ್ಯೆಯನ್ನು ತೋರಿಸುತ್ತಿದೆ. ಆ ಕಾಲಯಾನದಲ್ಲಿ ತಿರುಗುತ್ತಿದ್ದ ಆ ದಿಕ್ಸೂಚಿಯೇ ಕಳಚಿಬಿತ್ತು. ಈಗ ಅವನು ಎತ್ತ ಕಡೆ ಪಯಣಿಸುತ್ತಿದ್ದಾನೋ ತಿಳಿಯದು. ನೋಡು ನೋಡುತ್ತಿದ್ದಂತೆ ಬೆಳಕು ಕತ್ತಲು ಕ್ಷಣ ಕ್ಷಣಕ್ಕೆ ಮಿಂಚಿ ಮರೆಯಾಗುತ್ತಿದೆ. ಅವನ ಕಣ್ಣು ಮುಂದೆ ಏನೇನೋ ನಡೆಯುತ್ತಿದೆ. ಜೀವಿಗಳು ಹುಟ್ಟುತ್ತಿವೆ, ಸಾಯುತ್ತಿವೆ, ಅನೇಕ ನಾಗರಿಕತೆಗಳು ಬರುತ್ತಿದೆ.ಜಗತ್ತು ಮತ್ತೆ ಅನಾಗರಿಕತೆಗೆ ಜಾರಿಹೋಗುತ್ತಿದೆ, ಮತ್ತು ಹಿಂದಿನ ನಾಗರಿಕತೆಗಳ ತಂತ್ರಜ್ಞಾನಗಳನ್ನು ಮತ್ತೆ ಪಡೆಯುತ್ತಿದೆ, ಪ್ರಕೃತಿ ಬದಲಾಗುತ್ತಿದೆ, ನದಿಗಳು ಬರಿದಾಗುತ್ತಿದೆ ಮತ್ತೆ ತುಂಬಿ ತುಳುಕುತ್ತಿದೆ. ಯುದ್ಧಗಳು ನಡೆಯುತ್ತಿದೆ, ಮತ್ತೆ ಶಾಂತಿ ನೆಲಸುತ್ತಿದೆ. ಕಟ್ಟಡಗಳು ಏಳುತ್ತಿವೆ ಮತ್ತೆ ನೆಲಸಮವಾಗಿ ಅಲ್ಲಿ ಅರಣ್ಯಗಳು ಬೆಳೆಯುತ್ತಿವೆ. ಈಗೆಯೇ ಸಾಗುತ್ತಿದೆ ಆವನ ಪಯಣ. ಅವನ ಮೆದುಳಿನಲ್ಲಿ ಅನೇಕಾನೇಕ ಆಲೋಚನೆಗಳು , ಮುಂದೆ ಏನು? ಎಂಬ ಪ್ರಶ್ನೆ.

ಕೊನೆಗೆ ಆ ಯಂತ್ರದ ವೇಗ ನಿಧಾನವಾಗಿ ಕಡಿಮೆಯಾಗುತ್ತಾ ಹೋಯಿತು.

ಪ್ರದ್ಯುಮ್ನ ಕಾಲಯಂತ್ರದ ನಿಲುಗಡೆಯ ಗುಂಡಿಯನ್ನು ಎಷ್ಟು ಒತ್ತಿದರೂ ಅದು ಕೆಲಸ ಮಾಡುತ್ತಿಲ್ಲ. ಆ ಕಾಲಯಂತ್ರದ ಸಮಸ್ತ ಮಾಹಿತಿಯಿರುವ

ಪುಸ್ತಕವನ್ನು ಮತ್ತು ನಕ್ಷೆಯನ್ನೂ ತನ್ನ ಕೈಯಲ್ಲಿ ಭದ್ರವಾಗಿ ಹಿಡಿದುಕೊಂಡ, ಅದರಲ್ಲಿ ತ್ರಿ ಆಯಾಮದ ಚಿತ್ರಗಳನ್ನು ಮತ್ತು ಕಾಲಯಂತ್ರದ ಪುಟ್ಟ ಮಾದರಿಯನ್ನೂ ತನ್ನ ಕೋಟಿನ ಜೇಬಿನಲ್ಲಿರಿಸಿದ. ಅದು ಕಾಲಯಂತ್ರವನ್ನು ರಿಪೇರಿ ಮಾಡುವುದಕ್ಕೆ ಅನುಕೂಲವಾಗುತ್ತದೆ ಇಲ್ಲವೇ ಅದರಿಂದ ಹೊಸ ಕಾಲಯಂತ್ರವನ್ನು ನಿರ್ಮಿಸುವಲ್ಲಿ ಉಪಯೋಗವಾಗುತ್ತದೆ. ಪ್ರದ್ಯುಮ್ನನಿಗೆ ಕ್ಷಣ ಕ್ಷಣಕ್ಕೂ ಆತಂಕವಾಗುತ್ತಿದೆ. ಎಲ್ಲಿಯ ಅವನ ಪಯಣ, ತನ್ನ ಜೊತೆಗಾರರನ್ನು ಈಗ ನೆನೆಸಿಕೊಳ್ಳುತ್ತಿದ್ದಾನೆ. ತನ್ನ ಪೋಷಕರು ಕಾಲವಾದರೂ ಅವರ ನೆನಪು ಅವನನ್ನು ಸದಾ ಕಾಡುತ್ತಿದೆ. ಈಗ ಎಲ್ಲಿ ಸೇರುತ್ತಾನೋ, ಇಲ್ಲವೋ ಇದೆ ಅವನ ಅಂತ್ಯವೋ ತಿಳಿಯದು ಎಂಬ ಯೋಚನೆಯಲ್ಲೇ ಇದ್ದ.

****

ವರ್ತಮಾನ:

ಬೆಂಗಳೂರಿನ ಸ್ಥಾವರದಲ್ಲಿ ಎಲ್ಲಾ ವಿಜ್ಞಾನಿಗಳು ಪ್ರದ್ಯುಮ್ನನ ಬರುವಿಕೆಗಾಗಿ ಎದುರು ನೋಡುತ್ತಿದ್ದರು. ಆ ಪರದೆಯ ಮೇಲೆ ಆ ಕಾಲ ಯಂತ್ರದ ದಿಕ್ಸೂಚಿಯನ್ನು ಹಿಂಬಾಲಿಸುತ್ತಿದ್ದರು. ಅದು ಈಗ ೧೫ನೇ ಶತಮಾನದ ಮೇಲಿತ್ತು.ಅವನು ಸುರಕ್ಷಿತವಾಗಿ ಬಂದರೇ ತಮ್ಮ ಪ್ರಯೋಗ ಯಶಸ್ವಿಯಾಗಿದೆ ಎಂದರ್ಥ. ಅದು ಮುಖ್ಯವಾದರೂ ಅದಕ್ಕಿಂತಲೂ ಅತಿಮುಖ್ಯವಾದದ್ದು ಪ್ರದ್ಯುಮ್ನನ ಸುರಕ್ಷಿತ ಆಗಮನ ಎಂದು ಯೋಚಿಸುತ್ತಾ ರಾಜಾರಾಮ್ ಆತಂಕದಲ್ಲಿದ್ದರು.

ಆದರೆ ಅವನ ಸುಳಿವೇ ಇಲ್ಲ, ಸ್ವಲ್ಪ ಸಮಯದಲ್ಲೇ ಆ ದಿಕ್ಸೂಚಿ ಚಲಿಸುವುದಕ್ಕೆ ಪ್ರಾರಂಭಿಸಿತು. ಎಲ್ಲರೂ ಆನಂದಾಶ್ಚರ್ಯದಿಂದ ಅಲ್ಲಿ ಬಂದು ಸೇರಿದರು. ಮುಖ್ಯವಾಗಿ ವೃದ್ಧ ವಿಜ್ಞಾನಿ ರಾಜಾರಾಮ್ ಬಹಳ ಉತ್ಸಾಹದಲ್ಲಿದ್ದರು. ಇನ್ನೊಬ್ಬ ವಿಜ್ಞಾನಿ ಧೀರಜ್, ಆ ಯಂತ್ರದ ಚಲನವಲನಗಳ ಮೇಲೆ ನಿಗಾ ಇಟ್ಟಿದ್ದನು. ದಿಕ್ಸೂಚಿ ಚಲಿಸುತ್ತಿದೆ. ೧೫೨೦ ರಿಂದ ೨೦೨೦ ರ ಕಡೆ ನುಗ್ಗುತ್ತಿದೆ. ಎಲ್ಲರೂ ಉತ್ಸುಕತೆಯಿಂದ ನೋಡುತ್ತಾ ಇದ್ದರು, ಆದರೆ ಈ ದಿಕ್ಸೂಚಿ ೨೦೨೦ ಬಿಟ್ಟು ನಾಗಾಲೋಟದಲ್ಲಿ ಮುಂದಕ್ಕೆ ಸಾಗುತ್ತಿದೆ. ಎಲ್ಲರಲ್ಲೂ ಆತಂಕ ಹೆಚ್ಚಾಗುತ್ತಿದೆ.

"ಹೋ!! ದೇವರೇ!, ಪ್ರದ್ಯುಮ್ನ ಈಗ ವರ್ತಮಾನವನ್ನು ಬಿಟ್ಟು ಭವಿಷ್ಯಯಾನವನ್ನು ಮಾಡುತ್ತಿದ್ದಾನೆ. ಅವನು ಇದನ್ನು ಪೂರ್ವನಿಯೋಜಿತವಾಗಿ ಮಾಡುತ್ತಿದ್ದಾನಾ? ಅಥವಾ ಯಂತ್ರದಲ್ಲಿ ಏನಾದರೂ ತೊಂದರೆಯಾಗಿದೆಯೇ?" ಎಂದು ಆತಂಕದಿಂದ ಧೀರಜ್ ಹೇಳುತ್ತಿದ್ದ.

ಅದಕ್ಕೆ ರಾಜಾರಾಮ್, "ಪ್ರದ್ಯುಮ್ನ ಖಂಡಿತವಾಗಿ ಯಾವ ಪೂರ್ವ ನಿಯೋಜಿತ ಯೋಜನೆಯನ್ನು ಮಾಡುವುದಿಲ್ಲ. ಅವನ ಮೇಲೆ ನನಗೆ ಅಪಾರವಾದ ನಂಬಿಕೆಯಿದೆ. ಇದು.. ಇದೂ... ಯಂತ್ರದ ತೊಂದರೆಯೇ ಇರಬಹುದು. ಅದು ಸರಿ ಈಗ ಆ ಯಂತ್ರ ಎಲ್ಲಿಗೆ ಹೋಗುತ್ತಿದೆ?"

"ಆ ಯಂತ್ರ ನಮ್ಮ ಈ ಕಾಲದ ಪರಿಧಿಯನ್ನು ದಾಟಿ ಹೋಗುತ್ತಿದ್ದೆ. ದಿಕ್ಸೂಚಿ ಅದನ್ನು ನಿಖರವಾಗಿ ಹೇಳುತ್ತಿಲ್ಲ. ಆ ಯಂತ್ರದಿಂದ ಈಗ ಯಾವ ಸೂಚನೆಯೂ ಸಿಗುತ್ತಿಲ್ಲ. ನಾವು ಪ್ರದ್ಯುಮ್ನನನ್ನು ಕಳೆದುಕೊಂಡಂತೆ" ಎಂದನು ನಿಟ್ಟುಸಿರು ಬಿಡುತ್ತಾ ಧೀರಜ್.

****

ಭವಿಷ್ಯಯಾನ:

ಪ್ರದ್ಯುಮ್ನ ಈಗಾಗಲೇ ತನ್ನ ಗಮ್ಯಸ್ಥಾನವನ್ನು ದಾಟಿ ಬಹಳ ದೂರ ಬಂದಿದ್ದಾನೆ.ಯಂತ್ರದಲ್ಲಿ ಯಾವ ದೋಷವಿದೆ? ಏನು ತಪ್ಪಾಗಿದೆ? ಎಂದು ಅವನಿಗೆ ಆಶ್ಚರ್ಯವನ್ನುಂಟು ಮಾಡಿತ್ತು.ಆದರೆ ಈಗ ಅವನು ತನ್ನ ಭಯದಿಂದ ಚೇತರಿಸಿಕೊಂಡನು. ನೋಡೋಣ ಇದು ನಿಂತರೆ ದೋಷದ ತನಿಖೆ ಮಾಡಿ ಅದನ್ನು ರಿಪೇರಿ ಮಾಡಬಹುದು. ನಂತರ ತನ್ನ ಗಮ್ಯದ-ಬಿಂದುವಿಗೆ ತಲುಪಬಹುದು.

ಈಗ ಕಾಲಯಂತ್ರ ನೆಲಮಟ್ಟದಿಂದ ಎಂಟು ಸಾವಿರ ಅಡಿ ಎತ್ತರದಲ್ಲಿ ಹಾರುತ್ತಿದೆ. ನಿಧಾನವಾಗಿ ಈಗ ತನಗೆ ತಾನೇ ಕೆಳಗೆ ಇಳಿಯುತ್ತಿದೆ. ಸುರಕ್ಷಿತವಾಗಿ ಭೂಮಿಯನ್ನು ತಲುಪಬಹುದು ಯಾವುದೇ ಅಪಾಯವಿಲ್ಲ ಎಂದು ಅವನಿಗೆ ಅನಿಸುತ್ತಿದೆ.ಆದರೆ ಈಗ ಯಾವ ವರ್ಷ? ಯಾವ ಯುಗದಲ್ಲಿ ಸೇರುತ್ತಿದ್ದೇನೆ? ಎಂಬುದು ಅನಿಶ್ಚಿತವಾಗಿತ್ತು. ಈಗ ಸಮಯ ರಾತ್ರಿಯಾಗುತ್ತಿದೆ. ಕಾಲಯಂತ್ರದ ಪರದೆಯು ಆಕಾಶದಲ್ಲಿ ಚಂದ್ರ ನಕ್ಷತ್ರಗಳನ್ನು ತೋರಿಸುತ್ತಿದೆ. ಆದರೆ ಕೆಲವೇ ಕ್ಷಣಗಳಲ್ಲಿ ಇದ್ದಕಿದ್ದಂತೆ ತೀವ್ರವಾದ ಬೆಳಕಿನ ಕಿರಣ ಪ್ರಜ್ವಲಿಸಿತು.ಆ ಯಂತ್ರ ಈಗ ಭೂಸ್ಪರ್ಶ ಮಾಡಿತು. ತಾನು ಪಯಣವನ್ನು ಪ್ರಾರಂಭಿಸಿದ ಅದೇ ಬೆಟ್ಟದ ಮೇಲೆ ಅದು ಈಗ ಬಂದು ನಿಂತಿದೆ.

ಕಾಲಯಂತ್ರ ನಿಧಾನವಾಗಿ ಇಳಿದರೂ ಪೊದೆಗಳ ಮೇಲೆ ಅಪ್ಪಳಿಸುವಿಕೆಯೊಂದಿಗೆ ವಿಶ್ರಾಂತಿಗೆ ಬಂದಿತು. ಪ್ರದ್ಯುಮ್ನ ತನ್ನ ಆಸನದ ಹಿಡಿತವನ್ನು ಸಡಿಲಗೊಳಿಸಿ ಯಂತ್ರದಿಂದ ಹೊರಗೆ ಬಂದನು. ತಂಪಾದ ರಾತ್ರಿ ಗಾಳಿಯಲ್ಲಿ ಅವನು ಧೀರ್ಘವಾದ ಉಸಿರನ್ನು ಎಳೆದುಕೊಂಡನು. ಈಗ ಅವನ ಮನಸ್ಸಿಗೆ ಹಿತವೆನಿಸಿತು.

ಅವನು ಹೊರ ಬಂದ ಸ್ವಲ್ಪ ಸಮಯದಲ್ಲೇ ಯಂತ್ರದೊಳಗೆ ದೊಡ್ಡ ಶಬ್ಧವಾಯಿತು. ಇದ್ದಕ್ಕಿಂದಂತೆ ಯಂತ್ರದಲ್ಲಿ ನೀಲಿ, ಕೆಂಪು ಬಣ್ಣಗಳಿಂದ ಕೂಡಿದ ಜ್ವಾಲೆ ನಂತರ ಅದು ಗುಲಾಬಿ ಬಣ್ಣದ ಹೊಗೆಯಾಗಿ ಪರಿವರ್ತನೆಯಾಗಿ.ಆ ಹೊಗೆಯ ಸುರುಳಿಗಳು ದಟ್ಟವಾಗುತ್ತಾ ಹೋಯಿತು.ಆ ಕ್ಷಣದಲ್ಲಿ, ಆ ಯಂತ್ರದ ಎಲ್ಲ ಭಾಗವೂ ವಿಪರೀತ ಬಿಸಿಯಾಗುತ್ತಾ ಹೋಯಿತು. ಯಂತ್ರದಿಂದ ಲೋಹದ ರಸವು ಹೊರಗೆ ಬರುತ್ತಿತ್ತು. ನೋಡು ನೋಡುತ್ತಿದಂತೆ ಬೆಂಕಿ ಆ ಯಂತ್ರದ ಒಳಾಂಗಣವನ್ನು ಸಂಪೂರ್ಣವಾಗಿ ಆವರಿಸಿತ್ತು. ಪ್ರದ್ಯುಮ್ನ ಇದು ಸ್ಫೋಟದ ಸೂಚನೆಯೆಂದು ಅರಿತು ಅಲ್ಲಿಂದ ಸಾಧ್ಯವಾದಷ್ಟು ದೂರ ಓಡಿದನು.

ಓಡುತ್ತಿರುವಾಗ ಅವನ ಕಾಲಿಗೆ ಪೊದೆಗಳ ಮುಳ್ಳುಗಳು ಚುಚ್ಚಿ ರಕ್ತ ಬರುತ್ತಿದೆ, ಆದರೂ ನಿಲ್ಲದೆ ಓಡುತ್ತಲೇ ಇದ್ದನು.ಈಗ ಅವನು ನಿಲ್ಲಿಸಿದ ಯಂತ್ರದಿಂದ ಇನ್ನೂರು ಗಜಗಳಷ್ಟು ದೂರದವರೆಗೂ ಬಂದಿದ್ದಾನೆ. ಆ ಕಾಲಯಂತ್ರ ಭಾರೀ ಸ್ಫೋಟದೊಂದಿಗೆ ವಿಧ್ವಂಸವಾಯಿತು.ಸ್ವಲ್ಪ ತಡವಾಗಿದ್ದರೂ ಅದು ಅವನನ್ನು ಬಲಿ ತೆಗೆದುಕೊಳ್ಳುತ್ತಿತ್ತು. ಆದರೆ ಅವನು ತನ್ನ ಬುದ್ಧಿ ಶಕ್ತಿಯಿಂದ ಧೈರ್ಯವಾಗಿಯೇ ಆ ಪರಿಸ್ಥಿತಿಯನ್ನು ಎದುರಿಸಿದ. ಆ ಯಂತ್ರದ ಸಂಪೂರ್ಣ ಮಾಹಿತಿಯ ಪುಸ್ತಕ ಅವನ ಕೈಯಲ್ಲಿತ್ತು. ಯಂತ್ರವು ನಾಶವಾದರೂ ಅದರ ರಹಸ್ಯ ಅವನ ಕೈಯಲ್ಲಿದೆ.

ಕಾಲ ಎನ್ನುವುದು ವಸ್ತುವಲ್ಲ, ಅಥವಾ ಪ್ರಯಾಣಿಸಬಹುದಾದ ಮಾಧ್ಯಮವಲ್ಲ. ಕಾಲಯಂತ್ರ ಒಂದು ವಾಹನವಾಗಿರಲಿಲ್ಲ. ಇದು ಸ್ಥಳಾವಕಾಶದ ನಿರಂತರತೆಯೊಳಗೆ ಸ್ಥಳಾಂತರದ ಯಾಂತ್ರಿಕ ಪ್ರಕ್ರಿಯೆಯಾಗಿದೆ. ಪ್ರದ್ಯುಮ್ನ ತನ್ನ ಸಹ ವಿಜ್ಞಾನಿಗಳೊಂದಿಗೆ ಈ ಕಾಲಯಂತ್ರವನ್ನು ತಯಾರಿಸಿದ್ದ ಮತ್ತು ಇದರ ಪ್ರತಿ ಸಣ್ಣ ಪುಟ್ಟ ಮಾಹಿತಿಯೂ ಇವನಿಗೆ ತಿಳಿದಿತ್ತು.

ಆ ಯಂತ್ರದಿಂದ ಹರಡಿದ ಬೆಂಕಿ ಇನ್ನೂ ಅವನ ಕಡೆಗೆ ಬೀಸುತ್ತಿತ್ತು; ಅವನು ಗಾಳಿಯ ದಿಕ್ಕನ್ನು ಗಮನಿಸಿ ಜ್ವಾಲೆಯ ಹಾದಿಯಿಂದ ಪಕ್ಕಕ್ಕೆ ಸರಿದನು.ಆ ಬೆಳಕಿನಲ್ಲೇ ಅವನು ತನ್ನ ದಾರಿಯನ್ನು ಆರಿಸಿಕೊಳ್ಳಲು ಶಕ್ತನಾದನು. ಸ್ವಲ್ಪ ಸಮಯದಲ್ಲೇ ಬೆಟ್ಟದ ತಪ್ಪಲನ್ನು ಸೇರಿದ್ದ. ಇದೇ ಸ್ಥಳದಲ್ಲಿ ಅಲ್ಲವೇ ಮಹಾಪ್ರಭು ಕೆಂಪೇಗೌಡರು ನನ್ನನ್ನು ಕೊನೆಯ ಬಾರಿ ನೋಡಿದ್ದು. ಹಾಗೆಯೇ ನಡೆಯುತ್ತಾ ಅಲ್ಲಿ ಒಂದು ಸಣ್ಣ ಹೊಳೆಯನ್ನು ಕಂಡನು. ಅಲ್ಲಿ ತನ್ನ ದಾಹವನ್ನು ತೀರಿಸಿಕೊಂಡು ಅದನ್ನು ದಾಟಿ ಮುಂದಕ್ಕೆ ಸಾಗಿದ.ಅವನು ಈಗ ಒಂದು ಮಣ್ಣಿನ ರಸ್ತೆಯನ್ನು ಕಂಡನು. ಬೆಳಗಿನವರೆಗೆ ವಿಶ್ರಾಂತಿ ಪಡೆಯುವ ಸೂಕ್ತ ಸ್ಥಳಕ್ಕಾಗಿ ಹುಡುಕುತ್ತಿದ್ದನು.

*****

ವರ್ತಮಾನ:

"ಧೀರಜ್!!! ಅದು ಖಂಡಿತವಾಗಿಯೂ ನಡೆಯಬಾರದು, ಯಾವುದೇ ಪರಿಸ್ಥಿತಿಯಲ್ಲಿ ಪ್ರದ್ಯುಮ್ನನನ್ನು ಹಿಂದಕ್ಕೆ ಕರೆಸಿಕೊಳ್ಳಲೇಬೇಕು."

"ಅದು ಸಾಧ್ಯವಿಲ್ಲ ರಾಜಾರಾಮರೇ , ಈಗ ಬಂದ ವಿಶೇಷ ಸೂಚನೆ ಪ್ರಕಾರ, ಆ ಯಂತ್ರ ನಾಶವಾಗಿದೆ. ಅವನು ಬದುಕುಳಿವ ಸಾಧ್ಯತೆ ಬಹಳ ವಿರಳ. ಒಂದು ವೇಳೆ ಅವನು ಬದುಕಿದರೂ,ಅವನು ಯಾವ ಕಾಲದಲ್ಲಿದ್ದಾನೋ, ಅದು ನಮಗೆ ತಿಳಿಯದು. ಅವನು ಹೊಸದಾದ ಕಾಲಯಂತ್ರವನ್ನು ತಯಾರು ಮಾಡಿ ಮರಳಿ ಬರಬೇಕು. ಅದರ ಸಾಧ್ಯತೆಯೂ ಬಹಳ ಕಡಿಮೆ."

"ಈಗ ಕಾಲಯಂತ್ರ ಎಲ್ಲಿ ನಾಶವಾಗಿದೆ ? ಅವನು ಈಗ ಎಲ್ಲಿದ್ದಾನೆ ಎಂದು ತಿಳಿದುಕೊಳ್ಳಬಹುದೇ?"

"ಅದು ಬಹಳ ಕಷ್ಟ ಸುಧೀರ್ಘವಾದ ಪ್ರಕ್ರಿಯೆಗಳನ್ನು ಮಾಡಬೇಕು ಹಾಗು ಇನ್ನೊಂದು ಕಾಲಯಂತ್ರವನ್ನು ನಿರ್ಮಿಸಬೇಕು.ಆಗ ಮಾತ್ರ ನಾವು ಅವನನ್ನು ಹುಡುಕಿ ಕರೆತರಬಹುದು. ಅದಕ್ಕೆ ಬಹಳ ಸಮಯವಿಡಿಯುತ್ತದೆ."

"ಇನ್ನೊಂದು ಆಲೋಚನೆ ಬರುತ್ತಿದೆ, ಪ್ರದ್ಯುಮ್ನನಿಗೆನಾದರೂ ೧೫೨೦ ಕಾಲದಲ್ಲೇ ಅಪಾಯವುಂಟಾಗಿದೆಯೇ? ಆ ಅಪಾಯದಿಂದ ಪಾರಾಗಲು ಕಾಲಯಂತ್ರವನ್ನು ಆತುರದಲ್ಲಿ ಸರಿಯಾಗಿ ಬಳಸದೇ ಈ ರೀತಿಯಾಗಿದೆಯೇ? ಅಥವಾ ಅವನು ೧೬ ನೇ ಶತಮಾನದಲ್ಲೇ ಉಳಿದು, ಅವನ ಕಾಲಯಂತ್ರವನ್ನು ಯಾರಾದರೂ ನಾಶ ಪಡಿಸಲು ಪ್ರಯತ್ನಿಸಿರಬಹುದು ಆಗ ಕಾಲ ಯಂತ್ರ ಸ್ವಯಂಚಾಲಿತವಾಗಿ ಕಾಲಗರ್ಭದಲ್ಲಿ ಸೇರಿಹೋಗಿದೆ ಎಂದೆನಿಸುತ್ತದೆ."

"ಅದು ನಡೆದಿಲ್ಲ, ಏಕೆಂದರೆ ೧೫೨೦ ರಲ್ಲಿ ಪ್ರದ್ಯುಮ್ನ ಕಾಲಯಂತ್ರವನ್ನು ಹತ್ತುವ ಮುನ್ನ ಸಂದೇಶವನ್ನು ಕಳಿಸಿದ್ದ. ಆದರೆ ಏನೋ ಸಮಸ್ಯೆಯಂತೂ ಸಂಭವಿಸಿದೆ."

"ಪ್ರದ್ಯುಮ್ನ ಒಬ್ಬ ಪ್ರತಿಭಾನ್ವಿತ ವಿಜ್ಞಾನಿ ಅವನನ್ನು ಕಳೆದುಕೊಳ್ಳುವುದು ಅಸಾಧ್ಯ ಎಂದು ಮುಖ್ಯ ವಿಜ್ಞಾನಿ ನೊಂದುಕೊಂಡ. ಶೀಘ್ರದಲ್ಲೇ ಇನ್ನೊಂದು ಕಾಲಯಂತ್ರವನ್ನು ನಿರ್ಮಿಸಿ , ಆದಷ್ಟು ತ್ವರಿತವಾಗಿ ಅವನನ್ನು ಹುಡುಕಿ ತರಬೇಕು. ಇದಕ್ಕಾಗಿ ಎಷ್ಟು ವಿಜ್ಞಾನಿಗಳನ್ನಾದರೂ ಸೇರಿಸಿಕೊಳ್ಳಿ ಆದರೆ ಫಲಿತಾಂಶ ಬೇಗನೇ ನಡೆಯಬೇಕು " ಎಂದು ಆದೇಶಿಸಿದರು.

ಅಲ್ಲಿ ನೆರದಿದ್ದ ಎಲ್ಲ ವಿಜ್ಞಾನಿಗಳು ಒಟ್ಟಿಗೇ ನಾವೆಲ್ಲರೂ ಅದಕ್ಕಾಗಿ ನಮ್ಮ ಸಂಪೂರ್ಣ ಸಮಯವನ್ನು ಮೀಸಲಿಡುತ್ತೇವೆ, ಖಂಡಿತವಾಗಿ ಪ್ರದ್ಯುಮ್ನನನ್ನು ಮರಳಿ ಬರುವಂತೆ ಮಾಡುತ್ತೇವೆ ಎಂದರು.

12

ಅಪರಿಚಿತನ ಭೇಟಿ

ಪ್ರದ್ಯುಮ್ನ ಸೂಕ್ತವಾದ ಸ್ಥಳವನ್ನು ಹುಡುಕುತ್ತಾ, ದೀರ್ಘ ಪಯಣದ ಬಳಲಿಕೆಯಿಂದ ಅವನಿಗರಿವಿಲ್ಲದೇ ಒಂದು ಪೊದೆಯಲ್ಲಿ ಚಲನೆಯಿಲ್ಲದೆ ಮಲಗಿದ್ದ, ಅವನು ಎಚ್ಚರವಾದಾಗ ಆಗಲೇ ಹಗಲು ಹೊತ್ತಾಗಿತ್ತು. ಅವನು ಯಾವ ಸಮಯದಲ್ಲಿ ಈ ಪೊದೆಯಲ್ಲಿ ಮಲಗಿದನೋ ಅವನಿಗೇ ತಿಳಿಯದು. ಎದ್ದು ಪಕ್ಕದಲ್ಲಿದ್ದ ಹೊಳೆಯಲ್ಲಿ ಮುಖ ತೊಳೆದುಕೊಂಡು, ರಸ್ತೆಗೆ ಬರಲು ಮುಂದಾದನು. ಅಷ್ಟರಲ್ಲಿ ವಿಚಿತ್ರವಾದ ಶಬ್ದಗಳು, ಕುದುರೆಗಳು ಕೆನೆಯುವ ಹಾಗೆ, ಚಕ್ರಗಳು ಉರುಳಿತ್ತಿರುವ ಹಾಗೆ , ದೂರದಲ್ಲಿ ಜನಗಳು ಮಾತನಾಡುತ್ತಿರುವುದು ಕೇಳಿಸುತ್ತಿದ್ದವು. ಅವನು ಮುಂದೆ ನಡೆಯದೇ ಅಲ್ಲಿಯೇ ನಿಂತು ನೋಡಲು , ಬೆಟ್ಟದ ಕೆಳಗಿರುವ ರಸ್ತೆಯನ್ನು ಅನುಸರಿಸಿ ಕುದುರೆಯ ರಥಗಳು ಕಾಲಾಳುಗಳು ಹೋಗುತ್ತಿದ್ದ ದೃಶ್ಯ. ಕಣ್ಣನ್ನು ಉಜ್ಜಿಕೊಂಡು ಮತ್ತೆ ನೋಡಿದ. ನೂರಾರು ಕುದುರೆಯ ರಥಗಳು, ಸಾವಿರಾರು ಸೈನಿಕರು ಶಿಸ್ತುಬದ್ಧವಾಗಿ ಚಲಿಸುತ್ತಿದ್ದರು. ಅವನ ಕಣ್ಣನ್ನು ಅವನೇ ನಂಬಲಾಗಲಿಲ್ಲ. ಅವನು ಎಲ್ಲಿಗೆ ಬಂದ್ದಿದ್ದಾನೆ, ಭೂತಕಾಲಕ್ಕೋ? ಭವಿಷ್ಯ ಕಾಲಕ್ಕೂ?. ಜನರು ಕುದುರೆಯನ್ನು ಬಳಸುತ್ತಿದ್ದಾರೆ ಎಂದರೆ ಬಹುಶಃ ಇದು ಹಿಂದಿನ ಕಾಲವೇ. ಇದು ಯಾವುದೊ ಯುದ್ಧಕ್ಕಾಗಿ ಹೋಗುತ್ತಿರುವ ಸೇನೆಯಂತಿದೆ.

ಕಾಲಯಂತ್ರದ ಭಗ್ನಾವಶೇಷವನ್ನು ಅವರು ನೋಡಬಾರದು. ಅದನ್ನು ನೋಡಿದರೆ ಇದು ಯಾವುದೋ ಶತ್ರು ದೇಶದವನದೆಂದು ,ನನ್ನ ಬೆನ್ನ ಹಿಂದೆ ಬಿದ್ದರೆ ಹೇಗೆ? ಪ್ರದ್ಯುಮ್ನ ಪುನಃ ಕಾಲಯಂತ್ರದ ಜಾಗಕ್ಕೆ ಬಂದು ನೋಡಿದರೇ ಅಲ್ಲಿ ಬರೀ ಬೂದಿಯೇ ಉಳಿದಿತ್ತು. ಅದು ಸಹ ಗಾಳಿಗೆ ಎಲ್ಲಾ ಕಡೆ ಹಾರಿ

ಹೋಗುತಿತ್ತು. ದೊಡ್ಡ ನಿಟ್ಟುಸಿರು ಬಿಟ್ಟು, ಮತ್ತೆ ಬೆಟ್ಟದ ತಪ್ಪಲಿನ ಕಡೆ ಹೊರಟ. ಇನ್ನೂ ಈ ಸೈನಿಕರ ಚಲನೆ ಮುಂದುವರೆಯುತ್ತಲೇ ಇತ್ತು, ಅವರು ಧರಿಸಿರುವ ಧಿರಿಸುಗಳನ್ನು ನೋಡಿದರೇ ಅದು ಪುರಾತನ ಇತಿಹಾಸದ ಕಥೆಗಳಲ್ಲಿ ವಿವರಿಸಿದ್ದ ರೀತಿಯಲ್ಲಿತ್ತು .ಈಗ ಅದನ್ನು ಪ್ರತ್ಯಕ್ಷವಾಗಿ ನೋಡುತ್ತಿದ್ದಾನೆ.

ಪ್ರದ್ಯುಮ್ನನ ಮನದಲ್ಲಿ ಆಲೋಚನೆಯೊಂದು ಬಂತು. ತನ್ನಲ್ಲಿರುವ ಈ ಮಾಹಿತಿ ಪುಸ್ತಕವನ್ನು ಸುರಕ್ಷಿತ ಸ್ಥಳದಲ್ಲಿ ಅಡಗಿಕೊಳ್ಳುವುದು ಹೇಗೆ?. ಅದೇ ಯೋಚನೆಯಲ್ಲಿಯೇ.ಅವನು ಆ ಬೆಟ್ಟವನ್ನು ದಾಟಿ ಇನ್ನೊಂದು ಬದಿಯ ಕಣಿವೆಯಿಂದ ಮತ್ತೊಂದು ಬೆಟ್ಟವನ್ನು ದಾಟಿ ಎರಡನೇ ಕಣಿವೆಯಲ್ಲಿ ಇಳಿದನು, ಕಿರಿದಾದ ಕಂದರಗಳ ನಡುವೆ ನಡೆದು ಹೋಗುತ್ತಿರುವಾಗ ಸ್ವಲ್ಪ ಸಮಯದಲ್ಲೇ ದಾರಿ ತಪ್ಪಿದನು. ಬೆಟ್ಟವನ್ನು ಇಳಿಯುವ ಹೊತ್ತಿಗೆ ಸಂಜೆಯಾಗುತ್ತಾ ಬಂದಿತು. ಈಗ ಅವನು ಮತ್ತೊಂದು ಕಣಿವೆಯಲ್ಲಿದ್ದಾನೆ, ಅಲ್ಲೊಂದು ಮಾನವ ವಾಸಸ್ಥಾನವಿದ್ದನಂತೆ ಭಾಸವಾಗುತ್ತಿದೆ. ಅಲ್ಲಿಂದ ಅವನಿಗೊಂದು ಶಬ್ದ ಕೇಳಿಸುತ್ತಿತ್ತು. ಗಿಡಗಳನ್ನು ಕೀಳುವ ಶಬ್ದ. ಅದನ್ನು ಅನುಸರಿಸಿ ಅಲ್ಲಿಗೆ ಹೋದನು , ಅಲ್ಲೊಬ್ಬ ಖಾವಿ ಬಣ್ಣದ ಬಟ್ಟೆಯನ್ನು ಧರಿಸಿದ್ದ ಯುವಕನಂತಿದ್ದನು. ಸಣ್ಣ ಪೊದೆಗಳನ್ನು ಕಿತ್ತುಹಾಕುತ್ತಾ ಅದರ ಬೇರುಗಳನ್ನು ಚಾಕುವಿನಿಂದ ಕತ್ತರಿಸಿ ಕತ್ತರಿಸಿ ಚೀಲಕ್ಕೆ ಹಾಕುತ್ತಿದ್ದನು. ಅದೊಂದು ಆಯುರ್ವೇದ ಔಷಧೀಯ ಬಳಕೆಗಾಗಿ ವಸ್ತುಗಳನ್ನು ಸಂಗ್ರಹಿಸುತ್ತಿದ್ದ ಎಂಬುದು ನೋಡುತ್ತಲೇ ತಿಳಿದುಕೊಂಡು. ಪ್ರಾಚೀನ ಋಷಿ ಮುನಿಗಳು ಅಂತಹ ಉದ್ದೇಶಗಳಿಗಾಗಿ ಬೇರುಗಳು ಮತ್ತು ಗಿಡಮೂಲಿಕೆಗಳನ್ನು ಬಳಸುವುದನ್ನು ಅವನು ಕೇಳಿದ್ದ.

ಪ್ರದ್ಯುಮ್ನ ನಿಧಾನವಾಗಿ ಆ ಯುವಕ ಮುಂದೆ ನಿಂತು ನಮಸ್ಕರಿಸಿದ, ಆ ಅಪರಿಚಿತ ಯುವಕ ಪ್ರದ್ಯುಮ್ನನನ್ನು ನೋಡಿ ಆಶ್ಚರ್ಯಗೊಂಡ ಆದರೇ ಆತನಲ್ಲಿ ಆತಂಕವಿರಲಿಲ್ಲ. "ತಾವು ಯಾರು?" ಎಂದು ಕೇಳಿದನು. ಅದು ಸಂಸ್ಕೃತ ಭಾಷೆಯಾಗಿತ್ತು. ಪ್ರದ್ಯುಮ್ನ ಭಾರತೀಯ ಶಾಸ್ತ್ರದ ಪ್ರಾಚೀನ ಗ್ರಂಥಗಳನ್ನು ಓದಲು ತಕ್ಕಷ್ಟು ಮಟ್ಟಿಗೆ ಸಂಸ್ಕೃತವನ್ನು ಕಲಿತಿದ್ದ. ಆದುದರಿಂದ ಪ್ರದ್ಯುಮ್ನ ಅವನ ಪ್ರಶ್ನೆಗೆ ಸರಿಯಾದ ಉತ್ತರ ಕೊಟ್ಟಿದ್ದ. ಮತ್ತು ಆತನ ಹೆಸರನ್ನು ಕೇಳಿದ. ಅದಕ್ಕೆ ಆತ ತಾನು ಆತ್ರೇಯರೆಂದು ಮಹರ್ಷಿ ಭಾರದ್ವಾಜರ ಶಿಷ್ಯ. ಪ್ರದ್ಯುಮ್ನನಿಗೆ ಆಶ್ಚರ್ಯವಾಯಿತು, ಅಂದರೇ? ನಾನು ಈಗ ಮುಂದೆ ಹೋಗದೆ ಬಹಳ ಹಿಂದೆ ಬಂದು ಬಿಟ್ಟಿದ್ದೇನೆ. ಪ್ರದ್ಯುಮ್ನನನ ವಿಚಿತ್ರವಾದ ಉಡುಗೆಗಳನ್ನು ನೋಡಿ ,

"ಬಹುಶಃ ನೀವು ಇಲ್ಲಿಯವರ ಹಾಗೆ ಕಾಣುತ್ತಿಲ್ಲ. ಎಲ್ಲಿಂದ ಬಂದಿದ್ದೀರಿ?"

"ಪೂಜ್ಯರೇ!! ನಾನು ಭವಿಷ್ಯ ಕಾಲದಿಂದ ಬಂದಿದ್ದೇನೆ" ಎಂದನು.

ಅದನ್ನು ಕೇಳಿ ಆತ್ರೇಯರು ಮತ್ತೂ ಆಶ್ಚರ್ಯಗೊಂಡರು.ಆದರೆ ಅವರ ಮುಖ ನಿರಾಳ ಭಾವದಿಂದ ಕೂಡಿತ್ತು

"ಸರಿ!! ಇಲ್ಲೇ ಪಕ್ಕದಲ್ಲೇ ನನ್ನ ಆಶ್ರಮವಿದೆ. ಅಲ್ಲಿ ಸ್ವಲ್ಪ ವಿಶ್ರಾಂತಿ ತೆಗೆದುಕೋಳ್ಳಿ ನಂತರ ಮಾತನಾಡೋಣ " ಎಂದು ತಾನು ವಾಸಿಸುತ್ತಿರುವ ಸ್ಥಳಕ್ಕೆ ಕರೆದುಕೊಂಡು ಹೋದರು. ಪ್ರದ್ಯುಮ್ನ ತಾನೂ ಸಹ ಕೆಲವು ಗಿಡ ಮೂಲಿಕಗಳನ್ನು ಕೈಯಲ್ಲಿ ಹಿಡಿದು ಅವರ ಜೊತೆ ಹೊರಟ. ಪ್ರದ್ಯುಮ್ನನ ಮಾತು ಕೇಳಿ ಇವನಿಗೆಲ್ಲೋ ಮತಿಭ್ರಮಣೆಯಾಗಿದೆ ಎಂದು ಮನದಲ್ಲೇ ನಕ್ಕರು ಅತ್ರೇಯರು.

ಪ್ರಾಚೀನ ಮತ್ತು ಮಧ್ಯಕಾಲೀನ ಯುಗಗಳ ಹಿಂದೂ ಧರ್ಮದಲ್ಲಿನ ನಾಲ್ಕು ಆಶ್ರಮಗಳನ್ನು ವಯಸ್ಸಿನ ಆಧಾರದ ಮೇಲೆ ಜೀವನ ಹಂತಗಳಲ್ಲಿ ಬ್ರಹ್ಮಚರ್ಯ (ವಿದ್ಯಾರ್ಥಿ), ಗೃಹಸ್ಥ , ವಾನನಪ್ರಸ್ಥ (ನಿವೃತ್ತ) ಮತ್ತು ಸನ್ಯಾಸ (ಪುನರುಜ್ಜೀವನ). ಆತ್ರೇಯ ಬ್ರಹ್ಮಚರ್ಯ ಅಥವಾ ಸನ್ಯಾಸ ಹಂತದಲ್ಲಿರಬಹುದು.

ಬ್ರಹ್ಮಚರ್ಯ ಹಂತದಲ್ಲಿ ವಿದ್ಯಾರ್ಥಿಯು ಗುರುಕುಲಕ್ಕೆ ಹೋಗುವನು ಮತ್ತು ಸಾಮಾನ್ಯವಾಗಿ ಗುರುವಿನೊಂದಿಗೆ ವಾಸಿಸುವನು.ಆದರೆ ಈತ ಆಶ್ರಮ ಎಂದು ಹೇಳುತ್ತಿದ್ದಾರೆ ಎಂದರೆ ಬಹಶಃ ಸನ್ಯಾಸ ಸ್ವೀಕರಿಸಿರಬಹುದು. ಈ ಸನ್ಯಾಸ ಹಂತಕ್ಕೆ ಬರುವುದು ಕಷ್ಟ ಸಾಧ್ಯ. ಪ್ರಾಪಂಚಿಕ ಆಸೆಗಳನ್ನು ಮತ್ತು ಪೂರ್ವಾಗ್ರಹಗಳನ್ನು ತ್ಯಜಿಸುವ ಮೂಲಕ ಈ ಹಂತವನ್ನು ತಲುಪಬೇಕಾಗಿದೆ.ಇದು ಮುಖ್ಯವಾಗಿ ಮೋಕ್ಷ, ಶಾಂತಿ ಮತ್ತು ಸರಳ ಆಧ್ಯಾತ್ಮಿಕ ಜೀವನದ ಮೇಲೆ ಕೇಂದ್ರೀಕರಿಸಿದೆ. ಬ್ರಹ್ಮಚರ್ಯ ಹಂತವನ್ನು ಪೂರ್ಣಗೊಳಿಸಿದ ನಂತರ ಯಾರಾದರೂ ಈ ಹಂತಕ್ಕೆ ಪ್ರವೇಶಿಸಬಹುದು. ತಾನು ಭಾರತದ ಪುರಾತನ ಗ್ರಂಥಗಳನ್ನು ಅಧ್ಯಯನ ಮಾಡಿದ್ದು ಇಲ್ಲಿ ಉಪಯೋಗಕ್ಕೆ ಬರುತ್ತಿದೆ ಎಂದು ಕೊಂಡ .

ಆಶ್ರಮ ಒಂದು ಗುಡಿಸಲು ಅಷ್ಟೇ ಸುತ್ತಮುತ್ತಲೂ ಹೂವು ಹಣ್ಣಿನ ಗಿಡಗಳು, ವಿವಿಧ ಬಗೆಯ ತರಕಾರಿ, ಔಷಧೀಯ ಸಸ್ಯಗಳ ಗಿಡಗಳು. ತಂಪಾದ ವಾತಾವರಣ. ಆತ್ರೇಯರು ಬಳಿಯಲ್ಲಿರುವ ಕಲ್ಯಾಣಿಯಲ್ಲಿ ಸ್ನಾನವನ್ನು

ಮುಗಿಸಿಕೊಂಡು ಬರಬೇಕೆಂದೂ.ಬಂದ ನಂತರ ಅವನಿಗೆ ಯೋಗ್ಯವಾದ ವಸ್ತ್ರಗಳನ್ನು ಹಾಕಿಕೊಳ್ಳಬಹುದೆಂದು ತಿಳಿಸಿದನು.. ಹಾಗು ಸ್ನಾನಕ್ಕೆ ಕೆಲವು ಗಿಡಮೂಲಿಕೆಗಳನ್ನು ಅದನ್ನು ದೇಹಕ್ಕೆ ಹಚ್ಚಿ ಕೊಂಡು ಸ್ನಾನ ಮಾಡಬೇಕೆಂದು ಹೇಳಿದನು. ಪಕ್ಕದಲ್ಲಿದ್ದ ಕಪಿಲ ತೀರ್ಥ ಎಂಬ ಕಲ್ಯಾಣಿಯಲ್ಲಿ ಅವರು ಕೊಟ್ಟ ಗಿಡ ಮೂಲಿಕೆಯಿಂದ ಸ್ನಾನಾದಿಗಳನ್ನು ಮುಗಿಸಿದ. ಸ್ನಾನದ ನಂತರ ಬಹಳ ಉತ್ಸಾಹಗೊಂಡಿದ್ದ. ಕೃಷಿಕರು ಧರಿಸುವ ಉಡುಪನ್ನು ಪ್ರದ್ಯುಮ್ನ ಧರಿಸಿದನು., ಆ ಗುಡಿಸಲಿನಲ್ಲೇ ಒಂದು ಚಾಪೆಯನ್ನು ಹಾಸಿ , ತಿನ್ನಲು ಹಣ್ಣನ್ನು ಕೊಟ್ಟರು. ತನಗೆ ಹಸಿವೆಯಾಗುತ್ತಿದೆ ಎಂಬುದನ್ನೂ ಮರೆತು ಹೋಗಿದ್ದ ಪ್ರದ್ಯುಮ್ನ. ತನಗೆ ತೃಪ್ತಿಯಾಗುವಷ್ಟು ತಿಂದು, ಹಾಗೆಯೇ ಸ್ವಲ್ಪ ವಿಶ್ರಾಂತಿ ಪಡೆದನು. ಆತ್ರೇಯರು ತಮ್ಮ ಕೆಲಸದಲ್ಲಿ ಮಗ್ನನಾದರು.

ಪ್ರದ್ಯುಮ್ನ ಉಳಿದುಕೊಂಡ್ಡಿದ ವಾಸಸ್ಥಾನದಿಂದ , ಕಣಿವೆಯ ಮೇಲ್ಭಾಗದಲ್ಲಿರುವ ಕೃಷಿ ಯೋಗ್ಯವಾದ ಭೂಮಿ ಅವನನ್ನು ಆಕರ್ಷಿಸಿತು.

ಪ್ರದ್ಯುಮ್ನ ಅತ್ರೇಯರಿಗೆ ತನ್ನ ಬಗ್ಗೆ ಎಲ್ಲಾ ವಿಷಯವನ್ನು ಹೇಳಿದರೂ, ಅವರು ಅಷ್ಟು ಗಂಭೀರವಾಗಿ ಪರಿಗಣಿಸಲಿಲ್ಲ. ಅವರ ಸಹಾಯ ಪ್ರದ್ಯುಮ್ನನಿಗೆ ಅತ್ಯಂತ ಮುಖ್ಯವಾಗಿತ್ತು. ತಾನು ಅವರ ಬಳಿ ವಿಶ್ವಾಸಗಳಿಸಿ ನಂತರ ಸಹಾಯ ಪಡೆಯಬೇಕು. ಅದಕ್ಕಾಗಿ ಸಮಯ, ತಾಳ್ಮೆ ಮತ್ತು ಜಾಣ್ಮೆ ಎಲ್ಲವೂ ಅಗತ್ಯವಾಗಿತ್ತು. ಪ್ರದ್ಯುಮ್ನ ಈಗ ಸುತ್ತಮುತ್ತಲಿನ ಗಿಡಗಳ , ಅದಕ್ಕೆ ಬೇಕಾದ ಕಾರ್ಯಾಚರಣೆಗಳಲ್ಲಿ ತನ್ನನು ತಾನು ತೊಡಗಿಸಿಕೊಂಡನು. ಆ ಆಶ್ರಮದಲ್ಲಿ ಎರಡು ಹಸುಗಳಿದ್ದವು, ಅವುಗಳನ್ನೂ ಸಹ ಬಹಳ ಚೆನ್ನಾಗಿ ನೋಡಿಕೊಳ್ಳುತ್ತಿದ್ದರು.

ಪ್ರದ್ಯುಮ್ನ ಆ ದಿನ ತನ್ನ ಹಾಸಿನ ಮೇಲೆ ಮಲಗಿ ಯೋಚನಾಮಗ್ನನಾಗಿದ್ದನು. ಏನೀ ವಿಚಿತ್ರ ಪರಿಸ್ಥಿತಿ, ನಾನು ಈಗ ಎಲ್ಲಿದ್ದೀನಿ, ನಾನು ಕಾಣುತ್ತಿರುವುದು ಕನಸೋ? ನನಸೋ? ಬಹಳ ಹೊತ್ತು ಹಾಗೆಯೇ ಇದ್ದನು , ಆದರೆ ನಿದ್ರೆ ಮಾತ್ರ ಬರುತ್ತಿಲ್ಲ. ಅವನು ಈಗ ಒಬ್ಬಂಟಿಗ ನಾಗಿದ್ದನು. ನಾನು ಏಕೆ ಇಲ್ಲಿದ್ದೇನೆ? ತಾನು ೨೧ ನೇ ಶತಮಾನದ ಪ್ರತಿಭಾನ್ವಿತ ವಿಜ್ಞಾನಿ. ಇಲ್ಲೆಲ್ಲೋ ಕಾಲದ ಸುಳಿಯಲ್ಲಿ ಸಿಕ್ಕಿ ಹಾಕಿಕೊಂಡಿದ್ದೇನೆ.ನಾನು ರಾಜಾರಾಮ್ ಮತ್ತು ಧೀರಜ್ ಜೊತೆ ಗೂಡಿ ನಿರ್ಮಿಸಿದ ಕಾಲಯಂತ್ರವನ್ನು ನೋಡಿ ಎಲ್ಲಾ ವಿಜ್ಞಾನಿಗಳು ಸಂತೋಷಪಟ್ಟರು. ಅದರ ನಂತರ ಹೇಗೆ ಯಶಸ್ವಿಯಾಗಿ ೧೬ನೆ ಶತಮಾನದ ಕಾಲಾಯಾನವನ್ನು

ಮಾಡಿದೆ. ಆದರೆ ವಿಧಿಯ ಆಟವೇ ಬೇರೆಯಾಗಿದೆ. ಈ ಗೊತ್ತಿಲ್ಲದ ಯುಗಕ್ಕೆ ಬಂದು ಸೇರಿದ್ದೇನೆ.

ತಾನು ಇಲ್ಲಿಗೆ ಬಂದಾಗಿನಿಂದ ನೋಡುತ್ತಲೇ ಇದ್ದೇನೆ, ಸುತ್ತಲೂ ಬರೀ ಕಾಡು, ಕಾಡೇ ಎಲ್ಲಾ ಕಡೆ ವಿಸ್ತಾರಗೊಂಡಿದೆ. ಬೆಟ್ಟ ಹತ್ತಿ ಎಷ್ಟು ದೂರದವೆರಗೂ ನೋಡಿದರು ನಗರ ವಾಸದ ಸುಳಿವೇ ಇಲ್ಲ. ಬರೀ ಹೊಲಗಳು ಗುಡಿಸಲು ಮನೆಗಳು. ಕೈಗಾರಿಕಾ ಪ್ರದೇಶವಾಗಲಿ, ಅಥವಾ ಲೋಹದ ಗಣಿಗಾರಿಕಾ ಪ್ರದೇಶವಾಗಲಿ ಕಾಣಿಸಲೇ ಇಲ್ಲ.
ಈಗ ಅವನು ಕಾಲಯಂತ್ರದ ಬಗ್ಗೆ ಯೋಚಿಸಿದನು. ಅದಕ್ಕಾಗಿ ಬೇಕಾಗುವ ವಸ್ತುಗಳನ್ನು ಹೇಗೆ ಹುಡುಕುವುದು? ಕಾಲಯಂತ್ರವನ್ನು ನಿರ್ಮಿಸಲು ಒಂದು ಪ್ರಯೋಗಾಲಯ ಬೇಕು. ಅದಕ್ಕೆ ಯಾರು ಸಹಾಯ ಮಾಡುತ್ತಾರೆ. ಅವರು ಸಹಾಯ ಮಾಡಬೇಕಾದರೆ ನಾನು ಏನು ಮಾಡಬೇಕು? ತಲೆಯಲ್ಲಿ ಬರೀ ಇಂತಹ ಪ್ರಶ್ನೆಗಳೇ ಆದರೆ ಯಾವುದಕ್ಕೂ ಉತ್ತರವಿಲ್ಲ. ಅತ್ರೇಯರ ಬಳಿ ಮಾತನಾಡಿ, ತನಗೆ ಬೇಕಾದ ವಸ್ತುಗಳು ಎಲ್ಲಿ ಸಿಗುತ್ತದೆ ಎಂದು ತಿಳಿದುಕೊಳ್ಳಬೇಕು.

ಆತ್ರೇಯರನ್ನು ನೋಡಿದರೇ ಬರೀ ಅವರ ಸನ್ಯಾಸ ಜೀವನದಲ್ಲಿ ತಮ್ಮ ಪಾಡಿಗೆ ತಾವು ಇದ್ದಾರೆ. ಸಮಯ ಸಿಕ್ಕಾಗ ಏನನ್ನೋ ಬರೆಯುತ್ತಿರುತ್ತಾರೆ, ಕೆಲವು ಬಾರಿ ಯಾರಿಗಾದರೂ ಗಿಡ ಮೂಲಿಕೆಗಳಿಂದ ಚಿಕ್ಸಿತೆ ನೀಡುತ್ತಾರೆ. ನನಗೆ ಸಹಾಯ ಮಾಡುವ ವ್ಯಕ್ತಿಯನ್ನು ಹೇಗೆ ಹುಡುಕುವುದು.ಹೋ ದೇವರೇ!!!, ದಯವಿಟ್ಟು ಯಾವುದಾದರು ದಾರಿಯನ್ನು ತೋರಿಸು.

ಹೀಗೆಯೇ ಹಲವು ದಿನಗಳು ಕಳೆಯಿತು. ಆತ್ರೇಯರ ನಂಬಿಕೆಯನ್ನು ಗಳಿಸುವುದರಲ್ಲಿ ಪ್ರದ್ಯುಮ್ನ ಸಫಲನಾದನು. ಈಗ ಆತ್ರೇಯರು ನಡೆದ ವಿಚಾರ ತಿಳಿಸೆಂದರು. ನಡೆದ ಎಲ್ಲಾ ವಿಷಯವನ್ನು ವಿವರವಾಗಿ ತಿಳಿಸಿದ ಪ್ರದ್ಯುಮ್ನ.

13

ಗೌತಮರ ಆಶ್ರಮ

ಆತ್ರೇಯರು ಈಗ ಪ್ರದ್ಯುಮ್ನ ಹೇಳಿದ ಎಲ್ಲಾ ವಿಷಯಗಳನ್ನು ಸಾವಕಾಶದಿಂದ ಕೇಳಿದರು. ಜೊತೆಗೆ ತಾನು ತಂದಿದ್ದ ಪುಸ್ತಕ ಮತ್ತು ಕಾಲಯಂತ್ರದ ಮಾದರಿ ತೋರಿಸಿದನು. ಅದನ್ನು ಬಹಳ ಆಸಕ್ತಿ ಮತ್ತು ಶ್ರದ್ಧೆಯಿಂದ ಗಮನಿಸಿದರು. ನಂತರ ಇದು ಬಹು ಅಪರೂಪವಾದ ತಂತ್ರಜ್ಞಾನ , ನಾನು ಇದಕ್ಕೆ ಸ್ಪಂದಿಸಲು ಇದರ ಬಗ್ಗೆ ನನ್ನ ಬಳಿ ಹೆಚ್ಚು ಜ್ಞಾನವಿಲ್ಲ. ಸ್ವಲ್ಪ ಸಮಯ ಕೊಟ್ಟರೆ , ನಿನಗೆ ಹೇಗೆ ಸಹಾಯ ಮಾಡಬೇಕೆಂದು ನಾನು ಆಲೋಚಿಸುತ್ತೇನೆ. ಇನ್ನು ಮೂರು ಮಾಸಗಳಲ್ಲಿ ಹಿಮಾಲಯದಲ್ಲಿ ಒಂದು ಋಷಿ ಮುನಿಗಳ ಸಮ್ಮೇಳನವಿದೆ. ಅಲ್ಲಿಗೆ ಹೋದರೆ, ನಿನಗೆ ಅನುಕೂಲವಾಗಬಹುದು.

"ಈ ಋಷಿ ಎಂದರೆ ಯಾರು ಮತ್ತು ಮುನಿಗಳೆಂದರೆ ಯಾರು?" ಎಂದು ಪ್ರಶ್ನಿಸಿದ ಪ್ರದ್ಯುಮ್ನ.

"ಪ್ರಪಂಚದ ನೈಜತೆಗಳನ್ನು ಅರ್ಥಮಾಡಿಕೊಳ್ಳಲು ತಮ್ಮ ಜೀವನವನ್ನು ಮುಡಿಪಾಗಿಟ್ಟವರು ಈ ಋಷಿ ಮತ್ತು ಮುನಿಗಳು. ಋಷಿಗಳು ಮುನಿಗಳಾಗಿರುತ್ತಾರೆ. ಆದರೆ ಎಲ್ಲಾ ಮುನಿಗಳು ಋಷಿಗಳಲ್ಲ. ಋಷಿಗಳು ಅತ್ಯಂತ ಆಧ್ಯಾತ್ಮಿಕವಾಗಿ ಮುಂದುವರೆದವರು."

"ಪೂಜ್ಯರೇ!! ಅವರ ವಾಸವೆಲ್ಲಿ?"

"ಹಿಮಾಲಯದ ವಿಶಾಲವಾದ ಸುತ್ತಮುತ್ತಲಿನ ಪ್ರದೇಶಗಳು ಈ ಋಷಿ ಮತ್ತು ಮುನಿಗಳ ಸ್ಥಳೀಯ ನೆಲೆಯಾಗಿವೆ. ಅವರು ಆಗಾಗ ವಿಶ್ವ ಪರ್ಯಟನೆ ಮಾಡುತ್ತಾರೆ. ಅದರಲ್ಲಿ ಕೆಲವರು ಮಾತ್ರ ಹಿಮಾಲಯವನ್ನು ಬಿಟ್ಟು ಬೇರೆಯ ಕಡೆಯೂ ನೆಲೆಸುತ್ತಾರೆ. ಈಗ ನಾವಿರುವುದು ಜಂಬೂ ದ್ವೀಪದಲ್ಲಿ, ಇಲ್ಲಿ ನಾವು

ಕಪಿಲ, ಗೌತಮ, ಪತಂಜಲ ಋಷಿಗಳನ್ನು ಕಾಣಬಹುದು.ಇಲ್ಲಿಂದ ಉತ್ತರಕ್ಕೆ ಹಲವು ಯೋಜನಗಳ ನಂತರ ನರ್ಮದಾ ನದಿ ಸಿಗುತ್ತದೆ, ಅಲ್ಲಿಂದ ಮುಂದಕ್ಕೆ ವಿಂಧ್ಯಾ ಪರ್ವತ ಶ್ರೇಣಿ ಅದಾದ ನಂತರ ಹಿಮಾಲಯದ ತಪ್ಪಲು ಪ್ರದೇಶ."

"ಹೌದು !! ಈ ಋಷಿಮುನಿಗಳ ಸಮ್ಮೇಳನ ಏತಕ್ಕಾಗಿ, ಅದರ ಉದ್ದೇಶವೇನು? ಎಂದು ತಿಳಿದು ಕೊಳ್ಳಬಹುದೇ ?"

"ಈಗ ನಡೆಯುವ ಸಮ್ಮೇಳನದಲ್ಲಿ ಮುಖ್ಯವಾಗಿ ಔಷಧೀಯ ಹಾಗು ವೈದ್ಯಕೀಯ ವಿಷಯದ ಬಗ್ಗೆ ಗೋಷ್ಠಿಗಳಿರುತ್ತದೆ. ಇದೇ ರೀತಿ ಹಲವು ವಿಷಯದ ಬಗ್ಗೆ ಚರ್ಚೆಗಳು ಕಾಲ ಕಾಲಕ್ಕೆ ನಡೆಯುತ್ತಿರುತ್ತವೆ.ಈ ಸಮ್ಮೇಳನದ ಮುಖ್ಯ ಉದ್ದೇಶವೆಂದರೆ ವೈದ್ಯಕೀಯ ಜ್ಞಾನವನ್ನು ಹಂಚಿಕೊಳ್ಳುವುದು ಮತ್ತು ಈ ಪ್ರದೇಶದ ವಿವಿಧ ಜನರು ಗಳಿಸಿದ ವೈದ್ಯಕೀಯ ಜ್ಞಾನವನ್ನು ಸಂಗ್ರಹಿಸಲು ಹಾಜರಾದ ವಿದ್ವಾಂಸರನ್ನು ಪ್ರೋತ್ಸಾಹಿಸುವುದು, ಜ್ಞಾನವನ್ನು ರವಾನಿಸುವುದು , ಹೆಚ್ಚಾಗಿ ಮೌಖಿಕವಾಗಿ, ಪೀಳಿಗೆಯಿಂದ ಪೀಳಿಗೆಗೆ ಬಂದ ಆಯುರ್ವೇದ ವೈದ್ಯಕೀಯ ಜ್ಞಾನದ ಈ ಪ್ರವಾಹವನ್ನು ಶಾಶ್ವತವೆಂದು ಪರಿಗಣಿಸಲಾಗಿತ್ತು, ಆದಾಗ್ಯೂ, ಆಯುರ್ವೇದದ ಯಾವುದೇ ಅಧಿಕೃತ ಮತ್ತು ಸಂಪೂರ್ಣ ಪಠ್ಯಗಳು ಅಧ್ಯಯನಕ್ಕೆ ಲಭ್ಯವಿಲ್ಲ. ಈ ಕಾರಣಕ್ಕಾಗಿ ಪಠ್ಯಗಳ ಬರವಣಿಗೆ ಸಮ್ಮೇಳನದ ಕೇಂದ್ರಬಿಂಧುವಾಗಿದೆ."

"ಅತ್ರೇಯರೇ!! ನನಗೆ ಒಂದು ವಿಷಯ ಅರ್ಥವಾಗುತ್ತಿಲ್ಲ. ಈ ಋಷಿಗಳಿಗೂ ವೈದ್ಯರಿಗೂ ಹೇಗೆ ಸಂಬಂಧ?"

"ಈಗಿನ ನಾಗರಿಕತೆಯು ಋಷಿಮುನಿಗಳ ವಿಶಿಷ್ಟ ಬೌದ್ಧಿಕ ಕೊಡುಗೆಗಳಿಂದ ಬಲವಾಗಿ ಪ್ರಭಾವಿತವಾಗಿದೆ. ಅನಾರೋಗ್ಯವು ಮೋಕ್ಷದ ಮಾರ್ಗಕ್ಕೆ ಒಂದು ಪ್ರಮುಖ ಅಡಚಣೆಯಾಗಿದೆ. ಅದನ್ನು ಅರಿತುಕೊಂಡು ಆಯುರ್ವೇದವನ್ನು ಕಂಡು ಹಿಡಿದರು ಮತ್ತು ಅವರಲ್ಲಿ ಅನೇಕರು ಬರೀ ತಮಗೆ ಮಾತ್ರ ಅದನ್ನು ಉಪಯೋಗಿಸದೇ. ಸಾಮಾನ್ಯ ಜನರಿಗೂ ಸಹಾಯ ಮಾಡಲು ವೈದ್ಯರಾದರು."

"ನನ್ನ ಮತ್ತೊಂದು ಪ್ರಶ್ನೆ, ಈಗ ನೀವು ಏತಕ್ಕಾಗಿ ಈ ಸಮ್ಮೇಳನಕ್ಕೆ ಹೋಗುತ್ತಿರುವಿರಿ?

"ನನ್ನ ಪೂರ್ಣ ನಾಮದೇಯ ಆತ್ರೇಯ ಪುನರ್ವಸು , ನಾನು ಭಾರದ್ವಾಜ ಮಹರ್ಷಿಗಳ ಬಳಿಯಲ್ಲಿ ಔಷಧೀಯ ವಿಷಯದಲ್ಲಿ ಅಧ್ಯಯನ ಮಾಡುತ್ತಿದ್ದೇನೆ. ಆಯುರ್ವೇದದ ಬಗ್ಗೆ ತಿಳಿದ ವಿಷಯವನ್ನು ಕೃತಿಯಾಗಿ ಬರೆಯುತ್ತಿದ್ದೇನೆ, ಇದೇ ನನ್ನ ಜೀವನದ ಉದ್ದೇಶ. ಈ ಸಮ್ಮೇಳನ ನನಗೆ ಬಹಳ ಮುಖ್ಯ. ಗುರುಗಳಾದ ಭಾರದ್ವಾಜರೇ ಅಧ್ಯಕ್ಷತೆವಹಿಸುತ್ತಾರೆ."

"ಅದು ಸರಿ ಪೂಜ್ಯರೇ!! ಈ ಸಮ್ಮೇಳನ ಎಷ್ಟು ಸಮಯ ನಡೆಯುತ್ತದೆ, ಅಂದರೇ ಸಮ್ಮೇಳನದ ಅವಧಿ?"

"ಅದನ್ನು ನಿರ್ಧಿಷ್ಟವಾಗಿ ಹೇಳುವುದಕ್ಕೆ ಆಗುವುದಿಲ್ಲ, ಹಲವು ಸಂವತ್ಸರಗಳಾಗಬಹುದು. ಹಲವು ವೇಳೆ ಮತ್ತೂ ಹೆಚ್ಚು ಸಮಯವಾಗಬಹುದು. ಆದರೇ ಈಗ ನಡೆಯುವ ಸಮ್ಮೇಳನ ಮೂರು ಸಂವತ್ಸರಗಳಾಗಬಹುದು.

ಇದೊಂದು ಐತಿಹಾಸಿಕ ಸಮ್ಮೇಳನ. ಔಷಧಿಯ ಇತಿಹಾಸದಲ್ಲಿ ಒಂದು ವಿಶೇಷ ಅಧ್ಯಾಯ. ವೈದ್ಯಕೀಯ ಜ್ಞಾನವನ್ನು ಸಂಕಲಿಸುವ ಕಾರ್ಯವು ತುಂಬಾ ಕಷ್ಟಕರವಾದುದು. ಏಕೆಂದರೆ ಆಯುರ್ವೇದ ಔಷಧದ ವಿವಿಧ ಅಂಶಗಳನ್ನು ತಿಳಿದ ಅನೇಕ ವಿದ್ವಾಂಸರು ಪ್ರಪಂಚದ ವಿವಿಧ ಭಾಗಗಳಲ್ಲಿ ವಾಸಿಸುತ್ತಿದ್ದಾರೆ ಮತ್ತು ಕೆಲಸ ಮಾಡುತ್ತಿದ್ದಾರೆ. ಅವರೆಲ್ಲ ಹಲವು ಮಾಸಗಳ ಪ್ರಯಾಣ ಮಾಡಬೇಕು. ಪ್ರಯಾಣದ ಸಮಯವನ್ನು ಕಡಿಮೆ ಮಾಡಲು ಸಹ ಅನೇಕ ಋಷಿಗಳು ಹೊಸ ಆವಿಷ್ಕಾರಗಳನ್ನು ಮಾಡುತ್ತಿದ್ದಾರೆ. ಅದೇನೇ ಇದ್ದರೂ, ಸಮ್ಮೇಳನದಲ್ಲಿ ಎಲ್ಲರೂ ಭಾಗವಹಿಸುವರು.ಭಾಗವಹಿಸುವವರು ಸಂಕೀರ್ಣ ಚರ್ಚೆಗಳು ಮತ್ತು ದೀರ್ಘ ಚರ್ಚೆಗಳಲ್ಲಿ ತೊಡಗುವರು. ಆಯುರ್ವೇದದ ವಿವಿಧ ವಿಷಯಗಳ ಬಗ್ಗೆ ಪೂರ್ಣ ಪಠ್ಯಗಳನ್ನು ಸಂಕಲಿಸಲು ಸಮಿತಿಗಳನ್ನು ರಚಿಸುವರು. ಈ ಸಮ್ಮೇಳದಲ್ಲಿ ವಿದ್ವಾಂಸರು ಚರಕ ಸಂಹಿತಾ, ಗೃಹ ಔಷಧದ ಪಠ್ಯ, ಸುಶ್ರುತ ಸಂಹಿತಾ, ಶಸ್ತ್ರಚಿಕಿತ್ಸೆಯ ಪಠ್ಯ ಮತ್ತು ಕಶ್ಯಪ ಸಂಹಿತಾ, ಮಕ್ಕಳ ವೈದ್ಯರ ಪಠ್ಯ ಮತ್ತು ಇನ್ನೂ ಅನೇಕ ಕೃತಿಗಳನ್ನು ತಯಾರಿಸುವ ಮುಖ್ಯ ಉದ್ದೇಶವನ್ನು ಇಟ್ಟುಕೊಂಡ್ಡಿದೇವೆ."

ಅದನ್ನು ಕೇಳುತ್ತಾ ಪ್ರದ್ಯುಮ್ನ ರೋಮಾಂಚನಗೊಂಡನು. ತಾನು ಓದಿದ ಕೇಳಿದ ಋಷಿಗಳನ್ನು ನೇರವಾಗಿ ನೋಡುವ ಅವಕಾಶ ಸಿಗುತ್ತಿರುವುದು ನಿಜವಾಗಿಯೂ ನನ್ನ ಅದೃಷ್ಟ ಎಂದುಕೊಂಡನು.

"ಆತ್ರೇಯರೇ!!, ನಾನು ಇಲ್ಲಿಗೆ ಬಂದಾಗಿನಿಂದ ನೋಡುತ್ತಿದ್ದೇನೆ. ಎಲ್ಲಿ ನೋಡಿದರು ಬರೀ ಕಾಡು, ಜನರು ವಾಸಿಸುವ ನಗರ ಪ್ರದೇಶಗಳಿಲ್ಲ ಏನಿದರ ಕಾರಣ?"

"ಒಂದು ಕಾರ್ಯವನ್ನು ಮಾಡು, ಇಲ್ಲಿಂದ ಕೆಲವು ಗಾವುದದ ದೂರದಲ್ಲಿ ಗೌತಮ ಮುನಿಗಳ ಆಶ್ರಮವಿದೆ. ಅಲ್ಲಿ ಅವರನ್ನು ಭೇಟಿಯಾದರೆ ನಿನಗೆ ವಿಷಯ ತಿಳಿಯುತ್ತದೆ" ಎಂದು ಮುಗಳ್ನಕ್ಕರು.

ಮರುದಿನ ಮುಂಜಾನೆಯೇ ಬೆಳಗಿನ ಕಾರ್ಯಗಳನ್ನು ಮುಗಿಸಿ, ಗೌತಮ ಮುನಿಗಳ ಆಶ್ರಮದ ಕಡೆ ಹೊರಟ ಪ್ರದ್ಯುಮ್ನ.

ಸಣ್ಣದಾದ ಹೊಳೆಯನ್ನು ದಾಟಿ , ಮುಂದೆ ನಡೆದು ವಿಶಾಲವಾದ ಹುಲ್ಲು ಗಾವಲಿನ ಪ್ರದೇಶ. ಅದರ ನಂತರ ಆಶ್ರಮ. ಆಶ್ರಮದ ಸುತ್ತ ಫಲಪುಷ್ಪಗಳ ಗಿಡಮರಗಳು, ನೂರಾರು ಹಸುಗಳ ವಾಸ ಸ್ಥಾನ. ಮುಂದೆ ಹೋದರೆ. ಅದೊಂದು ಗುರುಕುಲ.ಅಲ್ಲಿ ನೂರಾರು ಮಕ್ಕಳು ತದೇಕ ಚಿತ್ತದಿಂದ ಗುರುಗಳು ಹೇಳುತ್ತಿರುವ ಪ್ರವಚನೆಯನ್ನು ಕೇಳುತ್ತಿದ್ದಾರೆ. ಪ್ರದ್ಯುಮ್ನ ಕೂಡ ಅದರಲ್ಲಿ ಮಗ್ನನಾದ. ನಿಜವಾಗಿಯೂ ಈ ಪ್ರಾಚೀನ ಶಿಕ್ಷಣ ವ್ಯವಸ್ಥೆ ಎಷ್ಟು ಚೆನ್ನ, ಅದನ್ನು ಬಿಟ್ಟು ನಾವು ಈ ಪಾಶ್ಚಿಮಾತ್ಯರ ವ್ಯವಸ್ಥೆಗೆ ಮಾರು ಹೋಗಿದ್ದೇವೆ.

ಅಷ್ಟರಲ್ಲಿ ಅವನನ್ನು ಗುರಕುಲದ ವಿದ್ಯಾರ್ಥಿಯೊಬ್ಬ ಮಾತನಾಡಿಸಿ ಬಂದ ಉದ್ದೇಶ ಕೇಳಿದನು.

"ನಾನು ಪ್ರದ್ಯುಮ್ನ ಎಂದು ಆತ್ರೇಯ ಮುನಿಗಳ ಆಶ್ರಮದಿಂದ ಬಂದಿದ್ದೇನೆ. ಗೌತಮ ಮುನಿಗಳನ್ನು ಭೇಟಿಯಾಗಬೇಕಿತ್ತು." ಎಂದ.

"ಗುರುಗಳು ಈಗ ಪ್ರವಚನದಲ್ಲಿದ್ದಾರೆ. ಸ್ವಲ್ಪ ಸಮಯ ಆ ಮಂಟಪದಲ್ಲಿ ಕುಳಿತಿರಿ, ಅವರಿಗೆ ವಿಷಯ ತಿಳಿಸುತ್ತೇನೆ." ಎಂದು ಮಂಟಪದ ಸ್ಥಳವನ್ನು ತೋರಿಸಿದ.

ಪ್ರದ್ಯುಮ್ನ ಮಂಟಪದಲ್ಲಿ ಕುಳಿತ, ಅವನಿಗೆ ಹಣ್ಣು ಮತ್ತು ಹಾಲನ್ನು ತಂದಿಟ್ಟರು. ಅವನು ಅದರ ಕಡೆ ಗಮನ ಕೊಡದೆ, ಗೌತಮ ಮುನಿಗಳಿಗಾಗಿ ಕಾದನು.

ಸ್ವಲ್ಪ ಸಮಯದಲ್ಲೇ ಅಲ್ಲಿಗೆ ಗುರುಗಳು ಬಂದರು. ಪ್ರದ್ಯುಮ್ನ ತನಗೆ ತಿಳಿಯದೆ ಹಾಗೆಯೇ, ಎದ್ದು ನಿಂತು ಅವರಿಗೆ ಸಾಷ್ಟಾಂಗ ನಮಸ್ಕಾರ ಮಾಡಿದನು.

ಗೌತಮರು ಅವನನ್ನು ಸೂಕ್ಷ್ಮವಾಗಿ ಗಮನಿಸಿ. ಮುಗುಳ್ನಗುತ್ತಾ "ನಿನ್ನನ್ನು ನೋಡಿದರೆ, ಬೇರೆ ಪ್ರದೇಶದವನೆಂದು ಅನಿಸುತ್ತದೆ.

"ನಿನ್ನ ನಾಮದೇಯ ?"

"ಪೂಜ್ಯರೇ ನನ್ನ ನಾಮಧೇಯ ಪ್ರದ್ಯುಮ್ನ ಎಂದು, ನಾನು ಇಲ್ಲಿಯವನಲ್ಲ ಬೇರೆ ಕಾಲದವನು. "

"ಮತ್ತೆ ಯಾವ ಪ್ರಾಂತ್ಯದವನು ? "

"ಇದೇ ಪ್ರಾಂತ್ಯದವನೇ. ಆದರೆ ಈ ಯುಗದವನಲ್ಲ."

" ಈ ಯುಗದವನಲ್ಲ?"

"ಕಲಿಯುಗದಿಂದ ಬಂದಿದ್ದೇನೆ"ಎಂದು ಪ್ರಶ್ನಾರ್ಥಕವಾಗಿ ನೋಡಿದರು

ಅವರು ಆಶ್ಚರ್ಯಗೊಂಡು , ಸ್ವಲ್ಪ ವಿವರವಾಗಿ ತಿಳಿಸು ಎನ್ನಲು.

ತನ್ನ ಕಥೆಯನ್ನು ವಿವರಿಸಿದನು.

"ದೇವರ ಮಹಿಮೆ ನಿಜಕ್ಕೂ ಅದ್ಭುತ. ಅವನು ಏನನ್ನು ಬೇಕಾದರೂ ಮಾಡಿಸಬಲ್ಲ ಎನ್ನುವುದಕ್ಕೆ ನೀನೇ ಸಾಕ್ಷಿ. ನಿನ್ನನ್ನು ಇಲ್ಲಿಗೆ ಕಳಿಸಿದ್ದಾ ನೆಂದರೆ ಏನೋ ಕಾರಣವಿರಲೇಬೇಕು. ಅದು ಮುಂದೆ ನಿನಗೇ ತಿಳಿಯುತ್ತದೆ."

"ಹೌದು ಪ್ರದ್ಯುಮ್ನ , ಈ ಆಶ್ರಮಕ್ಕೆ ಬಂದ ಉದ್ದೇಶ ?"

"ಗುರುಗಳೇ !! ಇಲ್ಲಿ ಎತ್ತ ನೋಡಿದರು ಬರೀ ಕಾಡೇ, ನಾಗರೀಕತೆಯನ್ನು ಸೂಚಿಸುವ ಪಟ್ಟಣಗಳಿಲ್ಲ , ಇದರ ಬಗ್ಗೆ ತಿಳಿಯಲು ನನಗೆ ಬಹಳ ಕುತೂಹಲ. ಅತ್ರೇಯರನ್ನು ಕೇಳಿದರೇ ನಿಮ್ಮ ಬಳಿ ಕಳಿಸಿದರು."

"ಪ್ರದ್ಯುಮ್ನ!!, ಹೇಳುತ್ತೇನೆ ಕೇಳು.

ಹಲವು ಸಾವಿರ ವರ್ಷಗಳ ಹಿಂದೆ, ಈ ಪೃಥ್ವಿ ಸಾಮ್ರಾಜ್ಯವು ಈಗ ನೀವು ನೋಡುವಂತೆ ಒಂದು ಸಣ್ಣ ಖಂಡವಲ್ಲ. ಅಖಂಡ ವಿಶ್ವ ,ಪ್ರಬಲವಾದ ಸಾಮ್ರಾಜ್ಯವಾಗಿತ್ತು. ಮನು ಪ್ರಜಾಪತಿಯಾಗಿದ್ದನು.ಆದರೆ ಪೃಥ್ವಿಯ ಜನರು ಕಾಲ ಕ್ರಮೇಣ ದುಷ್ಟರಾಗುತ್ತಾ ಹೋದರು, ಅವರ ಪಾಪಗಳು ಹೆಚ್ಚಾದಾಗ ಪರಮಾತ್ಮನು ಮತ್ಸ್ಯಾವತಾರದಲ್ಲಿ ಬಂದು ಮನುವಿಗೆ ಮಾರ್ಗದರ್ಶನ ನೀಡಿ, ಸಪ್ತ ಋಷಿಗಳನ್ನು ಎಲ್ಲಾ ಶಿಷ್ಟ ಜೀವಿಗಳನ್ನು ಒಂದು ಬೃಹತ್ ನೌಕೆಯಲ್ಲಿ ಸಂರಕ್ಷಿಸಿ. ಪ್ರಪಂಚದಲ್ಲಿ ಮಹಾ ಪ್ರಳಯವನ್ನು ಸೃಷ್ಟಿಸಿದ. ಆ ಪ್ರಳಯದಲ್ಲಿ ಎಲ್ಲವೂ ನಾಶವಾಯಿತು. ಪ್ರಳಯದ ನಂತರ ಅಖಂಡವಾಗಿದ್ದ ಪೃಥ್ವಿ ಸಪ್ತ ಖಂಡಗಳಾದವು. ಅದರ ನಂತರ ಮನು ಈ ಜಂಬೂ ದ್ವೀಪಕ್ಕೆ ಬಂದು ಮತ್ತೆ ಜೀವೋತ್ಪತ್ತಿ ನಡೆಯುವಂತೆ ಮಾಡಿದನು. ಮನುವಿನ ನಂತರ ಭರತ ಚಕ್ರವರ್ತಿಯು ಪ್ರಜಾಪಾಲನೆ ನಡೆಸಿದನು..ಈ ಜಂಬೂ ದ್ವೀಪದಿಂದ ಉತ್ತರಕ್ಕೆ ಹಿಮಾಲಯದವರೆಗೂ ಇರುವ ಪ್ರದೇಶವನ್ನು ಭರತ ಖಂಡ ವೆನ್ನುತ್ತಾರೆ. ಪ್ರಳಯಕಾಲದಲ್ಲೂ ಅಳಿದುಳಿದ ದುಷ್ಟರು ಆ ವಿವಿಧ ಖಂಡಗಳಲ್ಲೇ ಉಳಿದರು. ಆಗಾಗ ಭರತ ಖಂಡದ ಮೇಲೆ ಧಾಳಿ ನಡೆಸುತ್ತಿರುತ್ತಾರೆ. ಆದ್ದರಿಂದ ಹೆಚ್ಚು ಜನ ಗಡಿಯ ರಕ್ಷಣೆಯಲ್ಲೇ ಇರುತ್ತಾರೆ. ಗಡಿಯ ಭಾಗಗಳಲ್ಲಿ ಹೆಚ್ಚು ಜನರು ವಾಸವಾಗಿದ್ದಾರೆ. ಗಡಿಯ ಭಾಗ ದೂರವಾದಷ್ಟು ಎಲ್ಲವೂ ಅರಣ್ಯ ಪ್ರದೇಶವೇ. ಹಾಗೂ ಈಗಿನ ಜನ ಸಂಖ್ಯೆ ಮೊದಲಿದ್ದುದಗಿಂತ ಬಹಳ ಕಡಿಮೆ ಇದೆ. ಮತ್ತು ಅರಣ್ಯ ಪ್ರದೇಶವನ್ನು ಸಂರಕ್ಷಿಸಬೇಕೆಂದು ಹಲವು ನಿಯಮಗಳನ್ನು ಪಾಲಿಸಲಾಗುತ್ತಿದೆ. ಹೊಸ ನಗರಗಳ ನಿರ್ಮಾಣ ಅವಶ್ಯಕತೆ ಇದ್ದರಷ್ಟೇ ಮಾಡುತ್ತಾರೆ.ಪ್ರಕೃತಿಗೆ ಹೆಚ್ಚು ಪ್ರಾಮುಖ್ಯತೆಯನ್ನು ಕೊಡುತ್ತಾರೆ.ಈ ನಿಯಮಗಳನ್ನು ಸಾವಿರಾರು ವರ್ಷಗಳಿಂದ, ಈ ಜನರು ಪಾಲಿಸುತ್ತಾ

ಬಂದಿದ್ದಾರೆ."

ಇದನ್ನು ಕೇಳಿ ಪ್ರದ್ಯುಮ್ನನಿಗೆ ಬಹಳ ಸಂತೋಷವಾಯಿತು, ಪ್ರಕೃತಿಯ ಬಗ್ಗೆ ಇಲ್ಲಿನ ಜನರ ಕಾಳಜಿ ನಿಜಕ್ಕೂ ಶ್ಲಾಘನೀಯ. ಆದರೆ ೨೧ನೆ ಶತಮಾನದ ಕೊನೆಯ ೫೦ ವರ್ಷದಲ್ಲೇ ನಾವು ಭೂಮಿಯನ್ನು ಸಾಕಷ್ಟು ಕಲುಷಿತ ಮಾಡಿದ್ದೇವೆ. ಕೇವಲ ನಮ್ಮ ಸ್ವಾರ್ಥ ಸಾಧನೆಗಾಗಿ ಪ್ರಕೃತಿಯನ್ನು ವಿಕೃತಿಗೊಳಿಸಿ ಅದರ ವಿಕೋಪಕ್ಕೆ ಕಾರಣರಾಗುತ್ತಿದ್ದೇವೆ. ನಮ್ಮ ಪೂರ್ವಜರು ಎಷ್ಟು ಜವಾಬ್ದಾರಿಯುತವಾಗಿ ತಮ್ಮ ಜೀವನವನ್ನು ನಡೆಸುತ್ತಿದ್ದರು ತಿಳಿದು ಪ್ರದ್ಯುಮ್ನನಿನೆ ಪೂರ್ವಜರ ಬಗ್ಗೆ ಗೌರವ ಹೆಚ್ಚಾಯಿತು.

ಗೌತಮರೊಡನೆ ಮಾತುಕತೆ ಇನ್ನೂ ಮುಂದುವರೆಯಿತು.

14

ಸಮರೋಭ್ಯಾಸ

ಗೌತಮ ಮುನಿಗಳೊಡನೆ ದೀರ್ಘವಾಗಿ ವಿಚಾರ ವಿನಿಮಯ ನಡೆಯಿತು. ೨೧ ನೇ ಶತಮಾನದ ಎಲ್ಲಾ ವಿದ್ಯಮಾನಗಳನ್ನು ಪ್ರದ್ಯುಮ್ನ ತಿಳಿಸಿದ. ಕಾಲಯಂತ್ರದ ಬಗ್ಗೆ ಅವರು ಭಗವಂತನ ಇಚ್ಛೆಯಂತೆ ಎಲ್ಲಾ ನಡೆಯುತ್ತಿದೆ ಎಂದು ಅಭಿಪ್ರಾಯಪಟ್ಟರು. ಈಗ ಅಪರಾಹ್ನವಾಗಿದೆ, ನಮ್ಮ ಆಶ್ರಮದ ಆತಿಥ್ಯವನ್ನು ಸ್ವೀಕರಿಸಿ ನಂತರ ಇಲ್ಲಿಂದ ಹೊರಡಬೇಕೆಂದರು. ಅಲ್ಲಿಯೇ ಭೋಜನವನ್ನು ಮುಗಿಸಿ, ಅತ್ರೇಯರ ಆಶ್ರಮಕ್ಕೆ ಪ್ರದ್ಯುಮ್ನ ಹಿಂದಿರುಗಿದ.

ಅತ್ರೇಯರು ಪ್ರದ್ಯುಮ್ನನಿಗಾಗಿಯೇ ಕಾಯುತ್ತಿದ್ದರು.

"ಪ್ರದ್ಯುಮ್ನ!! ನಿನ್ನ ಪ್ರಶ್ನೆಗಳಿಗೆ ಗೌತಮರಿಂದ ಉತ್ತರ ದೊರೆಯಿತಲ್ಲವೇ?"

"ಹೌದು ಪೂಜ್ಯರೇ !!" ಎಂದ.

"ಒಳ್ಳೆಯದು. ಮತ್ತೊಂದು ವಿಷಯ.ನಾನು ಸಮ್ಮೇಳನಕ್ಕೆ ಹೋಗಲು ಸಿದ್ಧತೆ ನಡೆಸುತ್ತಿದ್ದೇನೆ? ನೀನು? "

" ಪೂಜ್ಯರೇ!! ನಾನೂ ನಿಮ್ಮೊಡನೆ ಬರುತ್ತೇನೆ. ಅಲ್ಲಿ ನನಗೆ ಖಂಡಿತಾ ಸಹಾಯ ಸಿಗಬಹುದೆಂಬ ಭರವಸೆಯಿದೆ. ಅದಕ್ಕೂ ಮುಖ್ಯವಾಗಿ ಋಷಿ ಮುನಿಗಳನ್ನು ನೋಡುವ ಅವಕಾಶವನ್ನು ನಾನು ಖಂಡಿತಾ ಕಳೆದುಕೊಳ್ಳಲಾರೆ. "

ಮುಗುಳ್ನಕ್ಕು "ಸರಿ ಹಾಗಾದರೇ....ನೀನು ಖಂಡಿತವಾಗಿ ಕೆಲವೊಂದು ಸಮರ ಕಲೆಗಳನ್ನು ಅಭ್ಯಸಿಸಬೇಕು."

ಪ್ರದ್ಯುಮ್ನನಿಗೆ ಆಶ್ಚರ್ಯವಾಯಿತು.

ಅವನ ಮನದಾಳವನ್ನು ಅರಿತ ಅತ್ರೇಯರು ನಕ್ಕು,

"ಪ್ರದ್ಯುಮ್ನ!!ದಾರಿಯಲ್ಲಿ ಯಾವ ಅಪಾಯಗಳು ಸಂಭವಿಸುತ್ತದೋ ಹೇಳತೀರದು. ನಾವು ಅದಕ್ಕೆ ತಕ್ಕ ರೀತಿಯಲ್ಲಿ ಸಿದ್ಧತೆ ನಡೆಸಬೇಕು. ನಾನು ನಿನಗೆ ಕೆಲವು ಸಾಮಾನ್ಯ ತರಬೇತಿಯನ್ನು ಕೊಡುತ್ತೇನೆ, ನಂತರ ನೀನು ಅದನ್ನು ಚೆನ್ನಾಗಿ ಅಭ್ಯಸಿಸಬೇಕು. ನಮಗಿರುವುದು ಕೇವಲ ಮೂರು ಮಾಸಗಳು."

"ಆತ್ರೇಯರೇ!!, ಈ ಸಮರಕಲೆಗಳು ಎಂದರೇನು ಸ್ವಲ್ಪ ವಿವರಿಸುವಿರ ?"

"ಆಯುಧವಿದ್ಯೆ ,ವೀರ ವಿದ್ಯೆ, ಶಸ್ತ್ರವಿದ್ಯೆ, ಧನುರ್ವಿದ್ಯೆ ,ಸ್ವರಕ್ಷ ಕಲೆಗಳು ಸಮರಕಲೆಗಳಲ್ಲಿ ಮುಖ್ಯವಾದವು.ಸಮರ ಕಲೆಗಳು ಸಾಮಾನ್ಯವಾಗಿ ಈ ಭರತ ಖಂಡದ ಮೂಲಭೂತ ಅವಶ್ಯಕತೆ, ಇಲ್ಲಿಯೇ ಅದರ ಉಗಮವಾಗಿದೆ.ಇವು ನಿಜವಾದ ಹೋರಾಟವನ್ನು ಮಾತ್ರವಲ್ಲದೆ ಯುದ್ಧ ರಚನೆಗಳು ಮತ್ತು ಕಾರ್ಯತಂತ್ರವನ್ನೂ ಒಳಗೊಂಡಿದೆ. ಸಮರ ಕಲೆಗಳನ್ನು ಸಾಮಾನ್ಯವಾಗಿ ಸಾಂಪ್ರದಾಯಿಕವಾಗಿ ಕಲಿಸಲಾಗುತ್ತದೆ ಮತ್ತು ಅಭ್ಯಾಸ ಮಾಡಲಾಗುತ್ತದೆ. ಆಯುಧದಿಂದ ಮತ್ತು ಆಯುಧವಿಲ್ಲದೇ ಯುದ್ಧ ಮಾಡುವ ಕಲೆಗಳನ್ನು ಭರತ ಖಂಡದ ಉದ್ದಗಲದಲ್ಲಿ ಎಲ್ಲರೂ ಅಭ್ಯಾಸ ಮಾಡುತ್ತಿದ್ದಾರೆ.

ಅಗ್ನಿ ಪುರಾಣ ಎಂಬ ಗ್ರಂಥದಲ್ಲಿ ಶಸ್ತ್ರಾಸ್ತ್ರಗಳನ್ನು ಎರಡು ವಿಧಗಳಾಗಿ ಮುಕ್ತ ಮತ್ತು ಅಮುಕ್ತ ವರ್ಗಗಳಾಗಿ ವಿಂಗಡಿಸುತ್ತದೆ. ಮುಕ್ತ ವರ್ಗವು ಹನ್ನೆರಡು ಶಸ್ತ್ರಾಸ್ತ್ರಗಳನ್ನು ಒಳಗೊಂಡಿದೆ, ಅವುಗಳು ನಾಲ್ಕು ವಿಭಾಗಗಳ ಅಡಿಯಲ್ಲಿ ಬರುತ್ತವೆ.

ಯಂತ್ರ-ಮುಕ್ತ: ಬಿಲ್ಲಿನಂತಹ ಉತ್ಕ್ಷೇಪಕ ಆಯುಧಗಳು

ಪಾಣಿ-ಮುಕ್ತ : ಈಟಿಯಂತಹ ಕೈಯಿಂದ ಎಸೆಯಲ್ಪಟ್ಟ ಆಯುಧಗಳು

ಮುಕ್ತ-ಸಂಧರಿತ : ಶಸ್ತ್ರಾಸ್ತ್ರಗಳನ್ನು ಎಸೆದು ಹಿಂದಕ್ಕೆ ಎಳೆಯಲಾಗುತ್ತದೆ ಸರಪಳಿ ಇರುತ್ತದೆ

ಮಂತ್ರ-ಮುಕ್ತ: ಮಂತ್ರ ಪಠನೆಯಿಂದ ಆಯುಧಗಳನ್ನು ಬರಿಸುವುದು

ಅಮುಕ್ತದ ಮೂರು ವರ್ಗಗಳ

ಅಸ್ತ ಶಸ್ತ್ರ : ಕೈಯಲ್ಲಿ ಹಿಡಿದು ಯುದ್ಧ ಮಾಡುವುದು ಇದರಲ್ಲಿ ಇಪ್ಪತ್ತು ಪ್ರಕಾರಗಳು,ಕಠಾರಿ , ಜಂಬೂ ದ್ವೀಪದ ಕಠಾರಿಗಳು ಅತ್ಯಂತ ವಿಶಿಷ್ಟವಾದವು.

ಮುಕ್ತಾಮುಕ್ತ : ಹತ್ತಿರದಿಂದ ಬಳಸಬಹುದಾದ ಶಸ್ತ್ರಾಸ್ತ್ರಗಳು,ಎಸೆದು ಮತ್ತೆ ಪಡೆಯುವ ಬಗೆಯ ಆಯುಧಗಳನ್ನು ಬಳಸುತ್ತಾರೆ

ಬಾಹುಯುದ್ದ:ನಿರಾಯುಧ ಹೋರಾಟ

ಬಿಲ್ಲು ಮತ್ತು ಬಾಣಗಳೊಂದಿಗಿನ ದ್ವಂದ್ವಯುದ್ಧವನ್ನು ಉದಾತ್ತವೆಂದು ಪರಿಗಣಿಸಲಾಗುತ್ತದೆ, ಅದರ ಮುಂದಿನ ಶ್ರೇಣಿ ಈಟಿಗಳೊಂದಿಗೆ , ಕತ್ತಿಯೊಂದಿಗೆ ಹೋರಾಡುವುದೆಂದು ಪರಿಗಣಿಸಲಾಗುತ್ತದೆ. ಕುಸ್ತಿಯನ್ನು ಹೋರಾಟದ ಅಂತಿಮ ಶ್ರೇಣಿಯೆಂದು ಪರಿಗಣಿಸಲಾಗುತ್ತದೆ.

ನಾನು ನಿನಗೆ ಖಡ್ಗ ವಿದ್ಯೆ ಮತ್ತು ಮಲ್ಲಯುದ್ದದ ಬಗ್ಗೆ ಕಲಿಸುತ್ತೇನೆ. ಇಂದು ಸಂಜೆ ಸಂಧ್ಯಾವಂದನೆಯ ನಂತರ ನಿನ್ನ ಕಲಿಕೆ ಪ್ರಾರಂಭವಾಗುತ್ತದೆ.

ನಿಗದಿಪಡಿಸಿದಂತೆ ಅಂದು ಸಂಜೆ ಮಾರುತಿಗೆ ಪೂಜೆಯನ್ನು ಅರ್ಪಿಸಿ. ಮಲ್ಲ ಯುದ್ಧದ ತರಭೇತಿ ಶಿಕ್ಷಣ ಪ್ರಾರಂಭವಾಯಿತು.

ಮಲ್ಲಯುದ್ಧ ಜಂಟಿ ಕಾಳಗ , ಹೊಡೆದಾಟ , ಉಸಿರುಗಟ್ಟಿಸುವುದು ಮತ್ತು ಒತ್ತಡದ ಬಿಂದುವಿನ ಮೇಲೆ ಪ್ರಹಾರ ಮಾಡುವುದನ್ನು ಒಳಗೊಂಡಿದೆ. ಇದರಲ್ಲಿ ನಾಲ್ಕು ವಿಧಗಳು.

ಹನುಮಂತಿ ವಿಧಾನ ತಾಂತ್ರಿಕ ಶ್ರೇಷ್ಠತೆಯ ಮೇಲೆ ಕೇಂದ್ರೀಕರಿಸಲಾಗುತ್ತದೆ.

ಭೀಮಸೇನಿ ವಿಧಾನ ಯೋಧ ತನ್ನ ಸಂಪೂರ್ಣ ಶಕ್ತಿಯನ್ನು ಕೇಂದ್ರೀಕರಿಸುತ್ತಾನೆ ಎದುರಾಳಿಯನ್ನು ಎದುರಿಸುತ್ತಾನೆ.

ಜಾಂಬವಂತಿ ವಿಧಾನ ಪಟ್ಟುಗಳನ್ನು ಬಳಸುತ್ತಾರೆ ಮತ್ತು ಎದುರಾಳಿಯನ್ನು ಆ ಪಟ್ಟಿನ ಬಂಧನಕ್ಕೆ ಒಳ್ಳಗಾಗಿಸುತ್ತಾರೆ .

ಜರಾಸಂಧಿ ವಿಧಾನ ಹೋರಾಡುವಾಗ ಎದುರಾಳಿಯ ಕೈಕಾಲು ಮತ್ತು ಕೀಲುಗಳನ್ನು ಒಡೆಯುವಲ್ಲಿ ಗಮನಹರಿಸುತ್ತಾನೆ."

ಎಂದು ಶಾಸ್ತ್ರೋಕ್ತವಾಗಿ ಕೆಲವು ಭಂಗಿಗಳನ್ನು ತೋರಿಸಿದರು. ಅಷ್ಟರಲ್ಲಿ ಸೂರ್ಯಾಸ್ತವಾಯಿತು.

"ನಿನಗೆ ಮೊದಲೆರಡು ವಿಧಾನಗಳನ್ನು ಕಲಿಸುತ್ತೇನೆ, ಅವುಗಳು ಬಹಳ ಉಪಯೋಗಕ್ಕೆ ಬರುತ್ತದೆ. ನಂತರ ನಿನಗೆ ಅದರ ಮೇಲೆ ಆಸಕ್ತಿ ಬಂದರೆ ಆಗ ನೋಡೋಣ.

ಈಗ ಸೂರ್ಯಾಸ್ತವಾದ ಕಾರಣ , ನಾಳೆ ಪ್ರಾತಃ ಕಾಲದಲ್ಲಿ ಅಭ್ಯಾಸ ಪ್ರಾರಂಭಿಸು."

"ಅತ್ರೇಯರೇ, ನನ್ನದೊಂದು ಪ್ರಶ್ನೆ? ನೀವು ಹನುಮಂತ , ಭೀಮ ಎನ್ನುತ್ತಿದ್ದೀರಲ್ಲ,ಈಗ ಯಾವ ಯುಗ ನಡೆಯುತ್ತಿದೆ."

"ಮನು ಕೃತಯುಗವನ್ನು ,ಭರತ ತ್ರೇತಾಯುಗವನ್ನು ಪಾಲಿಸಿದ ನಂತರ ಈಗ ದ್ವಾಪರಯುಗ ನಡೆಯುತ್ತಿದೆ, ರಾಜಾ ವಿಕ್ರಮಾದಿತ್ಯನ ರಾಜ್ಯಭಾರ.

ಆಗಾದರೆ ಮಹಾಭಾರತ ಯುದ್ಧ?

ಅದು ಮುಗಿದು ನೂರಾರು ವರ್ಷಗಳಾಗಿವೆ. ಆ ಯುದ್ಧದಲ್ಲಿ ಕೋಟ್ಯಂತರ ಯೋಧರ ಬಲಿದಾನವಾಯಿತು. ಅಳಿದುಳಿದ ಮಕ್ಕಳಿಂದ ಮುಂದಿನ ಪೀಳಿಗೆ ಪ್ರಾರಂಭವಾಯಿತು.ಅದಕ್ಕೆ ಜನಸಂಖ್ಯೆ ಬಹಳ ಕಡಿಮೆ. ನೀನು ಕೇಳುತ್ತಿದ್ದೆಯಲ್ಲ ಅರಣ್ಯವೇ ಹೆಚ್ಚು ಎಂದು, ಅದಕ್ಕೆ ಇದೂ ಒಂದು ಕಾರಣ."

"ಅದು ಬಿಡು. ಈಗ ಮಲ್ಲಯುದ್ಧದ ತರಭೇತಿಗಾಗಿ ಏನು ಮಾಡಬೇಕೆಂದು ಹೇಳುತ್ತೇನೆ ಕೇಳು.

ಮಲ್ಲಯುದ್ಧದ ಅಭ್ಯಾಸಕಕ್ಕಾಗಿ ಇಲ್ಲಿ ಮಣ್ಣಿನ ಸಾಂಪ್ರದಾಯಿಕ ರಂಗಸ್ಥಳವನ್ನು ನಿರ್ಮಿಸಬೇಕು. ಅದು ನಿನ್ನ ತಕ್ಷಣದ ಕರ್ತವ್ಯ.

ಮಣ್ಣಿನ ಹೊಂಡವನ್ನು ಸುಮಾರು ಒಂದು ಆನೆಯ ಸುತ್ತಳತೆಗೆ ಸಮನಾಗುವಂತೆ ಅದನ್ನು ಚೌಕಾಕಾರ ಇಲ್ಲವೇ ವೃತ್ತಾಕಾರದ ನಿರ್ಮಿಸಬೇಕು. ಅಗೆದ ಮಣ್ಣಿಗೆ ತುಪ್ಪವನ್ನು ಅದರ ಜೊತೆ ನೀರನ್ನು ಸೇರಿಸಬೇಕು.ತರಬೇತಿಯ ಮೊದಲು, ಮಣ್ಣಿನಲ್ಲಿ ಯಾವುದೇ ಸಣ್ಣ ಪುಟ್ಟ ಕಲ್ಲುಗಳಿದ್ದರೂ ತೆಗೆದು ಹಾಕಬೇಕು.ರಂಗಸ್ಥಳ ಸರಿಯಾದ ಸ್ಥಿರತೆಯಲ್ಲಿರಲು ಪ್ರತಿ ಮೂರು ದಿನಗಳಿಗೊಮ್ಮೆ ನೀರನ್ನು ಚುಮುಕಿಸಿಬೇಕು.ನಿತ್ಯ ತರಭೇತಿಯ ಮುನ್ನ ಮಣ್ಣನ್ನು ಹದಗೊಳಿಸಬೇಕು ನಂತರವೇ ಅಭ್ಯಾಸ ಪ್ರಾರಂಭಿಸಬೇಕು. ಇದು ಸಹಿಷ್ಣುತೆಯ ತರಬೇತಿಯ ಒಂದು ಭಾಗ ಮತ್ತು ಸ್ವಯಂ-ಶಿಸ್ತಿನ ವ್ಯಾಯಾಮ ಎಂದು ಪರಿಗಣಿಸಲಾಗುತ್ತದೆ. ಅಭ್ಯಾಸದ ಸಮಯದಲ್ಲಿ, ಕುಸ್ತಿಪಟುಗಳು ಕೆಲವು ಕೈಬೆರಳಣಿಕೆಯಷ್ಟು ಮಣ್ಣನ್ನು ತಮ್ಮ ದೇಹದ ಮೇಲೆ ಮತ್ತು ಅವರ ವಿರೋಧಿಗಳ ಮೇಲೆ ಸ್ವಾಗತಿಸುವ ರೂಪವಾಗಿ ಎಸೆಯುತ್ತಾರೆ, ಇದು ಉತ್ತಮ ಹಿಡಿತವನ್ನು ಸಹ ನೀಡುತ್ತದೆ. ನಂತರ ಹನುಮಂತ ದೇವರಿಗೆ ಪ್ರಾರ್ಥನೆ ಸಲ್ಲಿಸಲಾಗುತ್ತದೆ. ಹಿರಿಯರಿಗೆ ಗೌರವದ ಸಾಂಪ್ರದಾಯಿಕ ಸಂಕೇತವಾದ ಗುರುವನ್ನು ಅವರ ಪಾದಗಳಿಗೆ ಸ್ಪರ್ಶಿಸುವ ಮೂಲಕ ಗೌರವವನ್ನು ನೀಡುವುದನ್ನು ಅನುಸರಿಸಲಾಗುತ್ತದೆ.

ಈ ಎಲ್ಲಾ ವಿಧಿ ನಿಯಮಗಳನ್ನು ಪಾಲಿಸಬೇಕು. ಇನ್ನೊಂದು ವಿಷಯ , ಕುಸ್ತಿಪಟುಗಳು ತಮ್ಮನ್ನು ದೈಹಿಕವಾಗಿ, ಮಾನಸಿಕವಾಗಿ ಮತ್ತು ಆಧ್ಯಾತ್ಮಿಕವಾಗಿ ಬೆಳೆಸುವಲ್ಲಿ ಗಮನಹರಿಸಬೇಕು. ಈ ಶುದ್ಧತೆಯು ಉನ್ನತ ಮಟ್ಟದ ಸಮರ ಮತ್ತು ಕ್ರೀಡಾ ಪರಿಪೂರ್ಣತೆಯನ್ನು ಸಾಧಿಸಲು ಸಹಾಯ ಮಾಡುತ್ತದೆ ಎಂದು ಹೇಳಲಾಗುತ್ತದೆ. ಇದಕ್ಕೆ ಉತ್ತಮ ಆಹಾರವನ್ನು ಕಾಲ ಕಾಲಕ್ಕೆ ತಕ್ಕಂತೆ ಸೇವಿಸಬೇಕು.

ಮಲ್ಲಯುದ್ಧ ತರಭೇತಿಗೂ ಮುನ್ನ ವ್ಯಾಯಾಮ ಅತ್ಯವಶ್ಯಕ, ಸಾಮಾನ್ಯವಾಗಿ ದೈಹಿಕ ತರಬೇತಿ.ಇದರಲ್ಲಿ ಬೆಟ್ಟ ಹತ್ತುವುದು,ಭಾರವಾದ ವಸ್ತುಗಳನ್ನು ಎತ್ತುವುದು,ಎಳೆಯುವುದು, ಓಡುವುದು ಮತ್ತು ಈಜು ಸೇರಿದೆ."

ಆತ್ರೇಯರು ಹೇಳಿದಂತೆ ಮರುದಿನ ರಂಗ ಸ್ಥಳವನ್ನು ಸಿದ್ದ ಪಡಿಸಿದ ಪ್ರದ್ಯುಮ್ನ. ವ್ಯಾಯಾಮದ ವಿವಿಧ ಪ್ರಕಾರಗಳನ್ನು ಅನುಸರಿಸಿ, ಮಲ್ಲಯುದ್ಧಕ್ಕೆ ಸಿದ್ಧವಾಗುವಷ್ಟರಲ್ಲಿ ನಾಲ್ಕು ದಿನಗಳೇ ಕಳೆದವು.

ಐದನೇ ದಿನ ಹನುಮಂತನಿಗೆ ಪೂಜೆ ಸಲ್ಲಿಸಿ, ಗುರುಗಳಾದ ಅತ್ರೇಯರ ಪಾದಗಳಿಗೆ ನಮಸ್ಕರಿಸಿ. ಮಲ್ಲ ಯುದ್ಧಾಭ್ಯಾಸವನ್ನು ಆರಂಭಿಸಿದನು. ಹಲವು ದಿನಗಳ ನಿರಂತರ ಅಭ್ಯಾಸದ ನಂತರ, ಅವನ ತರಭೇತಿ ಒಂದು ಹಂತಕ್ಕೆ ಬಂತು.

ಆತ್ರೇಯರು ಈಗ ಖಡ್ಗ ಯುದ್ಧದ ತರಭೇತಿಯನ್ನು ನೀಡಲು ಯೋಚಿಸುತ್ತಿದ್ದರು.

"ಪ್ರದ್ಯುಮ್ನ!!. ನಿನಗೆ ಅಶ್ವವಿದ್ಯೆ ಬರುತ್ತದೆಯೇ?"

"ಇಲ್ಲ , ನನ್ನ ಜೀವ ಮಾನದಲ್ಲೇ ಕುದುರೆಯ ಹತ್ತಿರವೂ ಹೋಗಿಲ್ಲ."

"ಹೋ!! , ಹಾಗಾದರೆ ಮೊದಲು ಅದನ್ನು ಕಲಿತುಕೊ. ಏಕೆಂದರೆ ನಮ್ಮ ಪಯಣ ಕುದುರೆ ಮೇಲೆಯೇ. ನಿನಗೆ ಅದರಲ್ಲಿ ಸಂಪೂರ್ಣ ಹಿಡಿತವಿರಬೇಕು.

ಇಲ್ಲೇ ಸ್ವಲ್ಪ ದೂರ ದಕ್ಷಿಣಕ್ಕೆ ಹೋದರೇ ಕಾವೇರಿ ನದಿ. ಅದರ ದಡದಲ್ಲಿ ಅಗಸ್ತ್ಯರ ಆಶ್ರಮವಿದೆ, ಅಲ್ಲಿ ಅಶ್ವಸೇನ ಎಂಬ ಅವರ ಶಿಷ್ಯ ಅಶ್ವ ಕಲೆಯಲ್ಲಿ ನಿಪುಣ. ಅವನಿಂದ ನೀನು ಆ ವಿದ್ಯೆಯನ್ನು ಕಲಿಯಬಹುದು.ಇಂದೇ ಅಲ್ಲಿಗೆ ಪಯಣವನ್ನು ಬೆಳೆಸು."

ಪ್ರದ್ಯುಮ್ನ ಮರುಮಾತನಾಡದೇ ಅದಕ್ಕೆ ಸಮ್ಮತಿಸಿದ. ಅಲ್ಲಿಂದ ಅಗಸ್ತ್ಯರ ಆಶ್ರಮ ತಲುಪಲು ನಾಲ್ಕೈದು ದಿನಗಳೇ ಕಳೆಯಿತು.ಅಲ್ಲಿ ನೋಡಿದರೇ ಅಗಸ್ತ್ಯರು ಇರಲಿಲ್ಲ, ಅವರು ದೇಶ ಪರ್ಯಟನೆಗೆ ಹೋಗಿದ್ದರು. ಅವರ ಶಿಷ್ಯ ಅಶ್ವಸೇನರಿಗೆ ತಾನು ಬಂದ ಉದ್ದೇಶವನ್ನು ತಿಳಿಸಿದ.

ಅತ್ರೇಯರು ಅಶ್ವಸೇನರ ಮಿತ್ರರಾಗಿದ್ದರು. ಪ್ರದ್ಯುಮ್ನನನ್ನು ಸ್ವಾಗತಿಸಿ, ಅಶ್ವ ವಿದ್ಯೆಯನ್ನು ಕಲಿಸುವುದಕ್ಕೆ ಸಂತೋಷದಿಂದ ಒಪ್ಪಿಕೊಂಡರು.

"ಪ್ರದ್ಯುಮ್ನ!!, ಅಶ್ವ ಕಲೆಯೆಂದರೆ ಬರೀ ಅದರ ಸವಾರಿಯಲ್ಲ, ಆ ಅಶ್ವದ ಬಗ್ಗೆ ಸಂಪೂರ್ಣವಾಗಿ ತಿಳಿದುಕೊಳ್ಳುವುದು. ಅದರ ಜೊತೆ ಮೃದುವಾಗಿ ವರ್ತಿಸಬೇಕು, ಅದರ ಮನಸ್ಸನ್ನು ಅರಿಯಬೇಕು. ಅಶ್ವಗಳು ಸಾಮಾಜಿಕವಾಗಿ ಬೆರೆಯುವ ಪ್ರಾಣಿ ಮತ್ತು ಸರಿಯಾಗಿ ನಿರ್ವಹಿಸಿದಾಗ,ನಿನ್ನನ್ನು ಅನುಸರಿಸುತ್ತದೆ

ಮತ್ತು ಗೌರವಿಸುತ್ತದೆ.

ಅಶ್ವಗಳಿಗೆ ಮಾನವನ ಹಾಗೇ ಹೋರಾಟದ ಸ್ವಭಾವವಿರುತ್ತದೆ , ಮಾನವನ ಅಗತ್ಯಗಳಿಗೆ ಹೊಂದಿಕೊಳ್ಳಬಹುದಾದ ಪ್ರವೃತ್ತಿಯನ್ನು ಹೊಂದಿವೆ. ಸಂಧರ್ಭಕ್ಕೆ ಸೂಕ್ತವಾದ ಪ್ರತಿಕ್ರಿಯೆಯನ್ನು ನಿರ್ಧರಿಸಲು ಅದು ಮನುಷ್ಯರನ್ನು ಅವಲಂಬಿಸುತ್ತದೆ. ನಿನಗೆ ಒಂದು ಯುವ ಅಶ್ವವನ್ನೇ ನೀಡುತ್ತೇನೆ.ಏಕೆಂದರೆ ಅದು ಸುಲಭವಾಗಿ ನಿನ್ನ ನಿರೀಕ್ಷೆಗಳಿಗೆ ಹೊಂದಿಕೊಳ್ಳುತ್ತದೆ.

ಅಶ್ವದ ಮೇಲೆ ಸವಾರಿ, ಅಶ್ವ ವಿದ್ಯೆಯ ಒಂದು ಭಾಗವಷ್ಟೇ. ಹೀಗೆ ಅಶ್ವವಿದ್ಯೆಯ ಬಗ್ಗೆ ಬಹಳ ವಿಷಯಗಳನ್ನು ತಿಳಿಸಿ. ಅಶ್ವ ಸವಾರಿಯ ಸಮಯದಲ್ಲಿ ನಿನ್ನ ಹೃದಯದ ಬಡಿತ ಅಶ್ವದ ಹೃದಯದ ಬಡಿತ ಒಂದೇ ವೇಗಕ್ಕೆ ಬರುತ್ತದೆ. ಅದನ್ನು ಸಾಧಿಸುವುದೇ ಈ ಕಲೆಯ ಮೂಲ ಉದ್ದೇಶ.

ಅಶ್ವವಿದ್ಯೆಯನ್ನು ಕಲಿಯುವುದಕ್ಕೂ ಮುಂಚೆ ಹಯಗ್ರೀವನನ್ನು ಪೂಜಿಸಬೇಕು.ವಿಷ್ಣುವಿನ ಪ್ರಸಿದ್ಧ ಅವತಾರಗಳಲ್ಲಿ ಒಂದಾದ ಹಯಗ್ರೀವನಿಗೆ ಕುದುರೆ ಮುಖ , ಮಧು ಕೈಟಭ ಎಂಬ ರಾಕ್ಷಸನಿಂದ ವೇದಗಳನ್ನು ಕಾಪಾಡಲಾಯಿತು.ಹಯಗ್ರೀವ ಜ್ಞಾನದ ಪ್ರತೀಕ.

ಪ್ರದ್ಯುಮ್ನ!! ಈ ಅಶ್ವಗಳು ಹೇಗೆ ಭೂಮಿಗೆ ಬಂದಿವೆ ಎಂಬುದರ ಬಗ್ಗೆ ಸ್ವಾರಸ್ಯಕರ ಸಂಗತಿಯಿದೆ."

ಅದರ ಬಗ್ಗೆ ಕೇಳಲು ಪ್ರದ್ಯುಮ್ನ ಉತ್ಸುಕನಾದನು.

"ಈ ಅಶ್ವ ಇಂದ್ರನಿಂದ ಭೂಮಿಗೆ ಬಂದಿದೆ. ಉಚ್ಚೈಹಶ್ರವಸು ಎಂಬ ಅಶ್ವ ಸಾಗರ ಮಂಥನದ ಸಮಯದಲ್ಲಿ ಸಮುದ್ರದ ಆಳದಿಂದ ಹೊರಹೊಮ್ಮಿತು.ಇದು ಶ್ವೇತಾಶ್ವ ಮತ್ತು ಎರಡು ರೆಕ್ಕೆಗಳನ್ನು ಸಹ ಹೊಂದಿತ್ತು. ಇಂದ್ರನು ಈ ಅಶ್ವವನ್ನು ಸ್ವರ್ಗಕ್ಕೆ ತೆಗೆದುಕೊಂಡು ಹೋದನು. ನಂತರ ಇಂದ್ರನು ಇದನ್ನು ಭೂಮಿಗೆ ಕಳಿಸಿದ. ಅಶ್ವ ಭೂಮಿಯ ಮೇಲೆಯೇ ಉಳಿಯಲಿ ಎಂದು,ಅದರ ರೆಕ್ಕೆಗಳನ್ನು ತೆಗೆದು ಅದನ್ನು ಮಾನವಕುಲಕ್ಕೆ ಪ್ರಸ್ತುತಪಡಿಸಿದನು."

ಕೆಲವು ದಿನಗಳಲ್ಲೇ ಪ್ರದ್ಯುಮ್ನ ಅಶ್ವಸೇನರಿಂದ ಬೇಕಾದ ವಿಧ್ಯೆಯನ್ನು ಕಲಿತು, ಎರಡು ಯುವ ಅಶ್ವಗಳೊಂದಿಗೆ ಅತ್ರೇಯರ ಆಶ್ರಮಕ್ಕೆ ಹಿಂದಿರುಗಿದನು.

ಅಶ್ವಗಳೊಂದಿಗೆ ಬಂದ ಪ್ರದ್ಯುಮ್ನನನ್ನು ನೋಡಿ ಅತ್ರೇಯರು ಬಹಳ ಸಂತಸಗೊಂಡು, ಪಯಣದ ಆಯಾಸದಿಂದ ಇಂದು ವಿಶ್ರಾಂತಿ ತೆಗೆದುಕೊಂಡರೆ. ಮುಂದಿನ ಕಾರ್ಯವನ್ನು ಮರುದಿನ ಯೋಚಿಸಬಹುದೆಂದರು.

15

ಭಾರ್ಗವರಿಂದ ಬಿಲ್ವಿದ್ಯೆ

ವಿಶ್ರಾಂತಿಯ ನಂತರ ಮರುದಿನ ಪ್ರದ್ಯುಮ್ನನಿಗೆ ಖಡ್ಗ ವಿಧ್ಯೆಯ ಬಗ್ಗೆ ಅತ್ರೇಯರು ವಿವರವಾಗಿ ತಿಳಿಸಿದರು.

"ಖಡ್ಗ ವಿಧ್ಯೆ ಭರತ ಖಂಡದ ಹೋರಾಟದ ಕಲೆಗಳಲ್ಲಿ ಮುಖ್ಯವಾದದು. ಪ್ರಭೇದಗಳಲ್ಲಿ ಬಾಗಿದ ಏಕ-ಅಂಚಿನ ಖಡ್ಗ , ನೇರ ಎರಡು ಅಂಚಿನ ಖಡ್ಗ , ಎರಡು ಕೈಗಳ ಉದ್ದನೆಯ ಮೊನಚು ಖಡ್ಗ ಮತ್ತು ಉರುಮಿ ಅಥವಾ ಹೊಂದಿಕೊಳ್ಳುವ ಖಡ್ಗಗಳು ಸೇರಿವೆ. ತಂತ್ರಗಳು ಒಂದು ಪ್ರದೇಶದಿಂದ ಇನ್ನೊಂದಕ್ಕೆ ಭಿನ್ನವಾಗಿರುತ್ತವೆ. ಆದರೆ ಎಲ್ಲರೂ ವೃತ್ತಾಕಾರದ ಚಲನೆಯನ್ನು ವ್ಯಾಪಕವಾಗಿ ಬಳಸಿಕೊಳ್ಳುತ್ತಾರೆ. ಶಸ್ತ್ರಾಸ್ತ್ರವನ್ನು ಬಳಕೆದಾರರ ತಲೆಯೇ ಮುಖ್ಯ ಗುರಿಯಾಗಿಸಲಾಗುತ್ತದೆ.

ಇಲ್ಲಿ ಬಳಸುವ ಖಡ್ಗಗಳು ಹಗುರ ಮತ್ತು ಹೊಂದಿಕೊಳ್ಳುವ ಸ್ವಭಾವವಿದೆ. ಆದ್ದರಿಂದ ವೇಗದ ವಿಷಯದಲ್ಲಿ ಮಿತಿ ಇರುವುದರಿಂದ ಕಡಿಮೆ ರಕ್ಷಣಾತ್ಮಕ ಸಾಮರ್ಥ್ಯವನ್ನು ಒದಗಿಸುತ್ತದೆ, ಇದರಿಂದಾಗಿ ಖಡ್ಗಧಾರಿ ದಾಳಿಯನ್ನು ತಪ್ಪಿಸಲು ತನ್ನ ಕುಶಲತೆಯನ್ನು ಅವಲಂಬಿಸಬೇಕು. ಸ್ಪರ್ಧೆಗಳಲ್ಲಿ ಎದುರಾಳಿಯ ಕೈಯಿಂದ ಖಡ್ಗವನ್ನು ಬೀಳಿಸುವುದರಲ್ಲೇ ಕೇಂದ್ರೀಕರಿಸುವ ಸಂಪೂರ್ಣ ವ್ಯವಸ್ಥೆಗಳು ಅಸ್ತಿತ್ವದಲ್ಲಿವೆ.ಪ್ರಗತಿ ಸಾಧಿಸುವ ಮೊದಲು ಸಾಂಪ್ರದಾಯಿಕವಾಗಿ ಮರದ ಖಡ್ಗಗಳನ್ನು ಉಪಯೋಗಿಸಿ ಆರಂಭಿಕ ತರಬೇತಿಯನ್ನು ರೂಪಿಸಲಾಗಿದೆ.

ಖಡ್ಗ ವಿದ್ಯೆಯಲ್ಲಿ ನಕುಲ ಮತ್ತು ಸಹದೇವ ಬಹಳ ನುರಿತ ಖಡ್ಗಧಾರಿಗಳು ಅದನ್ನು ನಾನು ಕಣ್ಣಾರೆ ನೋಡಿದ್ದೆ.

ಈ ಖಡ್ಗ ವಿಧ್ಯೆ ಗೆ ಪ್ರಧಾನ ದೇವತೆ ಶಿವ ಮತ್ತು ಭದ್ರಕಾಳಿ. ಪ್ರತಿ ತರಬೇತಿಯ ಮುನ್ನ ಈ ದೇವತೆಗಳಿಗೆ ಮಂತ್ರ ಅಥವಾ ಪ್ರಾರ್ಥನೆಯ ರೂಪದಲ್ಲಿ ಪೂಜಿಸಲಾಗುತ್ತದೆ.ಇದರಲ್ಲಿ ಎರಡು ಶೈಲಿಗಳಿವೆ ಉತ್ತರ ಶೈಲಿ(ವಿಂಧ್ಯ ಪರ್ವತದ ಮೇಲಿನ ಭಾಗ) ಮತ್ತು ದಕ್ಷಿಣ ಶೈಲಿ(ಜಂಬೂ ದ್ವೀಪ). ತರಭೇತಿ ವಿಧಾನಗಳು ,ಶಸ್ತ್ರಾಸ್ತ್ರಗಳು ಮತ್ತು ಯುದ್ಧದಲ್ಲಿ ಪರಿಣತಿ ಹೊಂದಲು ಭಿನ್ನವಾಗಿರುತ್ತದೆ. ಕಲಿಸುವವರು ತಮ್ಮ ಕಲೆಯ ತಿಳುವಳಿಕೆಗೆ ಅನುಗುಣವಾಗಿ ಮಾರ್ಪಾಡುಗಳನ್ನು ಮಾಡಿರುತ್ತಾರೆ.

ಖಡ್ಗ ಧಾರಿಗಳು ಪ್ರತಿ ಸ್ಪರ್ಧಿ ಹೋರಾಟಗಾರರಿಂದ ಹೊಸ ಹೋರಾಟದ ತಂತ್ರಗಳನ್ನು ಎದುರಿಸಬೇಕಾಗುತ್ತದೆ. ಈ ಹೊಸ ತಂತ್ರಗಳನ್ನು ಹೇಗೆ ನಿರೀಕ್ಷಿಸುವುದು, ಹೊಂದಿಕೊಳ್ಳುವುದು ಮತ್ತು ತಟಸ್ಥಗೊಳಿಸುವುದು ಎಂಬುದನ್ನು ಮಾರ್ಗದರ್ಶಕರಿಂದ ಕಲಿಯಬೇಕಾಗುತ್ತದೆ. ಇದು ವಿಶೇಷವಾಗಿ ದಕ್ಷಿಣ ಶೈಲಿಯ ಜಂಬೂ ದ್ವೀಪದ ತರಭೇತಿಯಲ್ಲಿ ಕಂಡುಬರುತ್ತದೆ.

ನಾನು ನಿನಗೆ ಜಂಬೂ ದ್ವೀಪದ ಖಡ್ಗ ವಿಧ್ಯೆಯನ್ನು ಕಲಿಸುತ್ತೇನೆ."

ಶಿವ ಮತ್ತು ಕಾಳಿಯ ಪೂಜಾ ವಿಧಾನದೊಂದಿಗೆ ತರಭೇತಿ ಪ್ರಾರಂಭವಾಯಿತು. ಖಡ್ಗ ತರಭೇತಿಯ ಜೊತೆಗೆ ಅಶ್ವದ ಮೇಲೆ ಕುಳಿತು ಖಡ್ಗವನ್ನು ಬೀಸುವ ಕಲೆಯನ್ನು ಸಹ ಕಲಿಸಲಾಯಿತು.ಹಲವು ದಿನಗಳ ಸತತ ಪರಿಶ್ರಮದಿಂದ ಮತ್ತು ಏಕಾಗ್ರತೆಯಿಂದ ಪ್ರದ್ಯುಮ್ನ ತರಭೇತಿಯನ್ನು ಪೂರ್ಣಗೊಳಿಸಿದನು.

ಮತ್ತು ಪ್ರತಿದಿನ ಕಲಿತ ವಿಧ್ಯೆಗಳನ್ನು ಅಭ್ಯಾಸ ಮಾಡುತ್ತಿದ್ದನು. ಅವನ ಆಸಕ್ತಿಯನ್ನು ಕಂಡ ಅತ್ರೇಯರು ಅವನಿಗೆ ಮುಂದಿನ ಉನ್ನತ ತರಭೇತಿಯ ಮರ್ಮಶಾಸ್ತ್ರ ಮತ್ತು ಅಂಗಮರ್ದನದ ಬಗ್ಗೆ ತಿಳಿಸಿಕೊಳ್ಳಲು ಆಲೋಚಿಸುತ್ತಿದ್ದರು.

ಮರುದಿನ ಪ್ರದ್ಯುಮ್ನನನ್ನು ಕರೆದು ,

"ಪ್ರದ್ಯುಮ್ನ!! ಇಂದು ನಿನಗೆ ಮರ್ಮಶಾಸ್ತ್ರವನ್ನ ಕಲಿಯ ಬಯಸುತ್ತೇನೆ " ಎನ್ನಲು.

"ಪೂಜ್ಯರೇ !! ಹೆಸರೇ ವಿಚಿತ್ರವಾಗಿದೆ. ಏನಿದರ ವಿಶೇಷತೆ?"

"ಅನುಭವಿ ಯೋಧರು ತಮ್ಮ ಎದುರಾಳಿಯ ದೇಹದ ಮೇಲೆ ಸರಿಯಾದ ಪ್ರಮುಖ ನರವನ್ನು ಹೊಡೆಯುವ ಮೂಲಕ ತಮ್ಮ ವಿರೋಧಿಗಳನ್ನು ನಿಷ್ಕ್ರಿಯಗೊಳಿಸಬಹುದು ಅಥವಾ ಕೊಲ್ಲಬಹುದು. ಇದನ್ನೇ ಮರ್ಮಾಘಾತ ಎನ್ನುತ್ತಾರೆ. ಈ ತಂತ್ರದ ದುರುಪಯೋಗವನ್ನು ತಡೆಯುವ ಸಲುವಾಗಿ ಅತ್ಯಂತ ಭರವಸೆಯ ವಿದ್ಯಾರ್ಥಿಗಳಿಗೆ ಮಾತ್ರ ಕಲಿಸಲಾಗುತ್ತದೆ. ಇದನ್ನು ಇಂದ್ರನು

ಪ್ರಥಮ ಬಾರಿ ಉಪಯೋಗಿಸಿದನು. ಇಂದ್ರನು ವೃತ್ತಾಸುರನ ಮರ್ಮವನ್ನು ಅರಿತು ಅಲ್ಲಿ ತನ್ನ ವಜ್ರಾಯುಧದಿಂದ ಪ್ರಹಾರ ಮಾಡಿ ಅವನನ್ನು ಸೋಲಿಸಿದನು. ಇಲ್ಲಿ ಮರ್ಮ ಎಂದರೆ ಎದುರಾಳಿಯ ದುರ್ಬಲ ಭಾಗ ಎಂದರ್ಥ.

ಸುಶ್ರುತ ಸಂಹಿತೆಯಲ್ಲಿ ಮಾನವ ದೇಹದ ೧೦೭ ಪ್ರಮುಖ ಅಂಶಗಳನ್ನು ಗುರುತಿಸಿ ವ್ಯಾಖ್ಯಾನಿಸಿದ್ದಾರೆ. ಈ ೧೦೭ ಅಂಶಗಳಲ್ಲಿ , ೬೪ ಅಂಶಗಳಿಗೆ ಮುಷ್ಟಿ ಅಥವಾ ಬಲವಾದ ವಸ್ತುವಿನಿಂದ ಸರಿಯಾಗಿ ಹೊಡೆದರೆ ಅವು ಎದುರಾಳಿಗೆ ಮಾರಕವಾಗಿ ಪರಿಣಮಿಸುತ್ತವೆ.

ಇದಕ್ಕೆ ಒಳಗಾದವರನ್ನು ಚಿಕಿತ್ಸೆ ಮಾಡಲು ಹಾಗು ಮಾರ್ಗದರ್ಶಕರು ತಮ್ಮ ವಿದ್ಯಾರ್ಥಿಗಳಿಗೆ ದೈಹಿಕ ನಮ್ಯತೆಯನ್ನು ಹೆಚ್ಚಿಸಲು ಅಥವಾ ಅಭ್ಯಾಸದ ಸಮಯದಲ್ಲಿ ಎದುರಾದ ಸ್ನಾಯು ಗಾಯಗಳಿಗೆ ಚಿಕಿತ್ಸೆ ನೀಡಲು ಕೆಲವು ಔಷಧೀಯ ತೈಲಗಳೊಂದಿಗೆ ಅಂಗ ಮರ್ಧನ ನೀಡುತ್ತಾರೆ ಮತ್ತು ಆ ವಿಧ್ಯೆಯನ್ನು ಕಲಿಸುತ್ತಾರೆ."

ನಂತರ ಪ್ರದ್ಯುಮ್ನನನ ಅಭ್ಯಾಸ ಮುಂದುವರೆಯಿತು.

ಆತ್ರೇಯರು ಪ್ರದ್ಯುಮ್ನನನ್ನು ಒಬ್ಬ ನಿಷ್ಣಾತ ಯೋಧನನ್ನಾಗಿ ಮಾಡಲು ಸಫಲರಾದರು. ಅದೇ ಸಮಯಕ್ಕೆ ಅವರ ಆಶ್ರಮಕ್ಕೆ ಭಾರ್ಗವ ಮಹರ್ಷಿಗಳು ಬಂದರು.ಅವರು ಜಮದಗ್ನಿ ರೇಣುಕೆಯರ ಪುತ್ರ, ಮಹಾ ತೇಜಸ್ಸಿನಿಂದ ಕಂಗೊಳಿಸುತ್ತಿದ್ದರು.

ಭಾರ್ಗವ ಮಹರ್ಷಿಗಳು? ಅವರೇ ಪರಶುರಾಮರು ವಿಶ್ವ ಪರ್ಯಟನೆಗಾಗಿ ಸಹ್ಯಾದ್ರಿಯ ತಮ್ಮ ತಪಃ ಭೂಮಿಯಿಂದ ಹೊರಟವರು ಮಾರ್ಗದಲ್ಲಿ ಅತ್ರೇಯರನ್ನು ಕಂಡು ಅಲ್ಲಿಗೆ ಬಂದರು.

ಪ್ರದ್ಯುಮ್ನನನಿಗೆ ಹೇಳಲಾಗದಷ್ಟು ಸಂತಸ, ವಯೋವೃದ್ಧರೂ ,ದೈವಾಂಶ ಸಂಭೂತರಾದ ಪರಶುರಾಮರ ಆಗಮನ.ಅವರ ಗಾಂಭೀರ್ಯದ ನಡೆ ನುಡಿ. ಅವನನ್ನು ಪುಳಕಿತನನ್ನಾಗಿ ಮಾಡಿತ್ತು.

ಅತ್ರೇಯರು ಪ್ರದ್ಯುಮ್ನನನ್ನು ಸಂಕ್ಷಿಪ್ತವಾಗಿ ಪರಿಚಯಿಸಿದರು. ಪರಶುರಾಮರು ಅಡಿಯಿಂದ ಮುಡಿಯವರೆಗೆ ನೋಡಿ ಮುಗುಳ್ನಕ್ಕರು. ಅವರನ್ನು ಅತ್ರೇಯರ ಮಾರ್ಗದರ್ಶನದ ಅನುಸಾರ ಸತ್ಕರಿಸಿದ ಪ್ರದ್ಯುಮ್ನ. ಅವರ ಬಳಿಯಲ್ಲಿದ್ದು ಅವರಿಗೆ ಬೇಕಾದ ಎಲ್ಲ ಸೌಕರ್ಯಗಳನ್ನು ನೀಡುತ್ತಿದ್ದ. ಬಿಡುವಿನ ಸಮಯದಲ್ಲಿ ತನ್ನ ಅಭ್ಯಾಸ ನಡೆಸುತ್ತಿದ್ದ.

ಒಂದು ಸಂಧ್ಯಾಕಾಲದಲ್ಲಿ ಅತ್ರೇಯರು ಮತ್ತು ಪರಶುರಾಮರು ದೀರ್ಘಾಲೋಚನೆಯಲ್ಲಿ ಮುಳುಗಿದ್ದರು.

"ಅತ್ರೇಯ!! ಪಶ್ಚಿಮದ ಹಾಗು ದಕ್ಷಿಣದ ಕಡೆಯಲ್ಲಿರುವ ರಾಕ್ಷಸರ ಬಳಗಳು ಹೆಚ್ಚಾಗಿ ಭರತ ಖಂಡದ ಮೇಲೆ ಧಾಳಿ ಮಾಡುವ ಸಾಧ್ಯತೆಗಳು ಬಹಳ ಇವೆ. ಆದ್ದರಿಂದ ರಾಜ ವಿಕ್ರಮಾದಿತ್ಯನ ಆಸ್ಥಾನಕ್ಕೆ ತೆರಳಿ ಅವನಿಗೆ ವಿಷಯವನ್ನು ತಿಳಿಸಿ ಅದಕ್ಕೆ ತಕ್ಕ ಸಮರ ಸಿದ್ದತೆಯನ್ನು ಮಾಡಿಕೊಳ್ಳಬೇಕೆಂಬುದು ನಮ್ಮ ಅಭಿಲಾಷೆ. ಈಗ ಮಾರ್ಗದರ್ಶಕರೆಲ್ಲ ಹಿಮಾಲಯದ ಸಮ್ಮೇಳನದಲ್ಲಿ ನಿರತರಾಗಿರುತ್ತಾರೆ. ಅದೇ ಸಮಯದಲ್ಲಿ ಧಾಳಿಯಾಗುವ ಸಾಧ್ಯತೆ ಇದೆ. ವಿಶ್ವಾಮಿತ್ರ, ಕಶ್ಯಪ ಹಾಗು ಭಾರದ್ವಾಜರನ್ನು ಭೇಟಿಯಾಗಿ ಯುದ್ಧತಂತ್ರಗಳನ್ನು ರೂಪಿಸಬೇಕು" ಎಂದು ಹೇಳುತ್ತಿರಲು.

ಪ್ರದ್ಯುಮ್ನನಿಗೆ ಬಹಳ ಆಶ್ಚರ್ಯಯಿತು. ಈ ಮಹರ್ಷಿಗಳು ಬರೀ ಮುನಿಗಳಲ್ಲ ಯೋಧರೂ ಸಹ. ಇವರಿಂದ ಸಮಾಜಕ್ಕೆ ಎಷ್ಟು ಕೊಡುಗೆಯಾಗುತ್ತಿದೆ. ಮತ್ತು ಭರತ ಖಂಡದ ಮೇಲೆ ಅವರಿಗಿರುವ ಅಪಾರವಾದ ಪ್ರೀತಿ ನಿಜಕ್ಕೂ ಶ್ಲಾಘನೀಯ. ಚರ್ಚೆ ಇನ್ನೂ ಮುಂದುವರೆಯಿತು, ಪ್ರದ್ಯುಮ್ನ ಏಕಾಗ್ರತೆಯಿಂದ ಅದರಲ್ಲಿ ಮುಳುಗಿ ಹೋಗಿದ್ದನು.ಪರಶುರಾಮರು ಪ್ರದ್ಯುಮ್ನನನ್ನು ಗಮನಿಸುತ್ತಲೇ ಇದ್ದರು.

ಮರುದಿನ ಪರಶುರಾಮರು ಪ್ರದ್ಯುಮ್ನನನ್ನು ಬಳಿಗೆ ಕರೆದು ಅವನ ಬಗ್ಗೆ ಎಲ್ಲ ವಿಷಯಗಳನ್ನು ವಿವರವಾಗಿ ತಿಳಿದುಕೊಂಡರು. ಮುಖ್ಯವಾಗಿ ೨೧ ನೇ ಶತಮಾನದ ಯುದ್ಧದ ರೀತಿ ನೀತಿಗಳು , ಆಯುಧಗಳು ತಂತ್ರಗಳು. ಪ್ರದ್ಯುಮ್ನ ತನಗೆ ತಿಳಿದ ಎಲ್ಲಾ ವಿಷಯಗಳನ್ನೂ ತಿಳಿಸಿದನು. ಇದರಿಂದ ಸಂತುಷ್ಟರಾದ ಪರಶುರಾಮರು, ನಕ್ಕು ತಿಳಿದ ವಿಷಯಕ್ಕೆ ಪ್ರತಿಫಲವಾಗಿ ಪ್ರದ್ಯುಮ್ನನಿಗೆ ಬಿಲ್ವಿಧ್ಯೆಯನ್ನು ಕಲಿಸಲು ನಿರ್ಧರಿಸಿದರು.

ಅವರದು ಮುಂದಾಲೋಚನೆಯಿತ್ತು.ಏನೋ ಒಂದು ಮಹತ್ತರ ಯೋಜನೆಯನ್ನು ರೂಪಿಸುತ್ತಿದ್ದರು. ಸಮಯ ಬಹಳ ಕಡಿಮೆಯಿದ್ದುದರಿಂದ ಮುಖ್ಯವಾದ ಅಂಶಗಳ ತರಭೇತಿ ನೀಡುವುದೆಂದು ತೀರ್ಮಾನಿಸಿದರು. ಆತ್ರೇಯರೂ ಸಹ ಪ್ರದ್ಯುಮ್ನನಷ್ಟೇ ಬಹಳ ಸಂತಸಗೊಂಡರು.

ಪರಶುರಾಮರೊಂದಿಗೆ ಪ್ರದ್ಯುಮ್ನ ಆನಂದ ಗಿರಿಯ ಕಡೆ ಕುದುರೆಯ ಮೇಲೆ ಹೊರಟ. ಅಲ್ಲಿ ನೋಡಿದರೆ ಮನಮೋಹಕವಾದ ದೃಶ್ಯ

"ಇದು ನಂದಿ ಬೆಟ್ಟ ೨೧ನೇ ಶತಮಾನದಲ್ಲಿ ಇಲ್ಲಿಯೇ ನಮ್ಮ ಸ್ಥಾವರವನ್ನು ಸ್ಥಾಪಿಸುವೆವು , " ಎಂದು ಪರಶುರಾಮರಿಗೆ ಹೇಳಿದರೆ ಅವರು ನಕ್ಕರು ಮತ್ತೆ ಏನನ್ನೂ ಹೇಳಲಿಲ್ಲ.

ಅರ್ಕಾವತಿ ನದಿಯಲ್ಲಿ ಸ್ನಾನಾದಿಗಳನ್ನು ಮುಗಿಸಿ, ಪರಶುರಾಮರನ್ನು ಪೂಜಿಸಿ ಪ್ರದ್ಯುಮ್ನ ಸಿದ್ಧನಾದನು. ಭೀಷ್ಮ, ದ್ರೋಣ , ಕರ್ಣರಂತಹ ಮಹಾನ್

ವೀರರಿಗೆ ಬಿಲ್ವಿಧ್ಯೆಯನ್ನು ಕಲಿಸಿದ ಮಹಾನ್ ಗುರುಗಳು, ಪ್ರದ್ಯುಮ್ನನಿಗೆ ಕಲಿಸುತ್ತಿರುವುದು ಅವನನ್ನು ರೋಮಾಂಚನಗೊಳಿಸುತ್ತಿದೆ.

"ನಾನು ಇಲ್ಲಿಗೆ ಬಂದ ಉದ್ದೇಶವೇನು? ಕಾಲಯಂತ್ರವನ್ನು ಸೃಷ್ಟಿಸಿ ಮರಳಿ ೨೧ ನೇ ಶತಮಾನಕ್ಕೆ ಹೋಗುವುದು. ಆದರೆ ಇಲ್ಲಿ ಬೇರೆಯದೇ ನಡೆಯುತ್ತಿದೆ. ಸದ್ಯಕ್ಕೆ ಈಗ ನನ್ನ ತಕ್ಷಣ ಕರ್ತವ್ಯ ಗುರುಗಳು ಆಜ್ಞಾಪಿಸಿದಂತೆ ನಡೆದುಕೊಳ್ಳುವುದು."

ಧನುರ್ವಿಧ್ಯೆ ಭರತ ಖಂಡದ ಸಾಂಸ್ಕೃತಿಕ ಪರಂಪರೆಯೊಳಗಿನ ರಕ್ಷಣೆಯ ಶ್ರೇಷ್ಠ ರೂಪಗಳಲ್ಲಿ ಒಂದಾಗಿದೆ. ಧನುರ್ವೇದವು ಬಿಲ್ಲುಗಾರಿಕೆ ವಿಜ್ಞಾನದ ಪ್ರಾಚೀನ ಗ್ರಂಥವಾಗಿದೆ. ಬಿಲ್ಲನ್ನು ಧನುಷ್ ಎಂದು ಕರೆಯಲಾಗುತ್ತದೆ , ಬಿಲ್ಲಿನ ಬಾಗಿದ ಆಕಾರವನ್ನು ವಕ್ರ ಎಂದೂ ಅದಕ್ಕೆ ಕಟ್ಟುವ ತಂತಿಯನ್ನು ಜಯಾ ಎಂದೂ ಕರೆಯುತ್ತಾರೆ. ತಂತಿಯನ್ನು ಅಗತ್ಯವಿದ್ದಾಗ ಮಾತ್ರ ಕಟ್ಟಲಾಗುತ್ತದೆ. ಬಾಣಗಳ ಬತ್ತಳಿಕೆ ಬೆನ್ನಿಗೆ ಕಟ್ಟಲ್ಪಟ್ಟಿರುತ್ತದೆ. ನಾವು ಬಳಸುವುದು ಒಬ್ಬ ಮನುಷ್ಯ ಎತ್ತರದಷ್ಟು ಉದ್ದವಿರುವ ಬಿಲ್ಲು ,ಅದನ್ನು ಮರ ಮತ್ತು ಲೋಹದಿಂದ ನಿರ್ಮಿಸಲಾಗುತ್ತದೆ.

ಪ್ರದ್ಯುಮ್ನನನು ಪರಶುರಾಮರು ಹೇಳಿಕೊಟ್ಟ ಮೂಲ ತರಬೇತಿಯನ್ನು ಬಹುಬೇಗನೇ ಕಲಿತುಕೊಂಡನು. ಗುರಿಗೆ ನಿಖರವಾಗಿ ಹೊಡೆಯುವ ಕಲೆ ಮತ್ತು ಶಬ್ದವೇಧಿ ವಿಧ್ಯೆಯಲ್ಲೂ ಸಹ ಪರಿಣತಿ ಹೊಂದಿದನು. ಪರಶುರಾಮರು ಬಹಳ ಸಂತುಷ್ಟಗೊಂಡರು. ಅವನಿಗೆ ಕೆಲವು ಮುಖ್ಯವಾದ ಅಸ್ತ್ರಗಳನ್ನು ನೀಡಲು ಬಯಸಿದರು.

ದಿವ್ಯಾಸ್ತ್ರಗಳನ್ನು ಸಾಮಾನ್ಯವಾಗಿ ಬಾಣಗಳಾಗಿ ಆಹ್ವಾನಿಸಲಾಗುತ್ತದೆ.ಆದರೆ ಅಸ್ತ್ರದ ಮಂತ್ರವು ತಿಳಿದಿದ್ದರೆ ಬಾಣವಲ್ಲದೆ ಕೇವಲ ಹುಲ್ಲಿನ ಕಡ್ಡಿಯಿಂದಲೂ ಇಲ್ಲವೇ ಶೂನ್ಯದಿಂದಲೂ ದಿವ್ಯಾಸ್ತ್ರವನ್ನು ಸೃಷ್ಟಿಸಬಹುದು.

"ಪ್ರದ್ಯುಮ್ನ!!, ಈ ಅಸ್ತ್ರಗಳನ್ನು ಸಮಯೋಚಿತವಾಗಿ ಬಳಸಬೇಕು ಮತ್ತು ಇದು ಲೋಕ ಕಲ್ಯಾಣಕ್ಕಾಗಿ ಮಾತ್ರ ಬಳಕೆಯಾಗಬೇಕು.

ಮಾನವಾಸ್ತ್ರ, ಮಾನವ ಜನಾಂಗದ ಪಿತಾಮಹ ಮನುವಿನಿಂದ ಲಭಿಸಿದೆ. ಇದು ಶತ್ರುಗಳು ಯಾವುದೇ ಪ್ರಬಲವಾದ ರಕ್ಷಣೆಯಲ್ಲಿರಲಿ ಅವರನ್ನು ನೂರಾರು ಯೋಚನಗಳಷ್ಟು ದೂರ ಸಾಗಿಸಬಹುದು.ಇನ್ನೊಂದು ವಿಶೇಷತೆ ಎಂದರೆ ಈ ಅಸ್ತ್ರ ದುಷ್ಟ ಜೀವಿಯಲ್ಲಿಯೂ ಮಾನವೀಯ ಗುಣಲಕ್ಷಣಗಳನ್ನು ಪ್ರೇರೇಪಿಸುತ್ತದೆ.

ಭಾರ್ಗವಾಸ್ತ್ರ ಇದು ನನ್ನ ಅಸ್ತ್ರ. ಕರ್ಣನಿಗೆ ಮಾತ್ರ ಕೊಟ್ಟಿದ್ದೆ . ಬಲಶಾಲಿಯಾದ ಎಂದುರಾಳಿಯ ಮೇಲೆ ಮಾತ್ರ ಇದನ್ನು ಬಳಸಬೇಕು,

ಸಾಮನ್ಯರ ಮೇಲಲ್ಲ.

ತ್ವಶ್ತಾರಾಸ್ತ್ರ , ಇದನ್ನು ವಿರೋಧಿಗಳ ಗುಂಪಿನ ವಿರುದ್ಧ ಬಳಸಿದಾಗ, ಅವರು ಶತ್ರುಗಳಿಗಾಗಿ ಪರಸ್ಪರ ತಾವೇ ಜಗಳವಾಡಲು ಪ್ರಾರಂಭಿಸುತ್ತಾರೆ.

ಅಂತರ್ಧನಾಸ್ತ್ರ, ಕಣ್ಮರೆಯಾಗುವಂತೆ ಮಾಡುತ್ತದೆ.

ಇಂದ್ರಾಸ್ತ್ರ, ಇದು ಬಾಣಗಳ ಮಳೆಯನ್ನು ಸುರಿಸುತ್ತದೆ."

ಈ ಎಲ್ಲಾ ಅಸ್ತ್ರಗಳ ಮಂತ್ರಗಳನ್ನು ಶಾಸ್ತ್ರೋಸ್ತವಾಗಿ ಪ್ರದ್ಯುಮ್ನನಿಗೆ ಕಲಿಸಿದರು. ಏಕಸಂಧಿಗ್ರಾಹಿಯಾದ ಪ್ರದ್ಯುಮ್ನ ಅದನ್ನು ಯಾವ ಅಡೆತಡೆಗಳಿಲ್ಲದೆ ಒಂದೇ ಬಾರಿಗೆ ಕಲಿತುಕೊಂಡ.

ಪರಶುರಾಮರು , ಹರ್ಷಚಿತ್ತರಾದರು,

"ವತ್ಸ!! ಪ್ರದ್ಯುಮ್ನ ಈ ವಿಧ್ಯೆಗಳನ್ನು ಮೊದಲೇ ಎಚ್ಚರಿಸಿದಂತೆ ಲೋಕಕಲ್ಯಾಣಕ್ಕೆ ಮಾತ್ರ ಉಪಯೋಗಿಸಬೇಕು. ಒಂದು ವೇಳೆ ಅದು ದುರುಪಯೋಗವಾಗುವ ಸಂದರ್ಭ ಬಂದರೆ ಅದು ನಿಷ್ಪ್ರಯೋಚಕವಾಗುತ್ತದೆ"ಎಂದು ಅವನನ್ನು ಆಶಿರ್ವದಿಸಿ ,ಅಲ್ಲಿಂದ ಅವರು ಉತ್ತರಕ್ಕೆ ಪಯಣ ಬೆಳೆಸಿದರು.

ಪ್ರದ್ಯುಮ್ನ ತನ್ನ ಕುದುರೆಯೇರಿ ಅತ್ರೇಯರ ಆಶ್ರಮಕ್ಕೆ ಬಂದನು.

16
ಉತ್ತರಕ್ಕೆ ಪಯಣ

ಪ್ರದ್ಯುಮ್ನನು ಅತ್ರೇಯರ ಆಶ್ರಮಕ್ಕೆ ಸೇರಿದ ಕೂಡಲೇ, ಹಿಮಾಲಯದ ಸಮ್ಮೇಳಕ್ಕೆ ಹೋಗಲು ಅತ್ರೇಯರು ಕೊನೆಯ ಹಂತದ ಸಿದ್ಧತೆಯನ್ನು ನಡೆಸುತ್ತಿದ್ದರು.

"ಪ್ರದ್ಯುಮ್ನ!! ಸಮ್ಮೇಳನಕ್ಕೆ ಇನ್ನು ೧೦ ದಿನಗಳಷ್ಟೇ ಬಾಕಿ ಇದ್ದವು. ಕುದುರೆಯಲ್ಲಿ ಕಾಡುಮೇಡುಗಳ ನಡುವೆ ಅಲ್ಲಲ್ಲಿ ವಿಶ್ರಾಂತಿ ತೆಗೆದುಕೊಂಡು ಹೋದರೇ ಸರಿಯಾದ ಸಮಯಕ್ಕೆ ಸೇರುತ್ತೇವೆ. ಶೀಘ್ರವೇ ಹೊರಡಬೇಕು."

ಪ್ರದ್ಯುಮ್ನ ಪಯಣಕ್ಕೆ ಬೇಕಾದ ಎಲ್ಲಾ ವ್ಯವಸ್ಥೆಯನ್ನು ಮಾಡಿಕೊಂಡು. ಅತ್ರೇಯರೊಂದಿಗೆ ಕುದುರೆ ಏರಿ ಹೊರಟನು, ಅವರ ಪಯಣ ಪ್ರಾರಂಭವಾಯಿತು. ಮೊದಲು ಕರಿಗಿರಿ ಕ್ಷೇತ್ರದಲ್ಲಿ ನರಸಿಂಹ ಸ್ವಾಮಿಯ ದರ್ಶನ ಪಡೆದುಕೊಂಡು ಮುಂದಕ್ಕೆ ಸಾಗಬೇಕೆಂದು ನಿರ್ಧರಿಸಲಾಯಿತು.

"ಅತ್ರೇಯರೇ!!! ಈ ಕರಿಗಿರಿಯ ವಿಶೇಷವೇನು.?"

"ಕರಿ ಎಂದರೆ ಆನೆ ಎಂದರ್ಥ , ಪೂರ್ವದಿಂದ ನೋಡಿದಾಗ ಇದು ಆನೆಯಂತೆ ಕಾಣುತ್ತದೆ (ಆದ್ದರಿಂದ ಇದನ್ನು ಕರಿಗಿರಿ ಎಂದು ಕರೆಯಲಾಗುತ್ತದೆ), ಮತ್ತು ದಕ್ಷಿಣದಿಂದ ಸಿಂಹ, ಪಶ್ಚಿಮದಿಂದ ಹಾವಿನಂತೆ ಮತ್ತು ಉತ್ತರದಿಂದ ಗರುಡನಂತೆ ಕಾಣುತ್ತದೆ.

ಸುಮಾರು ವರ್ಷಗಳ ಹಿಂದೆ ಬ್ರಹ್ಮ ಇಲ್ಲಿ ೧೦೦೦ ವರ್ಷಗಳ ಕಾಲ ತಪಸ್ಸಿನಲ್ಲಿದ್ದರು. ಇಲ್ಲಿಯೇ ಅವರಿಗೆ ಲಕ್ಷ್ಮೀ ಸಮೇತರಾಗಿ ನರಸಿಂಹ ದೇವರು ಕಾಣಿಸಿಕೊಂಡರು.ಈ ದೇಗುಲಕ್ಕೆ ಯೋಗಾನರಸಿಂಹ ಸ್ವಾಮಿ ದೇಗುಲ ವೆಂದು ಕರೆಯುತ್ತಾರೆ.ಧನುರ್ ಮಾಸದಲ್ಲಿ ಈಗಲೂ ಸಪ್ತ ಋಷಿಗಳು ಪ್ರತಿದಿನ ಬ್ರಹ್ಮ

ಮುಹೂರ್ತದಲ್ಲಿ ಶ್ರೀ ನರಸಿಂಹರ ಆರಾಧನೆಯನ್ನು ಮಾಡುತ್ತಾರೆ."

ನಂತರ ಬೆಟ್ಟದ ತಪ್ಪಲಿನಲ್ಲಿರುವ ಭೋಗಾನರಸಿಂಹ ಸ್ವಾಮಿಯ ದೇವಸ್ಥಾನಕ್ಕೆ ಬಂದರು.

"ದುರ್ವಾಸ ಮಹಾಮುನಿಗಳು ಬೆಟ್ಟದ ಮೇಲಿನ ಬ್ರಹ್ಮನನ್ನು ಭೇಟಿ ಮಾಡಲು ಬಂದಾಗ ತಪ್ಪಲಿನಲ್ಲಿ ಭೋಗ ನರಸಿಂಹ ದೇವರನ್ನು ಪ್ರತಿಷ್ಠಾಪಿಸಿ. ಅನೇಕ ವರ್ಷಗಳ ಕಾಲ ಆಳವಾದ ತಪಸ್ಸಿನಲ್ಲಿ ತೊಡಗಿಸಿಕೊಂಡರು. ಆ ಕಥೆಯನ್ನು ಹೇಳುತ್ತಾ , ಆ ದೇವರ ದರ್ಶನವನ್ನು ಪಡೆದರು."ಎಂದು ಆ ಕ್ಷೇತ್ರದ ಮಹತ್ತನ್ನು ವಿವರಿಸಿದರು ಅತ್ರೇಯರು.

ನಂತರ ಅಲ್ಲಿಂದ ಉತ್ತರಕ್ಕೆ ಪಯಣ ಮುಂದುವರೆಸಿದರು.

"ನಾವೀಗ ಕುಂತಲ ದೇಶದ ಚಂದ್ರವಳ್ಳಿಯನ್ನು ದಾಟಿಕೊಂಡು ಹೋಗುತ್ತಿದ್ದೇವೆ. ಇದು ಚಂದ್ರಹಾಸನ ರಾಜಧಾನಿ."

ಅಷ್ಟರಲ್ಲಿ ಸೂರ್ಯ ನೆತ್ತಿಯ ಮೇಲೆ ಬಂದಿದ್ದ. ಚಂದನವತಿ ಗುಹೆಯ ಬಳಿ ವಿಶ್ರಾಂತಿಗೆಂದು ಕುದುರೆಯಿಂದ ಇಳಿದು, ಅಲ್ಲಿದ್ದ ಸರೋವರದಲ್ಲಿ ದಾಹವನ್ನು ತೀರಿಸಿಕೊಂಡರು. ಕುದುರೆಗಳು ನೀರನ್ನು ಕುಡಿದು ಮೇವನ್ನು ತಿನ್ನುತ್ತಿದ್ದೆವು. ಸ್ವಲ್ಪ ಕಾಲದ ನಿದ್ರೆಯ ನಂತರ ಅವರು ಕಿಷ್ಕಿಂದೆಯ ಕಡೆ ಹೊರಟರು.

"ಕಿಷ್ಕಿಂಧ ತೇತ್ರಾಯುಗದಲ್ಲಿನ ವಾಲಿಯ ಸಹೋದರನಾದ ಸುಗ್ರೀವನ ರಾಜ್ಯವಾಗಿತ್ತು. ಸುಗ್ರೀವನು ತನ್ನ ಸ್ನೇಹಿತ ಹನುಮನ ಸಹಾಯದಿಂದ ಆಳಿದ ರಾಜ್ಯ ಇದು.ತನ್ನ ಅಣ್ಣನಿಂದ ತಪ್ಪಿಸಿಕೊಂಡು ಸುಗ್ರೀವ ಹನುಮನೊಂದಿಗೆ ವಾಸಿಸುತ್ತಿದ್ದ ಋಷ್ಯಮೂಕ ಪರ್ವತ. ಈ ಪರ್ವತದಲ್ಲಿ ಮಾತಂಗ ಮಹರ್ಷಿಗಳ ಆಶ್ರಮವಿತ್ತು. ಕಿಷ್ಕಿಂದ ವಾನರರ ಸಾಮ್ರಾಜ್ಯವಾಗಿತ್ತು. ದುಂದುಭಿ ಎಂಬ ರಾಕ್ಷಸನು ಕಿಷ್ಕಿಂದ ಮೇಲೆ ದಾಳಿ ಮಾಡಿದಾಗ ವಾಲಿ ಅವನನ್ನು ಕೊಂದು ಅವನ ದೇಹವನ್ನು ಈ ಪರ್ವತಕ್ಕೆ ಎಸೆದನು. ಇದರಿಂದ ಮಾತಂಗ ಮಹರ್ಷಿ ತಪಃ ಭಂಗವಾಗಿ, ಮಾತಂಗ ಮಹರ್ಷಿ ವಾಲಿಯನ್ನು ಈ ಪರ್ವತಕ್ಕೆ ಪ್ರವೇಶಿಸಬಾರದೆಂದು , ಪ್ರವೇಶಿಸಿದರೆ ಮರಣ ನಿಶ್ಚಿತ ಎಂದು ಶಪಿಸಿದರು. ಆದ್ದರಿಂದ ವಾಲೀ ಇತ್ತ ಕಡೆ ಬರೆದೆ ಇರುವುದು ಸುಗ್ರೀವನಿಗೆ ಅನುಕೂಲವಾಯಿತು. ಪ್ರದ್ಯುಮ್ನ!! ನಿನಗೆ ಆ ಕಥೆ ನೆನಪಿದೆ ಎಂದುಕೊಳ್ಳುತ್ತೇನೆ."

ಪ್ರದ್ಯುಮ್ನ ಹೌದೆಂದು ತಲೆಯಾಡಿಸಿದನು.ಅಲ್ಲಿಂದ ಅವರು ಮುಂದಕ್ಕೆ ಸಾಗಿದರು.

"ಅದೋ ನೋಡು ಹನುಮಂತನ ಜನ್ಮ ಸ್ಥಾನ ಅಂಜನಾದ್ರಿ ಬೆಟ್ಟ. ಅಲ್ಲಿಂದ ಮುಂದೆ ಇಡೀ ಪ್ರದೇಶವು ದಟ್ಟವಾದ ದಂಡಕಾರಣ್ಯಯನ್ನೊಳಗೊಂಡಿದೆ. ಇದು ವಿಂಧ್ಯ ಶ್ರೇಣಿಯಿಂದ ದಕ್ಷಿಣ ಭಾಗದ ಪರ್ಯಾಯ ದ್ವೀಪದವರೆಗೆ ವಿಸ್ತರಿಸಿದೆ."

ನಂತರ ಅಲ್ಲಿಂದ ಪೂರ್ವಕ್ಕೆ ತಮ್ಮ ಪಯಣವನ್ನು ಬೆಳೆಸಿದರು. ಭದ್ರಾಚಲವನ್ನು ತಲುಪುವುದಕ್ಕೆ ಎರಡು ದಿನಗಳಾದವು.ಗೋದಾವರಿ ನದಿಯನ್ನು ದಾಟಿಕೊಂಡು ಹೋಗುವುದು ಸಾಹಸಮಯ ಕಾರ್ಯವಾಗಿತ್ತು. ಪ್ರಾಚೀನ ಭಾರತ ನಿಜವಾಗಿಯೂ ಬಹಳ ಅದ್ಭುತವಾಗಿತ್ತು. ಭದ್ರಾಚಲದ ತಪ್ಪಲಿನಲ್ಲಿ ಸ್ವಲ್ಪ ಸಮಯ ಕಳೆದು ಅಲ್ಲಿಂದ ಉತ್ತರಕ್ಕೆ ಮುಂದುವರೆದರು.

"ಪ್ರದ್ಯುಮ್ನ!!, ಈ ಗೋದಾವರಿ ನದೀ ತೀರ ಗೌತಮರ ಪ್ರದೇಶ. ಅವರ ಕೋರಿಕೆಯ ಮೇರೆಗೆ ಅಗಸ್ತ್ಯರು ನಾವಿರುವ ಸ್ಥಳದಲ್ಲಿ ಗುರುಕುಲ ನಡೆಸುತ್ತಿದ್ದಾರೆ. ಅವರು ಸದಾ ಕಾವೇರಿ ನದೀತೀರದಿಂದ ಗೋದಾವರೀ ನದೀತೀರದಲ್ಲಿ ಬಹಳಷ್ಟು ಗುರುಕುಲಗಳನ್ನು ತನ್ನ ಶಿಷ್ಯರ ಮೂಲಕ ನಡೆಸುತ್ತಿದ್ದಾರೆ. ಈ ಭರತಖಂಡದ ವಿದ್ಯಾಭ್ಯಾಸದಲ್ಲಿ ಪ್ರಮುಖ ಪಾತ್ರವಹಿಸಿದ್ದಾರೆ ಈ ಗೌತಮರು.

ಈ ಗೋದಾವರಿ ನದಿಯ ಉಗಮವೇ ಸ್ವಾರಸ್ಯಕರವಾಗಿದೆ. ಗೌತಮರು ತಿಳಿಯದೇ ಗೋಹತ್ಯಾ ದೋಷಕ್ಕೆ ಗುರಿಯಾದರು.ಆ ಪಾಪದಿಂದ ದಾರಿ ತೋರಿಸಬೇಕೆಂದು ಹಿರಿಯ ಋಷಿಗಳನ್ನು ವಿನಂತಿಸಿದರು. ಆಗ ಅವರು ಶಿವನ ಮುಡಿಯಲ್ಲಿರುವ ಗಂಗೆಯನ್ನು ಬಿಡುಗಡೆ ಮಾಡಿ ಪವಿತ್ರ ಜಲದಿಂದ ಸ್ನಾನ ಮಾಡುವುದರಿಂದ ಪಾಪಗಳಿಂದ ಮುಕ್ತಿ ಸಿಗುತ್ತದೆ ಎಂದು ಹೇಳಿದಾಗ, ಗೌತಮರು ಹಲವು ವರ್ಷಗಳ ಕಾಲ ಬ್ರಹ್ಮಗಿರಿ ಶಿಖರದಲ್ಲಿ ತಪಸ್ಸು ಮಾಡಿ , ಶಿವನನ್ನು ಒಲಿಸಿಕೊಳ್ಳುವಲ್ಲಿ ಸಫಲರಾದರು. ಆದರೆ ಗಂಗೆಗೆ ಇದು ಒಪ್ಪಿಗೆಯಾಗಲಿಲ್ಲ,ಆಗ ಶಿವ ಬ್ರಹ್ಮಗಿರಿ ಶಿಖರದಲ್ಲಿ ತಾಂಡವ ನೃತ್ಯ ವನ್ನು ಮಾಡಿದಾಗ ಗಂಗೆ ಭಯಗೊಂಡು ಜಟೆಯಿಂದ ಹೊರಬಂದು ಬ್ರಹ್ಮಗಿರಿ ಮೇಲೆ ಕಾಣಿಸಿಕೊಂಡಳು. ಕಾಣಿಸಿಕೊಂಡು ಕಣ್ಮರೆಯಾದಳು ಹೀಗೆ ಹಲವು ಸ್ಥಳಗಳಲ್ಲಿ ಆಗೆಯೇ ನಡೆಯಿತು,. ಆದರೆ ಗೌತಮರಿಗೆ ಗಂಗೆಯಲ್ಲಿ ಸ್ನಾನ ಮಾಡಲು ಸಾಧ್ಯವಾಗಲಿಲ್ಲ. ಆಗ ಅವರು ತಮ್ಮ ತಪಃಶಕ್ತಿಯಿಂದ ಮಂತ್ರಿಸಿದ ಹುಲ್ಲಿನಿಂದ ನದಿಯನ್ನು ಸುತ್ತುವರೆದು ನಿಲ್ಲುವಂತೆ ಮಾಡಿದರು. ಹರಿವು ಅಲ್ಲಿ ನಿಂತ ತೀರ್ಥವನ್ನು ಕುಶವರ್ತ ಎಂದು ಕರೆಯಲಾಯಿತು. ಗೌತಮರಿಂದ ಗೋಹತ್ಯೆ ಪಾಪ ಇಲ್ಲಿ ಅಳಿಸಿಹಾಕಲಾಯಿತು.ಗೌತಮರಿಂದ ನಿರ್ಮಿತವಾದ ಈ ನದಿಯನ್ನು ಗೋದಾವರಿ ಎಂದು ಕೆರೆಯಲಾಗುತ್ತದೆ."

"ಅತ್ರೇಯರೇ , ಇದೆ ರೀತಿ ಕಾವೇರಿಯ ಉಗಮದ ಕಥೆಯಲ್ಲವೇ.?

ಕಾವೇರಿ ನದಿಯ ಉಗಮಕ್ಕೆ ಅಗಸ್ತ್ಯರು ಕಾರಣ. ಬ್ರಹ್ಮನು ತಪಸ್ಸು ಮಾಡಿದ್ದರಿಂದ ದಕ್ಷಿಣದ ಈ ಪ್ರಸ್ತ ಭೂಮಿಗೆ ಬ್ರಹ್ಮಗಿರಿಯೆಂದೇ ಪ್ರಸಿದ್ಧಿ. ಈ ಪ್ರದೇಶದಲ್ಲಿ ಕವೇರು ಎಂಬ ರಾಜ. ಆತನಿಗೆ ಮಕ್ಕಳು ಇಲ್ಲದೇ ಇದ್ದುದ್ದರಿಂದ ಬ್ರಹ್ಮನ ಬಗ್ಗೆ ತಪಸ್ಸು ಮಾಡಿದನು. ಬ್ರಹ್ಮನು ಆತನ ತಪಸ್ಸಿಗೆ ಮೆಚ್ಚಿ, ಒಂದು ಮುದ್ದಾದ ಮಗುವನ್ನು ಪ್ರಸಾದಿಸುತ್ತಾನೆ. ಲೋಪಾಮುದ್ರೆ ಎಂಬ ಹೆಸರನ್ನು ಇಟ್ಟು ಪ್ರೀತಿಯಿಂದ ಮುದ್ದಾಗಿ ಆ ಮಗುವನ್ನು ಸಾಕುತ್ತಾನೆ.ಲೋಪಾಮುದ್ರೆ ಪ್ರಾಪ್ತವಯಸ್ಕಳಾದಾಗ ಆಗಸ್ತ್ಯ ಮಹರ್ಷಿ ಬಂದು ವಿವಾಹವನ್ನು ಮಾಡಿಕೊಳ್ಳುತ್ತಾರೆ. ಎಂದಿಗೂ ತನ್ನನ್ನು ಬಿಟ್ಟು ಒಂಟಿಯಾಗಿ ಇರಬಾರದು ಎಂದು ಅಗಸ್ತ್ಯರಿಗೆ ಕೋರಿಕೊಳ್ಳುತ್ತಾಳೆ. ತನ್ನನ್ನು ಬಿಟ್ಟು ಇರುವುದಕ್ಕೆ ಆಗುವುದಿಲ್ಲ ಎಂದು ಹೇಳಿದ್ದ ಪತ್ನಿಯನ್ನು ಮನ್ನಿಸಿದ ಅಗಸ್ತ್ಯರು ಆಕೆಯನ್ನು ಜಲರೂಪದಲ್ಲಿ ಮಾರ್ಪಟು ಮಾಡಿ ಯಾವಾಗಲೂ ತಮ್ಮ ಕಮಂಡದಲ್ಲಿ ಹತ್ತಿರವೇ ಇರಿಸಿಕೊಂಡಿದ್ದರು.ಆದರೆ, ಒಮ್ಮೆ ಈ ಪ್ರದೇಶದಲ್ಲಿ ಅತ್ಯಂತ ಕ್ಷಾಮವು ಬಂದಿತು. ಮಳೆಯೇ ಇಲ್ಲದೇ ಬೆಳೆಗಳು ಬೆಳೆಯದೆ ಕುಡಿಯುವುದಕ್ಕೂ ನೀರಿಲ್ಲದೇ ಪ್ರಜೆಗಳು ಗಣಪತಿಯನ್ನು ಪ್ರಾರ್ಥಿಸಿದರು. ಆಗ ಗಣಪತಿಯು ಗೋವಿನ ರೂಪದಲ್ಲಿ ಆಗಸ್ತ್ಯನ ಹತ್ತಿರ ಬಂದು, ಹುಲ್ಲನ್ನು ತಿನ್ನುವ ನೆಪದಲ್ಲಿ ಕಮಂಡಲವನ್ನು ಕೆಳಗೆ ಬೀಳುವ ಹಾಗೆ ಮಾಡಿದರು.ದ್ರವ ರೂಪದಲ್ಲಿದ್ದ ಕಾವೇರಿ ನದಿಯಾಗಿ ಹರಿಯಲು ಪ್ರಾರಂಭಿಸಿದಳು. ಅದನ್ನು ತಡೆಯಲು ಯತ್ನಿಸಿದಾಗ ಕಾವೇರಿಯು ಕಣ್ಮರೆಯಾಗಿ ಗುಪ್ತಗಾಮಿನಿಯಾಗಿ ಹರಿಯತೊಡಗಿದಳು .ಇದನ್ನು ಅಗಸ್ತ್ಯಮುನಿಗಳು ಅರಿಯುವಷ್ಟರಲ್ಲಿ ಕಾವೇರಿಯು ಜಲರೂಪಿಯಾಗಿ ಮೂರು ಯೋಜನ ದೂರ ಹರಿದು ಹೋಗಿಯಾಗಿತ್ತು.

ಅಗಸ್ತ್ಯ ಮುನಿಗಳು ತನ್ನ ಪತ್ನಿಯನ್ನು ಕುರಿತು ,

ಎಲೈ! ಪಾವನಳೇ, ಪಾಪನಾಶಿನಿ ಇದು ಭಗವತ್ ಕಲ್ಪಿತ.ಅದರ ಪರಿಣಾಮವಾಗಿ ನೀನು ನಿರ್ಧರಿಸಿದಂತೆ ನದಿ ರೂಪ ತಾಳಿ ಲೋಕ ಕಲ್ಯಾಣ ಮಾಡುವಂತವಳಾಗು, ಆದರೆ ಇನ್ನೊಂದು ರೂಪದಲ್ಲಿ ನನಗೆ ಮಡದಿಯಾಗಿರುವಂತೆ ಕೇಳಿಕೊಂಡಾಗ ಕಾವೇರಿ ಅದಕ್ಕೆ ಸಮ್ಮತಿಸಿ ತನ್ನ ತನುವನ್ನು ಎರಡಾಗಿ ಪರಿವರ್ತಿಸಿ ಮೊದಲಿನ ಭಾಗ ಲೋಪಾಮುದ್ರೆಯಾಗಿ ಅಗಸ್ತ್ಯರ ಪತ್ನಿಯಾದಳು. ಇನ್ನೊಂದು ಭಾಗ ಕಾವೇರಿ ಎಂಬ ಹೆಸರಿನಿಂದ ನದೀರೂಪವನ್ನು ತಳೆದು ಪವಿತ್ರ ನದಿಯಾದಳು."

"ಭಲೇ!! ಪ್ರದ್ಯುಮ್ನ ತುಂಬಾ ಸೊಗಸಾಗಿತ್ತು ನಿನ್ನ ವಿವರಣೆ."

ಆಗಲೇ ರಾತ್ರಿಯಾಗಿ ಹೋಗಿತ್ತು, ಆ ದಂಡಕಾರಣ್ಯದಲ್ಲಿ ವಿಶ್ರಾಂತಿಗೆ ಸ್ಥಳವನ್ನು ಹುಡುಕುತ್ತಿದ್ದರು.ಅಲ್ಲೊಂದು ಮಂಟಪ, ಅಲ್ಲಿ ಕೆಲವು ವರ್ತಕರು ಉಳಿದುಕೊಂಡಿದ್ದರು. ಅಲ್ಲಿಗೆ ಹೋಗಿ ತಾವೂ ಅವರೊಡನೆ ಸೇರಿಕೊಂಡರು. ಅತ್ರೇಯರು ಪ್ರಯಾಣದ ಆಯಾಸದಿಂದ ಅಲ್ಲಿ ವಿಶ್ರಾಂತಿ ತೆಗೆದುಕೊಳ್ಳಲು , ಪ್ರದ್ಯುಮ್ನ ಎಲ್ಲಾ ವ್ಯವಸ್ಥೆಯನ್ನು ಮಾಡಿದನು. ಆಗ ಅಲ್ಲಿಗೆ ಚೋರರ ಗುಂಪೊಂದು ಬಂದಿತು, ಅದರಿಂದ ಆ ವರ್ತಕರು ಭಯಭೀತರಾದರು. ಆ ಚೋರರು ಇವರಿರುವೆಡೆಗೆ ಧಾವಿಸಿ ಬಂದರು. ಅತ್ರೇಯರು ಏನೂ ಆಗದವರಂತೆ ತಮ್ಮ ಪಾಡಿಗೆ ತಾವು ನಗುತ್ತಾ ಕುಳಿತ್ತಿದ್ದರು. ಆ ಚೋರರು ಇನ್ನೂ ಹತ್ತಿರಕ್ಕೆ ಬಂದರು, ಅವರ ಕೈಯಲ್ಲಿ ಹೊಳೆಯುವ ಕತ್ತಿಗಳು.ಆದರೆ ಪ್ರದ್ಯುಮ್ನ ಹೆದರಲಿಲ್ಲ. ಖಡ್ಗವನ್ನು ತೆಗೆದುಕೊಳ್ಳುವಷ್ಟು ಸಮಯವಿರಲಿಲ್ಲ, ನಿರಾಯುಧನಾಗಿಯೇ ಎದುರಿಸಲು ಮುಂದಾದನು. ಬಹಳ ಸಮಯ ಕಾದಾಟವಾಯಿತು. ತಾನು ಕಲಿತಿದ್ದ ವಿಧ್ಯೆಯನ್ನು ಸರಿಯಾಗಿ ಉಪಯೋಗಿಸಿದನು.ಬರೀ ಕೈಯಲ್ಲೇ ಎಲ್ಲರನ್ನೂ ಸದೆಬಡಿದನು. ಹಲವರು ಜೀವವನ್ನು ಉಳಿಸಿಕೊಳ್ಳಲು ಅಲ್ಲಿಂದ ಓಡಿ ಹೋದರು. ಅಲ್ಲಿದ್ದ ವರ್ತಕರು ಬಹಳ ಸಂತಸಗೊಂಡರು. ತಮ್ಮಲ್ಲಿದ್ದ ದ್ರವ್ಯವನ್ನು ಕಾಣಿಕೆಯಾಗಿ ಕೊಡಲು ಬಂದರು. ಅದನ್ನು ನಯವಾಗಿಯೇ ನಿರಾಕರಿಸಿದ. ಮಂಟಪದ ಹಿಂದೆ ಒಂದು ಗುಹೆಯಿತ್ತು, ಎಲ್ಲರನ್ನೂ ಅಲ್ಲಿ ಸುರಕ್ಷಿತ ಸ್ಥಳಕ್ಕೆ ಕಳುಯಿಸಿ. ತಾನು ಗುಹೆಯ ಬಾಗಿಲಿನಲ್ಲಿ ಕಾವಲಿಗೆ ನಿಂತ ಪ್ರದ್ಯುಮ್ನ.

17

ಪ್ರಳಯಕಾಲದ ರುದ್ರ

ಅತ್ರೇಯರಿಗೆ , ತಾನು ಒಬ್ಬ ಸಮರ್ಥನಿಗೆ ವಿಧ್ಯೆ ಕಲಿಸಿದೆನೆಂದು ಸಂತಸಗೊಂಡರು.ಅವನ ಸಾಹಸವನ್ನು ಹಾಗು ಸಮಯೋಚಿತ ನಡೆಯನ್ನು ಅಭಿನಂದಿಸಿ. ತನ್ನಲ್ಲಿದ್ದ ವಿಜಯವೆಂಬ ಖಡ್ಗವನ್ನು ಕಾಣಿಕೆಯಾಗಿ ಕೊಟ್ಟರು. ಆ ಖಡ್ಗ ಆ ರಾತ್ರಿಯಲ್ಲೂ ಸಹ ಹೊಳೆಯುತ್ತಿತ್ತು, ಅದನ್ನು ನೋಡಿದರೇ ಶತೃಗಳ ಎದೆಯಲ್ಲಿ ಭಯದ ತರಂಗಗಳು ಏಳುತ್ತವೆ. ಆ ಖಡ್ಗವನ್ನು ಬಹಳ ಶ್ರದ್ದೆಯಿಂದ ಸ್ವೀಕರಿಸಿದ ಪ್ರದ್ಯುಮ್ನ.

ಎಲ್ಲರೂ ನಿದ್ರೆಗೆ ಶರಣಾದರು. ಆದರೆ ಪ್ರದ್ಯುಮ್ನ ಮತ್ತೆ ಹೋರಾಡಬೇಕಾಯಿತು. ಓಡಿ ಹೋಗಿದ್ದ ಕಳ್ಳರು ಮತ್ತಷ್ಟು ಜನರೊಂದಿಗೆ ಧಾಳಿ ಮಾಡಿದ್ದರು. ಕೈಯಲ್ಲಿದ್ದ ಖಡ್ಗದಿಂದ ಅವರ ರುಂಡಗಳನ್ನು ಚೆಂಡಾಡಿದನು. ರಾತ್ರಿಯಿಡೀ ಎಚ್ಚರದಿಂದ ಹೋರಾಡುತ್ತಲೇ ಇದ್ದ. ಎಷ್ಟು ಜನರನ್ನು ಎದುರಿಸಿದ್ದನೋ ಅವನಿಗೇ ತಿಳಿಯದು. ಮುಂಜಾನೆ ಎದ್ದು ಎಲ್ಲರೂ ಗುಹೆಯಿಂದ ಹೊರಬಂದು ನೋಡಿದರೇ ಅಲ್ಲಿ ರುಂಡಗಳಿಲ್ಲದ ಶವಗಳ ರಾಶಿಯಿತ್ತು. ಪ್ರದ್ಯುಮ್ನ ಪ್ರಳಯಕಾಲದ ರುದ್ರನಂತೆ ಕಂಡನು.

ಅತ್ರೇಯರು ಅದನ್ನು ನೋಡಿ ಮಂತ್ರಮುಗ್ದರಾದರು. ಅವನನ್ನು ಶಾಂತಗೊಳಿಸಿ, ಪಕ್ಕದಲ್ಲಿದ್ದ ಕುಶವರ್ತ ತೀರ್ಥದಲ್ಲಿ ಸ್ನಾನಾದಿಗಳನ್ನು ಮಾಡಿಸಿದರು. ಪ್ರದ್ಯುಮ್ನ ಈಗ ಸ್ವಲ್ಪ ಸೌಮ್ಯವಾಗಿ ಕಂಡು ಬಂದನು. ಅವನಿಗೆ ಅಲ್ಲಿಯೇ ಸ್ವಲ್ಪ ಸಮಯ ವಿಶ್ರಾಂತಿ ತೆಗೆದುಕೊಳ್ಳಬೇಕೆಂದು ಆದೇಶಿಸಿದರು.

ಭದ್ರಾಚಲದ ತಪ್ಪಲಿನಿಂದ ವಿಂಧ್ಯಾಪರ್ವತದ ಕಡೆ ಯಾನವನ್ನು ಮುಂದುವರೆಸಿದರು. ಹೋಗುವಾಗ ತಮ್ಮಲ್ಲಿದ್ದ ಅಶ್ವಗಳು ದಣಿದಿದ್ದರಿಂದ ಅಲ್ಲಿನ

ವರ್ತಕರು ಅವರ ಬಳಿಯಿದ್ದ ಸಧೃಢವಾದ ಅಶ್ವಗಳನ್ನು ಕೊಟ್ಟರು. ಪ್ರದ್ಯುಮ್ನ ತಮ್ಮೊಡನೆ ಬಂದಿದ್ದ ಅಶ್ವಗಳ ಕಥೆ ಏನೆಂದು ಆತ್ರೇಯರನ್ನು ಕೇಳಿದರೇ, ದಣಿದಿದ್ದ ಅಶ್ವಗಳನ್ನು ಅಲ್ಲಿಯೇ ಬಿಟ್ಟರೂ ಸಹ ಅವು ಬಂದ ದಾರಿಯಲ್ಲೇ ಹಿಂದುರಿಗೆ ಅಶ್ವಸೇನರ ಬಳಿ ಸೇರುತ್ತವೆ ಎಂದು ನಕ್ಕರು. ಈಗ ವರ್ತಕರೂ ಅವರ ಪ್ರಯಾಣದಲ್ಲಿ ಜೊತೆಯಾದರು.

"ಈಗ ನಾವು ಹೋಗುತ್ತಿರುವಿದು ವಿಧರ್ಭ ರಾಜ್ಯಕ್ಕೆ. ಅದರ ರಾಜ ಭೋಜ-ಯಾದವ. ಕೌಂಡಿನ್ಯಪುರ ಆ ಸಾಮ್ರಾಜ್ಯದ ರಾಜಧಾನಿ. ಇದು ನಿಶಾಧರಾಜ ನಳನ ಪತ್ನಿ ದಮಯಂತಿ ಮತ್ತು ಕೃಷ್ಣಭಗವಾನರ ಪತ್ನಿ ರುಕ್ಮಿಣಿಯರ ತವರೂರು. ಈ ಕೌಂಡಿನ್ಯಪುರ ಭರತ ಖಂಡದ ಉತ್ತರ ಭಾಗದಿಂದ ದಕ್ಷಿಣ ಭಾಗಕ್ಕೆ ಪ್ರವೇಶದ್ವಾರವಾಗಿದೆ. ಇದು ಅಯೋಧ್ಯೆಯಂತಹ ನಗರಗಳೊಂದಿಗೆ ಉತ್ತಮವಾಗಿ ಸಂಪರ್ಕ ಹೊಂದಿದೆ. ವಿಧರ್ಭವು ವಿಂಧ್ಯಾ ಪರ್ವತದ ದಕ್ಷಿಣ ಭಾಗ. ಕುರುಕ್ಷೇತ್ರ ಯುದ್ಧದ ಸಮಯದಲ್ಲಿ, ಇತರ ಎಲ್ಲ ಸಾಮ್ರಾಜ್ಯಗಳು ಯುದ್ಧದಲ್ಲಿ ಭಾಗವಹಿಸಿದಾಗ, ವಿದರ್ಭದ ರಾಜರು ಮಾತ್ರ ತಟಸ್ಥರಾಗಿದ್ದರು." ಎಂದು ವಿವರಿಸುತ್ತಾ ಪಯಣವನ್ನು ಮುಂದುವರೆಸುತ್ತಿದ್ದರು.

ಸಂಜೆಯ ಹೊತ್ತಿಗೆ ಕೌಂಡಿನ್ಯಪುರವನ್ನು ತಲುಪಿದರು. ಅದೊಂದು ವ್ಯಾಪಾರ ಕೇಂದ್ರ, ಉತ್ತರಕ್ಕೂ ದಕ್ಷಿಣಕ್ಕೂ ಇರುವ ಒಂದು ಕೊಂಡಿ. ನಗರದ ತುಂಬಾ ಜನರೇ. ಅಲ್ಲಿ ಎಲ್ಲಾ ವಸ್ತುಗಳೂ ಲಭ್ಯ , ವರ್ತಕರು ಅವರಿಗೆ ಕೃತಜ್ಞತೆಯಿಂದ ವಂದಿಸಿ. ತಮ್ಮ ವ್ಯಾಪಾರದ ಕಾರ್ಯದಲ್ಲಿ ನಿರತರಾದರು.ಪ್ರದ್ಯುಮ್ನನನು ಪ್ರಥಮ ಬಾರಿ ಈ ರೀತಿ ನೋಡುತ್ತಿರುವುದು. ಪ್ರದ್ಯುಮ್ನನ ಗಮನ ಸೆಳೆದದ್ದು ಕೈಯಿಂದ ನೇಯ್ದ ಬಹುಕಾಂತೀಯ ಸೀರೆಗಳು.ಈ ಉಡುಪುಗಳು ಉಷ್ಣ ಮತ್ತು ಶೀತ ಎರಡು ವಾತಾವರಣದಲ್ಲಿ ಆರಾಮದಾಯಕವಾಗಿರುತ್ತದೆ. ೨೧ ನೇ ಶತಮಾನದ ಬೆಂಗಳೂರಿನ ವ್ಯಾಪಾರದ ಕೇಂದ್ರಗಳನ್ನು ನೋಡಿದ್ದ, ಆದರೆ ಅಲ್ಲಿರುವ ಜನಕ್ಕಿಂತ ಹತ್ತು ಪಟ್ಟು ಜನರು ಇಲ್ಲಿದ್ದಾರೆ.

ಅತ್ರೇಯರು ಪ್ರದ್ಯುಮ್ನನೊಂದಿಗೆ ರಾಜ ಭೋಜ-ಯಾದವನ ಅರಮನೆಗೆ ಬಂದನು. ಅವರನ್ನೇ ಎದುರಿನೋಡುತ್ತಿರುವಂತೆ ರಾಜನು ಆದರದಿಂದ ಸ್ವಾಗತಿಸಿದನು. ಪ್ರದ್ಯುಮ್ನನನ್ನು ನೋಡಿ ಕ್ಷಣ ಕಾಲ ಬೆರಗಾದನು. ಅತ್ರೇಯರು ಈತ ಪ್ರದ್ಯುಮ್ನ ನನ್ನ ಶಿಷ್ಯ ಎಂದಷ್ಟೇ ಹೇಳಿದರು. ವಿಶ್ರಾಂತಿಗೆ ತಕ್ಕ ಏರ್ಪಾಟನ್ನುಮಾಡಿಸಿದ್ದನು, ರಾತ್ರಿಯ ಭೋಜನದ ನಂತರ ಅತ್ರೇಯರು ರಾಜನ ಜೊತೆ ಚರ್ಚೆಯಲ್ಲಿ ಮುಳುಗಿದ್ದರು. ಮುಂದೆ ನಡೆಯಬಹುದಾದ ಆಕ್ರಮಣದ ಬಗ್ಗೆ ಅದಕ್ಕಾಗಿ ಚಕ್ರವರ್ತಿ ವಿಕ್ರಮಾದಿತ್ಯನಿಗೆ ತನ್ನ ಸಂಪೂರ್ಣ ಸಹಕಾರವನ್ನು

ನೀಡಬೇಕೆಂದು ತಿಳಿಸಿದನು. ಪ್ರದ್ಯುಮ್ನನನು ಎಂದಿನಂತೆ ಏಕಾಗ್ರತೆಯಿಂದ ಅವರ ಸಂಭಾಷಣೆಯನ್ನು ಕೇಳುತ್ತಿದ್ದನು.

ರಾಜನು ಪ್ರದ್ಯುಮ್ನನನ್ನು ತದೇಕ ಚಿತ್ತದಿಂದ ನೋಡುತ್ತಿದ್ದನು.

"ರಾಜ ಭೋಜ!! ಈತ ನೀನಂದುಕೊಂಡ ವ್ಯಕ್ತಿಯಲ್ಲ. ಇವನು ನನ್ನ ಶಿಷ್ಯನೇ. ನಿನ್ನ ಮನದ ಅನುಮಾನವೇನೆಂದು ನಾನು ಬಲ್ಲೆ. ಈಗ ನಿನ್ನ ಕರ್ತವ್ಯ ಸಮರಕ್ಕೆ ಸಿದ್ಧತೆಯನ್ನು ನಡೆಸುವುದು, ಅದರ ಮೇಲೆ ಆಸಕ್ತಿವಹಿಸು. ನಾವು ಮುಂಜಾನೆಯ ವಿಂಧ್ಯದ ಕಡೆ ಪಯಣ ಬೆಳೆಸುತ್ತೇವೆ, ಆದಷ್ಟು ಬೇಗ ಹಿಮಾಲಯದ ಸಮ್ಮೇಳನದಲ್ಲಿ ಭಾಗವಹಿಸಬೇಕು. ಎಲ್ಲಾ ಋಷಿಮುನಿಗಳು ಅಲ್ಲಿ ಸೇರುತ್ತಿದ್ದೇವೆ. ಈ ಬಾರಿ ಮಾರ್ಗದರ್ಶಕರ ಕೊರತೆ ನೆರವೇರಬಹುದು. ಅದಕ್ಕಾಗಿ ಸರಿಯಾದ ಸಿದ್ಧತೆಯೇ ಆಗಬೇಕಿದೆ. ಶತ್ರುಗಳು ಈ ಬಾರಿ ಸಮ್ಮೇಳನದ ಸಮಯವನ್ನೇ ಗುರಿಯಾಗಿಸಿ ಧಾಳಿ ನಡೆಸಲು ನಿರ್ಧರಿಸಿದ್ದಾರೆ."ರಾಜನು ಅತ್ರೇಯರಿಗೆ ವಂದಿಸಿ ಮತ್ತೊಮ್ಮೆ ಪ್ರದ್ಯುಮ್ನನ ಕಡೆ ನೋಡಿ ಅಲ್ಲಿಂದ ಹೊರಟನು.

ಪ್ರದ್ಯುಮ್ನನಿಗೆ ಇದು ವಿಚಿತ್ರವೆನಿಸಿ, ಅತ್ರೇಯರನ್ನು ಕೇಳಿದನು.

"ಪ್ರದ್ಯುಮ್ನ!!!, ರಾಜನ ಈ ರೀತಿಯ ನಡವಳಿಕೆ ನನಗೇನು ಆಶ್ಚರ್ಯ ತರಿಸಿಲ್ಲ. ಅದರ ನಿಜವಾದ ವಿಷಯ ನಂತರ ನಿನಗೇ ತಿಳಿಯುತ್ತದೆ ತಾಳ್ಮೆ ಇರಲಿ. ಈಗ ವಿಶ್ರಾಂತಿ ತೆಗೆದುಕೋ ಇನ್ನೂ ಹಲವು ಯೋಜನಗಳ ದೀರ್ಘವಾದ ಮಾರ್ಗವಿದೆ."

ಮರುದಿನ ಕೌಂಡಿನ್ಯಪುರದಿಂದ ವಿಂಧ್ಯ ಪರ್ವತದ ಕಡೆ ಅವರ ಪಯಣ ಬೆಳೆಯಿತು. ಮಾರ್ಗ ಮಧ್ಯದಲ್ಲಿ ರೇವಾ ನದಿಯ ತೀರ. ಅತ್ರೇಯರು ರೇವಾ ನದಿಯ ಬಗ್ಗೆ ಹೇಳಲು,

ಇದನ್ನೇ ಅಲ್ಲವೇ ನಾವು ನರ್ಮದಾ ನದಿ ಎನ್ನುವುದು ಎಂದು ಪ್ರದ್ಯುಮ್ನ ಮನದಲ್ಲಿ ಯೋಚಿಸುತ್ತಲೇ ಅತ್ರೇಯರ ಮಾತನ್ನು ಆಲಿಸಿದನು.

"ಈ ನದಿ ಉತ್ತರ ಭರತ ಖಂಡಕ್ಕೆ ಮತ್ತು ದಕ್ಷಿಣ ಭಾಗಕ್ಕೆ ನಡುವಿನ ಸಾಂಪ್ರದಾಯಿಕ ಗಡಿಯನ್ನು ರೂಪಿಸುತ್ತದೆ .ಇದು ಸತ್ಪುತ್ರ ಮತ್ತು ವಿಂಧ್ಯ ಪರ್ವತಗಳ ನಡುವೆ ಹರಿಯುತ್ತದೆ. ಪೂರ್ವದಿಂದ ಪಶ್ಚಿಮಕ್ಕೆ ಹರಿಯುವ ಬಹು ದೊಡ್ಡ ನದಿ. ಭರತಖಂಡದ ಏಳು ಪವಿತ್ರ ನದಿಗಳಲ್ಲಿ ನರ್ಮದಾ ಒಂದು; ಇತರ ಆರು ಗಂಗಾ, ಯಮುನಾ, ಗೋದಾವರಿ, ಸರಸ್ವತಿ, ಸಿಂಧು ಮತ್ತು ಕಾವೇರಿ."

"ಗುರುಗಳೇ!!, ಈ ನದಿಯ ಉಗಮಕ್ಕೂ ಒಂದು ಸ್ವಾರಸ್ಯಕರ ಕಥೆ ಇರಬೇಕಲ್ಲವೇ?"

ಅತ್ರೇಯರು ನಗುತ್ತಾ, "ಖಂಡಿತಾ ಇದೆ. ಈ ಪುಣ್ಯ ಭೂಮಿಯ ಪ್ರತಿಯೊಂದು ನದಿಗೂ ಒಂದೊಂದು ವೈಶಿಷ್ಟತೆಯಿದೆ, ಒಮ್ಮೆ ಮಹಾ ಶಿವನು ಉಗ್ರ ತಪಸ್ಸನ್ನು ಮಾಡಲು, ಅವನ ದೇಹದಿಂದ ಬೆವರು ಬರಲು ಆರಂಭವಾಯಿತು, ಅದು ಒಂದು ಸ್ಥಳದಲ್ಲಿ ಸಂಗ್ರಹವಾಗಿ ನದಿಯ ರೂಪದಲ್ಲಿ ಹರಿಯಲಾರಂಭಿಸಿತು. ಇನ್ನೊಂದು ವಿಷಯ ಸ್ವತಃ ಗಂಗೆಯೇ ಕಪ್ಪು ಹಸುವಿನ ರೂಪವನ್ನು ಪಡೆದುಕೊಂಡು ಈ ಪವಿತ್ರ ನೀರಿನಲ್ಲಿ ಸ್ನಾನ ಮಾಡಲು ಬರುತ್ತಾಳಂತೆ.

ಇದರಲ್ಲಿ ನಿನಗೆ ಒಂದು ವಿಶೇಷತೆಯನ್ನು ತೋರಿಸುತ್ತೇನೆ " ಎಂದು , ಪ್ರದ್ಯುಮ್ನನನ್ನು ನೀರಿಗೆ ಇಳಿಯುವಂತೆ ಹೇಳಿ , ತಳದಲ್ಲಿದ ಕಲ್ಲನ್ನು ತರಲು ಹೇಳಿದರು. ಹೇಳಿದಂತೆ ಕಲ್ಲನ್ನು ತೆಗೆದಾಗ, ಅವನಿಗೆ ಅಚ್ಚರಿಯಾಯಿತು. ಆ ಕಲ್ಲು ಲಿಂಗದ ರೂಪದಲ್ಲಿತ್ತು, ಮತ್ತಷ್ಟು ಕಲ್ಲುಗಳನ್ನು ತೆಗೆದರೆ ಅವೂ ಲಿಂಗದಂತೇ ಇದ್ದವು.

"ಪ್ರದ್ಯುಮ್ನ ಇದನ್ನು, ಬನಶಿವಲಿಂಗ ಎನ್ನುತ್ತಾರೆ ಪ್ರತಿ ಮನೆಗಳಲ್ಲಿ ದೈನಂದಿನ ಪೂಜೆಗೆ ಇದರ ಹೆಚ್ಚು ಬೇಡಿಕೆಯಿದೆ."

ನಂತರ ನದಿ ತೀರದಲ್ಲೇ ಬಹಳ ಸಮಯ ಕಳೆದರು. ಅಲ್ಲಿಂದ ಈಗ ಕಾಡಿನಲ್ಲಿ ಮುಂದುವೆರೆಯಬೇಕಾಯಿತು. ಪ್ರಕೃತಿ ಸೌಂದರ್ಯ ಅಮೋಘ, ವಿಧ ವಿಧ ವನ್ಯ ಜೀವಿಗಳು, ಸಸ್ಯ ರಾಶಿ ಎಲ್ಲಿ ನೋಡಿದರೂ ಹಸಿರು ಕಣ್ಣಿಗೆ ಮುದ ನೀಡಿತ್ತು. ಬಹಳ ವಿಸ್ತಾರವಾದ ಅರಣ್ಯ ಪ್ರದೇಶ ಸಾಗುತ್ತಾ ಸಾಗುತ್ತಾ ವಿಂಧ್ಯ ಪರ್ವತದ ತಪ್ಪಲಿಗೆ ಬಂದರು.

"ಪ್ರದ್ಯುಮ್ನ!!, ಈ ವಿಂಧ್ಯ ಪರ್ವತ ಒಂದು ಕಾಲದಲ್ಲಿ ಹಿಮಾಲಯಕ್ಕಿಂತಲೂ ಎತ್ತರವಿತ್ತು , ಇದರಿಂದ ಸೂರ್ಯ ರಶ್ಮಿ ಈ ಭೂಭಾಗದಲ್ಲಿ ಬೀಳಲು ಸಾಧ್ಯವಾಗುತ್ತಿರಲಿಲ್ಲ. ಇಲ್ಲಿನ ಜೀವ ರಾಶಿಗಳಿಗೆ ಬಹಳ ತೊಂದೆರೆಯಾಗುತ್ತಿತ್ತು. ಆಗ ಅಗಸ್ತ್ಯರು ಇದನ್ನು ದಾಟಿ ದಕ್ಷಿಣಕ್ಕೆ ಬರಲು ತನ್ನ ಆಕಾರವನ್ನು ಕುಗ್ಗಿಸುವಂತೆ ಕೇಳಿಕೊಂಡರು. ತಾನು ಮರಳಿ ವಿಂಧ್ಯ ಪರ್ವತವನ್ನು ದಾಟಿದಾಗ ಮತ್ತೆ ಮೊದಲಿನ ಸ್ಥಿತಿಗೆ ಬರಬಹುದು ಎಂದು ಮಾತನ್ನು ತೆಗೆದುಕೊಂಡು ಹೋದ ಅಗಸ್ತ್ಯರು ಮತ್ತೆ ಈ ವಿಂಧ್ಯ ಪರ್ವತದ ಕಡೆ ಹಿಂದಿರುಗಲಿಲ್ಲ.ಆದುದರಿಂದ ಇದು ಈ ಸ್ಥಿತಿಯಲ್ಲಿದೆ, ಇಲ್ಲದಿದ್ದರೆ ಇದು ಹಿಮಾಲಯಕ್ಕಿಂತ ಎತ್ತರವಿರುತ್ತಿತ್ತು. ನಂತರ ಈ ಪರ್ವತ ಶ್ರೇಣಿಯನ್ನು "ವಿಂಧ್ಯಾಚಲ" ಎಂದು ಕರೆಯಲ್ಪಟ್ಟಿತು. ಅಚಲ ಎಂದರೆ ಚಲಿಸದೆ ಇರುವುದು ಎಂದರ್ಥ.

ಮಹಾದೇವಿ ಕಾಳಿ ರಾಕ್ಷಸರನ್ನು ಕೊಂದ ನಂತರ ಇಲ್ಲಿ ವಾಸಿಸುತ್ತಿದ್ದಳು.ಶಕ್ತಿಯ ಉಗ್ರ ರೂಪದ ನಿವಾಸವಾಗಿದೆ ಈ ವಿಂಧ್ಯ ಶ್ರೇಣಿ.

ಅವಳನ್ನು ವಿಂಧ್ಯವಾಸಿನಿ ಎಂದೂ ವರ್ಣಿಸಲಾಗಿದೆ, ಮತ್ತು ಅವಳಿಗೆ ಮೀಸಲಾಗಿರುವ ದೇವಾಲಯವು ಪರ್ವತದ ಉತ್ತರದ ತಪ್ಪಲಿನಲ್ಲಿದೆ. ಕಾಳಿ ಎಂಬ ನದಿಯು ಸಹ ಅಲ್ಲಿ ಪ್ರವಹಿಸುತ್ತದೆ.

ನಾವು ವಿಂಧ್ಯ ಪರ್ವತವನ್ನು ಹತ್ತಿ ಇಳಿಯುವುದು ಕಷ್ಟ ಅದರಿಂದ ಅದನ್ನು ಬಳಸಿಕೊಂಡು ಪೂರ್ವಕ್ಕೆ ಚಲಿಸಿ ಮತ್ತೆ ಉತ್ತರಕ್ಕೆ ಹೋಗಬೇಕು. ಅಲ್ಲಿಂದ ಚಿತ್ರಕೂಟಕ್ಕೆ ಸೇರಬೇಕು."

ಕಡಿದಾದ ಮಾರ್ಗದಲ್ಲಿ ನಿಧಾನವಾಗಿ ಪಯಣ ಮುಂದುವರೆಯಿತು. ಅಶ್ವಗಳು ಈ ಪ್ರದೇಶಗಳಲ್ಲಿ ಸುನಾಯಾಸಾವಾಗಿ ಸಾಗುತ್ತಿದ್ದವು.

"ಪ್ರದ್ಯುಮ್ನ!! ,ಚಿತ್ರಕೂಟ ಬಹಳ ಪವಿತ್ರವಾದ ಸ್ಥಳ. ಇದರ ಆಧ್ಯಾತ್ಮಿಕ ಪರಂಪರೆ ಎಲ್ಲಾ ಯುಗಗಳಲ್ಲೂ ವ್ಯಾಪಿಸಿದೆ. ಈ ದಟ್ಟವಾದ ಕಾಡುಗಳಲ್ಲಿಯೇ ಸೀತೆ , ರಾಮ ಮತ್ತು ಅವನ ಸಹೋದರ ಲಕ್ಷ್ಮಣರು ತಮ್ಮ ಹದಿನಾಲ್ಕು ಸಂವತ್ಸರಗಳ ವನವಾಸದ ಹನ್ನೊಂದು ಸಂವತ್ಸರ ಮತ್ತು ಆರು ಮಾಸಗಳನ್ನು ಇಲ್ಲಿಯೇ ಕಳೆದರು. ಈ ಚಿತ್ರಕೂಟ ಅನೇಕ ಋಷಿಮುನಿಗಳು ತಪ್ಪಸ್ಸನ್ನಾಚಿರಿಸಿದ ಪುಣ್ಯ ಕ್ಷೇತ್ರ. ಅತ್ರಿ, ಸತಿ ಅನುಸೂಯಾ, ದತ್ತಾತ್ರೇಯ, ಮಹರ್ಷಿ ಮಾರ್ಕಂಡೇಯ, ವಾಲ್ಮೀಕಿ ಮತ್ತು ಅನೇಕರು ಇಲ್ಲಿಯೇ ಧ್ಯಾನ ಮಾಡಿದರು. ತ್ರಿಮೂರ್ತಿಗಳಾದ ಬ್ರಹ್ಮ, ವಿಷ್ಣು ಮತ್ತು ಶಿವ ಈ ಸ್ಥಳಕ್ಕೆ ಏಕಕಾಲದಲ್ಲಿ ಅನಸೂಯಳ ಪ್ರಾತಿವ್ರತ್ಯವನ್ನು ಪರೀಕ್ಷಿಸಲು ಬಂದಿದ್ದರು, ಆದರೆ ಸೋತು ಅನುಸೂಯೆಗೆ ಮಗನಾಗಿ ಜನಿಸಿದರು. ಅವರ ರೂಪವೇ ದತ್ತಾತ್ರೇಯ, ಅನುಸೂಯ ಮತ್ತು ಅತ್ರಿಯರ ಮಗ .

ವಾಲ್ಮೀಕಿ ಚಿತ್ರಕೂಟವನ್ನು ಭೂಲೋಕದ ಸ್ವರ್ಗವೆಂದು ಬಣ್ಣಿಸಿದ್ದಾರೆ. ರಾಮನಿಗಾಗಿ ಎಲ್ಲಾ ದೇವತೆಗಳು ಇಲ್ಲಿ ಒಟ್ಟಿಗೇ ಸೇರಿದ್ದರೆಂಬ ನಂಬಿಕೆಯಿದೆ. ಭಾರದ್ವಾಜರು ಭಗವಾನ್ ರಾಮನನ್ನು ತಮ್ಮ ವನವಾಸದ ಅವಧಿಯಲ್ಲಿ ಚಿತ್ರಕೂಟವನ್ನು ತಮ್ಮ ವಾಸಸ್ಥಾನವನ್ನಾಗಿ ಮಾಡಿಕೊಳ್ಳುವಂತೆ ಸಲಹೆ ನೀಡುತ್ತಾರೆ. ಆದರೆ ನಂತರದ ದಿನಗಳಲ್ಲಿ ರಾಮನು ಚಿತ್ರಕೂಟವನ್ನು ಬಿಟ್ಟು ದಂಡಾಕಾರಣ್ಯಕ್ಕೆ ಹೋಗುತ್ತಾನೆ. ಇದಕ್ಕೆ ಹಲವು ಕಾರಣಗಳಿವೆ . ಮೊದಲನೆಯದಾಗಿ, ರಾಕ್ಷಸರು ಚಿತ್ರಕೂಟ ಜನಗಳಿಗೆ ರಾಮನಿರುವ ಕಾರಣ ತೊಂದರೆ ನೀಡುತ್ತಿದ್ದರು. ಎರಡನೆಯದಾಗಿ, ಅಯೋಧ್ಯೆಯ ಜನರು ಇಲ್ಲಿಗೆ ಬಂದು ಆ ಸ್ಥಳವನ್ನು ಅಪವಿತ್ರಗೊಳಿಸುತ್ತಿದರು. ಮತ್ತು ಇಲ್ಲಿಯೇ ತನ್ನ ತಂದೆಯ ಶ್ರಾದ್ಧವನ್ನು ಮಾಡಿದ ಕಾರಣ ತಂದೆಯ ನೆನಪು ಬಹಳ ಕಾಡುತ್ತಿತ್ತು." ಹೀಗೆ ಚಿತ್ರಕೂಟದ ಬಗ್ಗೆ ಸಾಕಷ್ಟು ವಿವರಗಳನ್ನು ನೀಡಿದರು.

"ಪ್ರದ್ಯುಮ್ನ!! ಈಗ ನಾವು ಸತಿ ಅನಸೂಯಾಶ್ರಮಕ್ಕೆ ಹೋಗೋಣ,ಬಹಳ ಹಿಂದೆ ಚಿತ್ರಕೂಟದಲ್ಲಿ ಹತ್ತು ಸಂವತ್ಸರಗಳು ಬರಗಾಲ ಕಾಡಿತು.ಸಕಲ ಜೀವರಾಶಿಗಳಿಗೆ ತಿನ್ನಲು ಅಥವಾ ಕುಡಿಯಲು ಏನೂ ಇರಲಿಲ್ಲ, ಆಗ ಸತಿ ಅನಸೂಯಾ ಕಠಿಣ ಮತ್ತು ತೀವ್ರವಾದ ತಪಸ್ಸನ್ನು ಆಚರಿಸಿ, ಮಂದಾಕಿನಿ ನದಿಯ ಉಗಮಕ್ಕೆ ಕಾರಣಳಾದಳು. ಈಗ ನೀನು ಅವರನ್ನು ನೇರವಾಗಿ ನೋಡಬಹುದು."

ಸತಿ ಅನಸೂಯಾ ಆಶ್ರಮಕ್ಕೆ ಹೋದರೆ ಅಲ್ಲಿ ವೃದ್ಧ ಋಷಿ ದಂಪತಿಗಳು ಧ್ಯಾನದಲ್ಲಿದ್ದರು. ಆ ಆಶ್ರಮ ಅತ್ಯಂತ ಶಾಂತಿಯುತ ಸ್ಥಳವಾಗಿತ್ತು, ಅವರ ಧ್ಯಾನದ ನಂತರ, ಅತ್ರೇಯರು ಅವರಿಂದ ಆಶೀರ್ವಾದ ತೆಗೆದುಕೊಂಡರು, ಪ್ರದ್ಯುಮ್ನ ಅವರನ್ನು ಅನುಸರಿಸಿದ. ತಾವು ಸಮ್ಮೇಳನಕ್ಕೆ ಹೋಗುತ್ತಿರುವುದಾಗಿ ತಿಳಿಸಿದರು. ಅದರಿಂದ ಅವರು ಬಹಳ ಆನಂದಗೊಂಡರು.ಅವರ ಕೋರಿಕೆಯ ಮೇರೆಗೆ ಅಂದು ರಾತ್ರಿ ಅಲ್ಲಿಯೇ ಉಳಿದು ಮರುದಿನ ಅಯೋಧ್ಯೆಯತ್ತ ಹೋಗಲು ನಿಶ್ಚಿಯಿಸಿದರು.

18

ಅಯೋಧ್ಯೆಗೆ ಆಗಮನ

ಅಯೋಧ್ಯೆಗೆ ಹೋಗುವ ಮಾರ್ಗದಲ್ಲೇ ಪ್ರಯಾಗವಿದೆ.ಅಲ್ಲಿ ತ್ರಿವೇಣಿ ಸಂಗಮವಿದೆ. ಅದನ್ನು ನೋಡಿಕೊಂಡು ಮುಂದೆ ಹೋಗೋಣ ಎಂದು ಅತ್ರೇಯರು ಹೇಳಲು. ಅದಕ್ಕೆ ಪ್ರದ್ಯುಮ್ನನು,

"ಪೂಜ್ಯರೇ!! ತ್ರಿವೇಣಿ ಸಂಗಮ ಮತ್ತು ಪ್ರಯಾಗದ ವಿಶೇಷತೆ ಬಗ್ಗೆ ತಿಳಿಸುವಿರಾ ?"

"ಮೂರು ಪವಿತ್ರ ನದಿಗಳ ಸಂಗಮದ ಪವಿತ್ರ ಸ್ಥಳಕ್ಕೆ ತ್ರಿವೇಣಿ ಸಂಗಮವೆನ್ನುತ್ತಾರೆ. ಈ ತ್ರಿವೇಣಿ ಸಂಗಮ ಗಂಗಾ, ಯಮುನಾ ಮತ್ತು ಸರಸ್ವತಿ ನದಿಗಳ ಸಂಗಮವನ್ನು ನಿರ್ಮಿತವಾಗಿದೆ.ಎರಡು ನದಿಗಳನ್ನೂ ನಾವು ಕಣ್ಣಾರೆ ನೋಡಬಹುದು ಮತ್ತು ಅವುಗಳ ವಿಭಿನ್ನ ಬಣ್ಣಗಳಿಂದ ಗುರುತಿಸಬಹುದು. ಗಂಗಾ ನದಿಯ ನೀರು ಪಾರದರ್ಶಕವಾಗಿದ್ದರೇ, ಯಮುನ ನದಿಯ ನೀರು ಹಸಿರು ಬಣ್ಣದ್ದಾಗಿದೆ. ಆದರೆ ಸರಸ್ವತಿ ನದಿ ಅಗೋಚರ ನದಿ, ಅದರ ಹರಿವು ನಮಗೆ ಗೋಚರಿಸುವುದಿಲ್ಲ, ಅದು ಭೂಗರ್ಭದಲ್ಲಿ ಹರಿಯುತ್ತದೆ.

ಈ ಸಂಗಮ ಧಾರ್ಮಿಕ ಪ್ರಾಮುಖ್ಯತೆಯ ಸ್ಥಳ ಮತ್ತು ಐತಿಹಾಸಿಕ ಕುಂಭಮೇಳ ಪ್ರತಿ ೧೨ ಸಂವತ್ಸರಗಳಿಗೊಮ್ಮೆ ನಡೆಯುವ ಸ್ಥಳ,ಆಗ ಇಲ್ಲಿ ಸ್ನಾನ ಮಾಡುವುದರಿಂದ ಎಲ್ಲಾ ಪಾಪಗಳನ್ನು ಕಳೆದುಕೊಂಡು ಮತ್ತು ಪುನರ್ಜನ್ಮದ ಚಕ್ರದಿಂದ ಮುಕ್ತಗೊಂಡು ಸ್ವರ್ಗಕ್ಕೆ ಹೋಗಬಹುದೆಂದು ಎಲ್ಲರ ನಂಬಿಕೆ. ಸಹಸ್ರಾರು ಜನರು ಆ ಸಮಯದಲ್ಲಿ ಇಲ್ಲಿ ಸೇರುತ್ತಾರೆ.

ಇದೇ ರೀತಿ ದಕ್ಷಿಣದಲ್ಲಿ ತ್ರಿವೇಣಿ ಸಂಗಮವು ಕಾವೇರಿ, ಭವಾನಿ ಮತ್ತು ಅಮುದಾ ಎಂಬ ನದಿಗಳ ಸಂಗಮವಾಗಿದೆ. ಇದನ್ನು ದಕ್ಷಿಣದ ತ್ರಿವೇಣಿ ಸಂಗಮ

ಎಂದೂ ಕರೆಯುತ್ತಾರೆ. ಈ ಮೂರ ನದಿಗಳಲ್ಲಿ , ಅಮುದಾ ನದಿ ಸರಸ್ವತಿ ನದಿಯಂತೆ ಅಗೋಚರವಾಗಿರುತ್ತದೆ ಮತ್ತು ಭೂಗರ್ಭದಲ್ಲಿ ಹರಿಯುತ್ತದೆ. ಅಲ್ಲಿ ಸಂಗಮೇಶ್ವರ ಆಲಯವನ್ನು ನೋಡಬಹುದು.

ಇನ್ನು ಪ್ರಯಾಗದ ಬಗ್ಗೆ ಹೇಳಬೇಕಾದರೆ ಅದರ ಮೂಲ ಸ್ಥಳದ ಹೆಸರು ಕೋಸಂಬಿ ಎಂದು. ಕೊಸಂಬಿ ಭರತ ಖಂಡದ ಶ್ರೇಷ್ಠ ನಗರಗಳಲ್ಲಿ ಒಂದಾಗಿದೆ. ಇದು ಕುರು ಸಾಮ್ರಾಜ್ಯದ ಆಡಳಿತಗಾರರು ತಮ್ಮ ಹೊಸ ರಾಜಧಾನಿಯಾಗಿ ಸ್ಥಾಪಿಸಿದರು. ಆರಂಭಿಕ ಕುರು ರಾಜಧಾನಿ ಹಸ್ತಿನಾಪುರವು ಪ್ರವಾಹದಿಂದ ನಾಶವಾಯಿತು, ಮತ್ತು ಕುರು ರಾಜನು ತನ್ನ ಸಂಪೂರ್ಣ ರಾಜಧಾನಿಯನ್ನು ಪ್ರಜೆಗಳೊಂದಿಗೆ ಇಲ್ಲಿಗೆ ಗಂಗಾ ಯಮುನಾ ಸಂಗಮದ ಬಳಿ ನಿರ್ಮಿಸಿದ.

ಪ್ರಯಾಗ ಎಂಬ ಪದವನ್ನು ಸಾಂಪ್ರದಾಯಿಕವಾಗಿ "ನದಿಗಳ ಸಂಗಮ" ಎಂದು ಹೇಳಬಹುದು.ಸ್ವತಃ ಬ್ರಹ್ಮನೇ ಇಲ್ಲಿ ಬಂದು ಹೋಮವನ್ನು ಮಾಡಿದ್ದನು ಎಂಬ ಪ್ರತೀತಿಯಿದೆ."

ಪವಿತ್ರ ತ್ರಿವೇಣಿ ಸಂಗಮದಲ್ಲಿ ಮಿಂದು , ಅಲ್ಲಿ ಸ್ವಲ್ಪ ಕಾಲ ವಿಶ್ರಾಂತಿ ತೆಗೆದುಕೊಂಡು. ಹತ್ತಿರದಲ್ಲಿದ್ದ ಅತ್ರೇಯರ ಗುರುಗಳಾದ ಭಾರದ್ವಾಜರ ಆಶ್ರಮದ ಕಡೆ ನಡೆದರು. ಗುರುಗಳ ಆದೇಶದ ಮೇರೆಗೆ ದಕ್ಷಿಣಕ್ಕೆ ಬಂದು ಅತ್ರೇಯರು ನೆಲೆಸಿದ್ದರು. ದಕ್ಷಿಣದ ಜನತೆಗೆ ಆಯುರ್ವೇದದ ಉಪಯೋಗವನ್ನು ತಿಳಿಸಿಕೊಡುವುದು ಅವರ ಉದ್ದೇಶವಾಗಿತ್ತು. ಅದನ್ನು ಬಹಳ ಯಶಸ್ವಿಯಾಗಿ ನಿರ್ವಹಿಸುತ್ತಿದ್ದರು.

" ಪ್ರದ್ಯುಮ್ನ!! ಭಾರದ್ವಾಜರು ಭರತ ಖಂಡದಲ್ಲೇ ಪೂಜ್ಯನೀಯರಾದ ಮಹರ್ಷಿಗಳು. ಅವರು ಪ್ರಸಿದ್ಧ ವಿದ್ವಾಂಸರು, ಅರ್ಥಶಾಸ್ತ್ರಜ್ಞರು ಮತ್ತು ವೈದ್ಯರೂ ಆಗಿದ್ದಾರೆ. ಅವರ ಅದ್ಯಕ್ಷತೆಯಲ್ಲಿಯೇ ಸಮ್ಮೇಳನ ನಡೆಯುತ್ತಿರುವುದು.ರಿಗ್ವೇದ ಮಹಾಗ್ರಂಥಕ್ಕೆ ಇವರ ಕೊಡುಗೆ ಅಪಾರ. ಇವರು ದ್ರೋಣಾಚಾರ್ಯರ ತಂದೆ. ಇವರು ಸಪ್ತಋಷಿಗಳಲ್ಲಿ ಒಬ್ಬರು.

ಚಕ್ರವರ್ತಿ ಭರತ ಇವರ ಸಾಕುತಂದೆ. ಶಕುಂತಲಾ ಮತ್ತು ದುಷ್ಯಂತರ ಮಗ ಭರತ. ಅವರ ಪತ್ನಿ ಸುನಂದದೇವಿ ತುಂಬಾ ಧರ್ಮನಿಷ್ಠ ಮತ್ತು ಪರಿಶುದ್ಧ ಮಹಿಳೆ. ಆದರೆ ಅವರಿಗೆ ಮಕ್ಕಳಿರಲಿಲ್ಲ,ಜನಿಸಿದ ಮಕ್ಕಳು ಯಾರು ಬದುಕುತ್ತಿರಲಿಲ್ಲ.ಆಗ ಅವರು ಇದೇ ಗಂಗಾ ನದಿಯ ದಡದಲ್ಲಿ ಮಕ್ಕಳನ್ನು ಪಡೆಯಲು ಮಾರುಸೋಮಾ ಯಾಗವನ್ನು ಮಾಡಿದರು. ಆಗ ಅಲ್ಲಿಗೆ ಮಾರುದ್ಗಣರು ಭಾರದ್ವಾಜರೊಂದಿಗೆ ಬಂದು ಭರತಚಕ್ರವರ್ತಿಗೆ ಭಾರದ್ವಾಜರನ್ನು ದತ್ತು ತೆಗೆದುಕೊಳ್ಳಬೇಕೆಂದು ಸೂಚಿಸಿದರು, ಹೀಗಾಗಿ

ಭಾರದ್ವಾಜರನ್ನು ಭರತ ಚಕ್ರವರ್ತಿ ದತ್ತು ಪಡೆದರು.

ಅದರಿಂದ ಚಕ್ರವರ್ತಿಗಳು ತುಂಬಾ ಸಂತೋಷಪಟ್ಟರು. ನಂತರ ಭಾರದ್ವಾಜರು ಅಗ್ನಿಯನ್ನು ಪ್ರಾರ್ಥಿಸಿ ಚಕ್ರವರ್ತಿಗಳಿಗೆ ಮಗುವನ್ನು ಪಡೆಯಲು ಸಹಾಯ ಮಾಡಿದರು.. ಅವರ ಪ್ರಾರ್ಥನೆಗೆ ಭೀಮನ್ಯು ಎಂಬ ಗಂಡು ಮಗುವನ್ನು ಭರತ ಚಕ್ರವರ್ತಿಗಳು ಪಡೆದರು. ಆದರೆ ವಿಧಿಯ ಆಟವೇ ಬೇರೆಯಾಗಿತ್ತು. ಮಗು ಜನಿಸಿದ ಆ ಸಮಯದಲ್ಲಿ ಚಕ್ರವರ್ತಿಗಳು ಮರಣಹೊಂದಿದರು., ಆದ್ದರಿಂದ ಭೀಮನ್ಯು ವಯಸ್ಸಿಗೆ ಬರುವವವರೆಗೂ ಭಾರದ್ವಾಜರು ರಾಜ್ಯಭಾರವನ್ನು ನಿರ್ವಹಿಸಿದರು ನಂತರ ಅವನಿಗೆ ರಾಜ್ಯವನ್ನು ಹಸ್ತಾಂತರಿಸಿದರು. ತದನಂತರ ಹಲವು ರಾಜರಿಗೆ ಮಾರ್ಗದರ್ಶಕರಾಗಿದ್ದಾರೆ. ಈಗ ವಿಕ್ರಮಾದಿತ್ಯನಿಗೂ ಇವರೇ ಮಾರ್ಗದರ್ಶಕರು."

ಅವರನ್ನು ನೋಡುವ ಕಾತುರತೆಯಲ್ಲಿದ್ದ ಪ್ರದ್ಯುಮ್ನನಿಗೆ ನಿರಾಶೆಯಾಯಿತು. ಆಶ್ರಮದಲ್ಲಿ ಹೋಗಿ ನೋಡಿದರೆ. ಅವರು ಬಹಳ ದಿನಗಳ ಹಿಂದೆಯೇ ಹಿಮಾಲಯದ ಕಡೆ ಹೋಗಿದ್ದಾರೆಂದು ಅಲ್ಲಿನ ಶಿಷ್ಯರು ಹೇಳಿದರು. ಹಾಗೂ ಪ್ರದ್ಯುಮ್ನನನ್ನು ನೋಡಿ ಆ ಶಿಷ್ಯರು ಆಶ್ಚರ್ಯಗೊಂಡರು. ತಕ್ಷಣ ಅತ್ರೇಯರು ಪ್ರದ್ಯುಮ್ನ ತನ್ನ ಶಿಷ್ಯನೆಂದು ತಿಳಿಸಿದಾಗ, ಶಾಂತರಾಗಿ ಅತ್ರೇಯರಿಗೆ ಭಾರದ್ವಾಜರು ಕೊಟ್ಟಿದ್ದ ತಾಳೆ ಗರಿಗಳನ್ನು ಮತ್ತು ಅದರ ಜೊತೆಗೆ ಒಂದು ಸಂದೇಶವೊಂದನ್ನು ವಿಕ್ರಮಾದಿತ್ಯರ ಬಳಿ ನೀಡುವಂತೆ ತಿಳಿಸಿದ್ದರು.

ಪ್ರದ್ಯುಮ್ನನ ನಿರಾಸೆಯ ಮಖವನ್ನು ನೋಡಿ, ಚಿಂತಿಸಬೇಡ. ಸಮ್ಮೇಳನದಲ್ಲಿ ನಿನಗೆ ಎಲ್ಲಾ ಋಷಿಗಳನ್ನು ಪರಿಚಯಿಸುತ್ತೇನೆ. ಪ್ರದ್ಯುಮ್ನ ಮೌನವಾಗಿ ಅವರನ್ನು ಹಿಂಬಾಲಿಸಿದ.

ಅಲ್ಲಿಂದ ಅಯೋಧ್ಯೆಗೆ ಹೊರಟರು, ಆ ನಗರದ ಬೃಹತ್ ದ್ವಾರ ಅವರನ್ನು ಸ್ವಾಗತಿಸುವಂತಿತ್ತು. ಅಲ್ಲಿನ ನಗರ ಪ್ರಮುಖರೂ, ಜನಗಳೂ ಅತ್ರೇಯರನ್ನು ಜೊತೆಗೆ ಪ್ರದ್ಯುಮ್ನರನ್ನೂ ಉತ್ಸಾಹದಿಂದ ಸ್ವಾಗತಿಸಿದರು. ನಗರದ ಜನರೆಲ್ಲಾ ಪ್ರದ್ಯುಮ್ನನ ಕಡೆಗೆ ಬಾರಿ ಬಾರಿ ನೋಡುತ್ತಿದ್ದರು, ಮತ್ತು ತಮ್ಮ ತಮ್ಮಲ್ಲೇ ಏನನ್ನೋ ಮಾತನಾಡಿ ಕೊಳ್ಳುತ್ತಿದ್ದರು. ಪ್ರದ್ಯುಮ್ನನನಿಗೆ ಇದರಿಂದ ಮುಜುಗುರವಾಗುತ್ತಿತ್ತು, ಆದರೆ ಅತ್ರೇಯರು ನಗುತ್ತಲೇ ಮುಂದೆ ಸಾಗುತ್ತಿದ್ದರು.

ಅಲ್ಲಿನ ಜನರು ಇವರನ್ನು ಹಿಂಬಾಲಿಸುತ್ತಾ ಬರುತ್ತಿದ್ದರು.ರಾಜಧಾನಿಯ ಪ್ರಮುಖ ಬೀದಿಗಳಲ್ಲಿ ನಡೆದು ಅರಮನೆಯನ್ನು ತಲುಪಿದರು. ಅಲ್ಲಿ ದ್ವಾರಪಾಲಕನಿಗೆ ತಾವು ಭಾರದ್ವಾಜರ ಶಿಷ್ಯ ಅತ್ರೇಯರು ಬಂದ್ದಿದೇವೆ , ಮಹಾಪ್ರಭುಗಳಿಗೆ ಒಂದು ಸಂದೇಶವಿದೆ ಎಂದು ಹೇಳಿದರು. ಆದರೆ ಆ

ದ್ವಾರಪಾಲಕ ಪ್ರದ್ಯುಮ್ನನನ್ನೇ ನೋಡುತ್ತಿದ್ದನು. ಅತ್ರೇಯರು ಅದನ್ನು ಗಮನಿಸಿ,

"ಇವನು ನನ್ನ ಶಿಷ್ಯ. ತಾವು ಬಂದ ವಿಷಯವನ್ನು ಶೀಘ್ರವಾಗಿ ರಾಜರಿಗೆ ತಿಳಿಸಿ" ಎನ್ನಲು.

"ಕ್ಷಮಿಸಿ!! ಮಹನೀಯರೇ!!, ಅವರು ವಾಯು ವಿಹಾರಕ್ಕೆ ಹೋಗಿದ್ದಾರೆ, ನಾನು ಅವರಿಗೆ ವಿಷಯ ಮುಟ್ಟಿಸುತ್ತೇನೆ. ಅವರು ಬರುವ ತನಕ ವಿಶ್ರಾಂತಿ ಮಂಟಪದಲ್ಲಿ ವಿಶ್ರಮಿಸುತ್ತಿರಿ" ಎಂದು ಅವರನ್ನು ಒಂದು ಮಂಟಪಕ್ಕೆ ಕರೆದುಕೊಂಡು ಹೋದನು. ಅಶ್ವಗಳನ್ನು ಸೇವಕರು ಕರೆದುಕೊಂಡು ಹೋಗಿ ಅವುಗಳಿಗೆ ಬೇಕಾದ ಮೇವನ್ನು ಮತ್ತು ನೀರನ್ನು ನೀಡಿದರು.

ಅಯೋಧ್ಯೆ ಹೆಸರೇ ಎಷ್ಟು ರೋಮಾಂಚನ ರಾಮ ಹುಟ್ಟಿ ಬೆಳೆದ ನಗರ. ಇದರ ಬಗ್ಗೆ ತಿಳಿದುಕೊಳ್ಳಲು ಬಹಳ ಉತ್ಸಾಹದಲ್ಲಿದ್ದ ಪ್ರದ್ಯುಮ್ನ. ಅಷ್ಟರಲ್ಲಿ ಅಲ್ಲಿಗೆ ಸೇವಕರು ಫಲ ಮತ್ತು ಪಾನೀಯಗಳೊಂದಿಗೆ ಬಂದರು. ಬಂದು ಪ್ರದ್ಯುಮ್ನನನ್ನು ನೋಡಿ ಬೆರಗಾದರು. ಅತ್ಯಂತ ಗೌರವದಿಂದ ಇಬ್ಬರನ್ನು ಸತ್ಕರಿಸಿದರು.

"ಅತ್ರೇಯರೇ!!, ಈ ಅಯೋಧ್ಯೆಯ ಬಗ್ಗೆ ದಯವಿಟ್ಟು ತಿಳಿಸಿ.

ಅಯೋಧ್ಯೆಯ ಮತ್ತೊಂದು ಹೆಸರು ಸಾಕೇತ ಎಂದು. ಸಾಕೇತ ಎಂದರೆ ಭವ್ಯವಾದ ಭವನಗಳನ್ನು ವಿಶಾಲವಾದ ಸೌಧಗಳನ್ನೂ ಹೊಂದಿರುವ ನಗರ ಎಂದರ್ಥ. ಪುರಾತನ ಪಟ್ಟಣವಾದ ಅಯೋಧ್ಯೆಯನ್ನು ಭರತ ಖಂಡದ ಪವಿತ್ರ ನಗರಗಳಲ್ಲಿ ಪ್ರಮುಖವಾದುದು.ಇದನ್ನು ಪೃಥ್ವಿಯ ಪ್ರಥಮ ಚಕ್ರವರ್ತಿ ಮನು ನಿರ್ಮಿಸಿದರು.ನಂತರ ಇಕ್ಷ್ವಾಕು ವಂಶದವರು ಇಲ್ಲಿ ರಾಜ್ಯಭಾರ ಮಾಡಿದರು. ಅದರಲ್ಲಿ ಮುಖ್ಯವಾಗಿ ದಶರಥ ಮತ್ತು ಆತನ ಮಗ ರಾಮ. ರಾಮ ತನ್ನ ಆಳ್ವಿಕೆಯ ಕೊನೆಯಲ್ಲಿ ರಾಜ್ಯವನ್ನು ಉತ್ತರ ಮತ್ತು ದಕ್ಷಿಣ ಕೋಸಲಗಳಾಗಿ ವಿಂಗಡಿಸಿದನು, ಶ್ರವಸ್ತಿ ಮತ್ತು ಕುಶಾವತಿ ಎಂಬ ರಾಜಧಾನಿಗಳನ್ನು ಆಳಲು ತನ್ನ ಇಬ್ಬರು ಗಂಡು ಮಕ್ಕಳಿಗೆ ಲವ ಮತ್ತು ಕುಶ ನೀಡಿದನು. ರಾಮ ನಂತರ ಸರಯೂ ನದಿಯಲ್ಲಿ ಪ್ರವೇಶಿಸಿ ಸ್ವರ್ಗಕ್ಕೆ ಹೋದನು, ನಗರದ ಎಲ್ಲಾ ನಿವಾಸಿಗಳು ಅವನೊಂದಿಗೆ ಸರಯೂ ನದಿಯನ್ನು ಪ್ರವೇಶಿಸಿ ಅವನನ್ನು ಹಿಂಬಾಲಿಸಿದರು. ಅದರ ನಂತರ ಇದು ಜನಗಳಿಲ್ಲದೆ ಅರಣ್ಯ ಆಕ್ರಮಿಸಿಕೊಂಡಿತ್ತು. ಆದರೆ ಈಗಿನ ರಾಜ ವಿಕ್ರಮಾದಿತ್ಯ ಪುನಃ ಅದನ್ನು ನಿರ್ಮಾಣಮಾಡಿ ರಾಜಧಾನಿಯನ್ನಾಗಿ ಮಾಡಿಕೊಂಡಿದ್ದಾನೆ.

ಅದು ಹೇಗೆಂದರೆ ರಾಮನ ಸ್ವರ್ಗಾರೋಹಣದ ನಂತರ ಸಹಸ್ರಾರು ಸಂವತ್ಸರಗಳ ಕಾಲ ಈ ನಗರವು ನಿರ್ಜನವಾಯಿತು.ಭಾರದ್ವಾಜರ ಸಲಹೆಯ ಮೇರೆಗೆ ವಿಕ್ರಮಾದಿತ್ಯ ಅಯೋಧ್ಯೆಯನ್ನು ಅನ್ವೇಷಿಸಲು ಬಂದು ನೋಡಿದರೆ

ಅರಣ್ಯವು ಪ್ರಾಚೀನ ಅವಶೇಷಗಳನ್ನು ಆವರಿಸಿದ್ದವು, ಅವುಗಳನ್ನು ಕತ್ತರಿಸಿ, ಹೊಸ ನಗರವನ್ನು ಸ್ಥಾಪಿಸಿದರು, ರಾಮ ಕೋಟೆಯನ್ನು ಅದರ ಜೊತೆಗೆ ೩೬೦ ದೇವಾಲಯಗಳನ್ನೂ ನಿರ್ಮಿಸಿದನು.ಇದನ್ನು ತನ್ನ ರಾಜಧಾನಿಯಾಗಿ ಮಾಡಿಕೊಂಡು. ಈ ನಗರದ ಹಿಂದಿನ ವೈಭವವನ್ನು ತರುವಲ್ಲಿ ಸಫಲನಾಗಿದ್ದಾನೆ."

ಅವರು ಆಗೆಯೇ ಮಂಟಪದಿಂದ ನಡೆದು ಕೊಂಡು ಸರಯೂ ನದಿಯ ತೀರಕ್ಕೆ ಬಂದರು.ಸರಯೂ ನದಿ ಶಾಂತವಾಗಿ ಹರಿಯುತ್ತಿತ್ತು. "ಈ ನದಿ ಹಿಮಾಲಯದ ಮಾನಸರೋವರದಿಂದ ಹುಟ್ಟಿಕೊಂಡಿದೆ ಮತ್ತು ಇದನ್ನು ಘಘ್ರಾ ಅಥವಾ ಮಾನಸ ನಂದಿನಿ ಎಂದೂ ಕರೆಯುತ್ತಾರೆ. ಇದು ಹಾಗೆಯೇ ಮುಂದೆ ಹರಿದು ಗಂಗಾ ಮಹಾನದಿಯಲ್ಲಿ ವಿಲೀನಗೊಳ್ಳುತ್ತದೆ. ನದಿಯ ತಂಪಾದ ಗಾಳಿ ಆಹ್ಲಾದಕರವಾಗಿತ್ತು. ಆಗೆಯೇ ಮುಂದೆ ಹೋಗಿ , ಇದೋ ನೋಡು ಇಲ್ಲಿಂದಲೇ ರಾಮ ಸರಯೂ ನದಿಯನ್ನು ಪ್ರವೇಶಿಸಿದ್ದು."

ನಂತರ ಅತ್ರೇಯರು ಅಲ್ಲಿಂದ ರಾಮ ಜನ್ಮಭೂಮಿಗೆ ಕರೆದುಕೊಂಡು ಹೋದರು. ರಾಜಾ ವಿಕ್ರಮಾದಿತ್ಯ ರಾಮ ಜನ್ಮಭೂಮಿಯಲ್ಲಿ , ಭವ್ಯವಾದ ರಾಮ ದೇವಾಲಯವನ್ನುನಿರ್ಮಿಸಿದ್ದನು. ಅದೊಂದು ಅದ್ಭುತವಾದ ವಾಸ್ತುಶಿಲ್ಪ. ರಾಮನ ವಿಗ್ರಹ ಮನಮೋಹಕವಾದ ಕೆತ್ತನೆಯ ಕೆಲಸ. ಆಲಯದ ಒಳಗೆ ವಿಶಾಲವಾಗಿತ್ತು ಮತ್ತೂ ಅಷ್ಟೇ ಶಾಂತವಾಗಿತ್ತು. ರಾಮನ ದರ್ಶನ ಪಡೆದು ಅಲ್ಲಿಂದ ಮತ್ತೆ ಸರಯೂ ನದಿಯ ದಡಕ್ಕೆ ಬಂದು, ತಮ್ಮವಿಶ್ರಾಂತಿ ಮಂಟಪದ ಕಡೆ ಹೆಜ್ಜೆ ಹಾಕುತ್ತಿದ್ದರು. ಅಷ್ಟರಲ್ಲಿ ಸೇವಕರು ಓಡಿಬಂದು ವಿಕ್ರಮಾದಿತ್ಯರು ತಮ್ಮ ಆಗಮನಕ್ಕಾಗಿ ಕಾಯುತ್ತಿದ್ದಾರೆ ಎಂದು ಹೇಳುತ್ತಲೇ, ಪ್ರದ್ಯುಮ್ನನನ್ನೇ ತದೇಕ ಚಿತ್ತದಿಂದ ನೋಡುತ್ತಿದ್ದರು. ಪ್ರದ್ಯುಮ್ನನನ ಮುಖ ಭಾವ ಬದಲಾಯಿತು.

"ಪ್ರದ್ಯುಮ್ನ!!! ನಡೆ ಮಂಟಪಕ್ಕೆ ಹೋಗೋಣ."

19

ವಿಕ್ರಮಾದಿತ್ಯನ ಆಸ್ಥಾನ

ಸೇವಕರು ಅವರನ್ನು ರಾಜನ ಸಮಾಲೋಚನಾ ಮಂದಿರಕ್ಕೆ ಕರೆದುಕೊಂಡು ಹೋದರು. ಅಲ್ಲಿ ಅವರನ್ನು ಆಸೀನರಾಗುವಂತೆ ಹೇಳಿ, ರಾಜರು ಈಗ ಬರುತ್ತಾರೆ ಎಂದು ತಿಳಿಸಿ, ಅಲ್ಲಿಂದ ನಿರ್ಗಮಿಸಿದರು. ಆ ಮಂದಿರ ಬಹಳ ವಿಶಾಲವಾಗಿದೆ, ನೂರಾರು ಆಸನಗಳು. ಗೋಡೆಗಳು ವಿವಿಧ ಚಿತ್ರಾಕಲಾಕೃತಿಗಳಿಂದ ಅಲಂಕೃತವಾಗಿತ್ತು. ಕಂಬಗಳ ಕೆತ್ತನೆ ಕೆಲಸ ಅಮೋಘವಾಗಿತ್ತು, ಶಿಲ್ಪಿಗಳ ಚತುರತೆ ಶ್ಲಾಘನೀಯ. ನೆಲಕ್ಕೆ ರತ್ನಗಂಬಳಿ, ಗಾಳಿಯನ್ನು ಬೀಸುವುದಕ್ಕೆ ಸೇವಕಿಯರು, ಸೇವೆಗೆ ಸದಾ ಸಿದ್ಧರಿರುವ ಸೇವಕರು.ಆದರೆ ಅತ್ರೇಯರಿಗೆ ಇವುಗಳ ಮೇಲೆ ಗಮನವಿಲ್ಲ. ತಾನು ಬಂದ ಉದ್ದೇಶ ಸಂದೇಶ ತಿಳಿಸುವುದು ಅಷ್ಟೇ. ಆದರೆ ಅಲ್ಲಿರುವ ಸೇವಕರ ದೃಷಿಯೇ ಬೇರೆ.

ಅದೇ ಸಮಯಕ್ಕೆ ರಾಜರ ಆಗಮನದ ಉದ್ಘೋಷವಾಯಿತು ವಿಕ್ರಮಾದಿತ್ಯರು ರಾಜ ಗಾಂಭೀರ್ಯದಿಂದ ಅತ್ರೇಯರ ಕಡೆ ನಡೆದು ಬರುತ್ತಿದ್ದಾರೆ. ಪ್ರದ್ಯುಮ್ನ ಆಶ್ಚರ್ಯಚಕಿತನಾದ, ಅತ್ರೇಯರು ಅವನನ್ನು ನೋಡಿ ನಗುತ್ತಿದ್ದಾರೆ. ವಿಕ್ರಮಾದಿತ್ಯರು ಅತ್ರೇಯರ ಬಳಿ ಬಂದು ನಮಸ್ಕರಿಸಿದರು, ಪ್ರದ್ಯುಮ್ನನ ಕಡೆ ನೋಡಿ ಕ್ಷಣ ಕಾಲ ಆಗೆಯೇ ನಿಂತರು,ಆಗ ಅತ್ರೇಯರೇ

"ಈತ ನನ್ನ ಶಿಷ್ಯ ಪ್ರದ್ಯುಮ್ನ" ಎಂದು , ಪ್ರದ್ಯುಮ್ನ ವಿಕ್ರಮಾದಿತ್ಯರಿಗೆ ವಂದಿಸಿದ. ಅವನಿಗೆ ಈಗ ಅರಿವಾಯಿತು ಏಕೆ ಭಾರದ್ವಾಜರ ಆಶ್ರಮದ ಶಿಷ್ಯರು , ನಗರದ ಜನ ಹಾಗು ಸೇವಕರು ತನ್ನ ಕಡೆ ವಿಶೇಷವಾಗಿ ನೋಡುತ್ತಿದ್ದರು ಎಂದು. ತಾನು ರೂಪದಲ್ಲಿ ಸಾಕ್ಷಾತ್ ವಿಕ್ರಮಾದಿತ್ಯರಂತೆಯೇ ಇದ್ದೇನೆ. ಅದಕ್ಕೆ ಅವರಲ್ಲಿ ಗೊಂದಲ ಸೃಷ್ಟಿಯಾಗಿ ಆ ರೀತಿ ನೋಡಿದ್ದು. ವಿಕ್ರಮಾದಿತ್ಯರಿಗೂ ಇದು ಆಶ್ಚರ್ಯ

ತಂದಿತ್ತು.

ಆತ್ರೇಯರು ತಮ್ಮ ಗುರುಗಳಾದ ಭಾರದ್ವಾಜರ ಸಂದೇಶವನ್ನು ತಿಳಿಸಿದರು.

" ಕಾರ್ತೀಕ ಮಾಸದಲ್ಲಿ ಆರಂಭವಾಗುವ ಋಷಿಗಳ ಮಹಾಸಮ್ಮೇಳನ ಹಿಮಾಲಯದ ಕಶ್ಯಪರ ಆಶ್ರಮದಲ್ಲಿ ನೆರವೇರುವಂತೆ ನಿಶ್ಚಯಿಸಲಾಗಿದೆ. ಅದಕ್ಕೆ ತಕ್ಕನಾದ ಏರ್ಪಾಡುಗಳನ್ನು ಮಾಡಬೇಕೆಂದು. ಸಮ್ಮೇಳನಕ್ಕೆ ಯಾವ ರೀತಿಯ ಅಡಚಣೆ ಉಂಟಾಗದಂತೆ ನೋಡಿಕೊಳ್ಳಲು ಸ್ವತಃ ಚಕ್ರವರ್ತಿಗಳೇ ಅಲ್ಲಿ ಬಂದು ಸಮ್ಮೇಳನದಲ್ಲಿ ಭಾಗಿಯಾಗಬೇಕೆಂದು ಅವರು ಆದೇಶಿಸಿದ್ದಾರೆ."

"ಆದೇಶವನ್ನು ಮಹಾಪ್ರಸದಾವೆಂದು ಭಾವಿಸಿ, ಗುರುಗಳ ಇಚ್ಛೆಯಂತೆ ಎಲ್ಲಾ ಏರ್ಪಾಡುಗಳನ್ನು ಆಗಲೇ ಪ್ರಾರಂಭಿಸಿದ್ದೇನೆ. ಸಮ್ಮೇಳನದ ವೇಳೆಗೆ ಅಲ್ಲಿ ಬಂದು ಸೇರುತ್ತೇನೆಂದು ತಿಳಿಸಿ. ತಾವುಗಳು ಈ ದಿನ ಇಲ್ಲೇ ಇದ್ದು ನಮ್ಮ ಆತಿಥ್ಯವನ್ನು ಸ್ವೀಕರಿಸಿ ,ನಾಳೆ ಆಸ್ಥಾನದ ಸಭೆಗೆ ಭೇಟಿ ನೀಡಿ ನಂತರ ತಮ್ಮ ಪಯಣವನ್ನು ಮುಂದುವರೆಸಬಹುದು" ಎಂದು ಕೇಳಿಕೊಂಡರು. ಅತ್ರೇಯರು ಅದಕ್ಕೆ ಸಮ್ಮತಿಸಿದರು.

ಅಲ್ಲಿಂದ ಪ್ರದ್ಯುಮ್ನ ಅತ್ರೇಯರೊಂದಿಗೆ ಅತಿಥಿ ಗೃಹಕ್ಕೆ ಬಂದನು.

"ಗುರುಗಳೇ ನನಗೇ ನಿಜಕ್ಕೂ ಆಶ್ಚರ್ಯವಾಗಿದೆ ನನ್ನ ರೂಪ ವಿಕ್ರಮಾದಿತ್ಯರ ರೂಪವನ್ನು ಹೋಲುತ್ತಿದೆ."

ಅದಕ್ಕೆ ಅತ್ರೇಯರು ನಕ್ಕು," ನಿನ್ನನ್ನು ನಾನು ಮೊದಲ ಬಾರಿ ನೋಡಿದಾಗಲೇ ಅರಿತೆ , ಆದರೆ ನಿನ್ನ ಮಾತಿನ ಧಾಟಿ ಮತ್ತು ನಿನ್ನ ಆಂಗಿಕ ಭಾವದಿಂದ ನೀನು ವಿಕ್ರಮಾದಿತ್ಯನಲ್ಲವೆಂದು ತಿಳಿದುಕೊಂಡೆ."

"ವಿಕ್ರಮಾದಿತ್ಯರನ್ನು ನೋಡಿದರೇ ನನಗೆ ರೋಮಾಂಚನವಾಗುತ್ತಿದೆ, ಅವರ ಬಗ್ಗೆ ದಯವಿಟ್ಟು ತಿಳಿಸಿ."

"ಮಹಾರಾಜ ವಿಕ್ರಮಾದಿತ್ಯ ಈ ಭರತಖಂಡದ ಅತ್ಯಂತ ಆದರ್ಶ ಚಕ್ರವರ್ತಿ. ಔದಾರ್ಯ, ಧೈರ್ಯ ಮತ್ತು ವಿದ್ವಾಂಸರ ಪ್ರೋತ್ಸಾಹಕ್ಕೆ ಹೆಸರುವಾಸಿಯಾಗಿದ್ದಾನೆ. ಈತನ ತಂದೆ ರಾಜ ಮಹೇಂದ್ರಾದಿತ್ಯ ಮತ್ತು ತಾಯಿ ಸೌಮ್ಯದರ್ಶಿನಿ . ವಿಕ್ರಮಾದಿತ್ಯ ದೈವಾಂಶ ಸಂಭೂತ ಭುವಿಯಲ್ಲಿ ಅಸುರರರ ಹಾವಳಿಯನ್ನು ತಪ್ಪಿಸಲು ಬಂದ ಕಾರಣಜನ್ಮನು. ವಿಕ್ರಮಾದಿತ್ಯನು ಹಲವಾರು ರಾಜ್ಯಗಳನ್ನು ವಶಪಡಿಸಿಕೊಳ್ಳುವ ಅಭಿಯಾನವನ್ನು ಪ್ರಾರಂಭಿಸಿದನು ಮತ್ತು ಜನರಿಗೆ ರಾಕ್ಷಸ ಭಾದೆಯಿಂದ ಮುಕ್ತಗೊಳಿಸಿ, ಆ ರಾಕ್ಷಸರನ್ನು ಭರತಖಂಡದಿಂದ ಓಡಿಸಿದನು. ಸಿಂಹಳ ರಾಜ ವಿರಸೇನನು ತನ್ನ ಮಗಳು ಮದನಾಲೇಖೆಯನ್ನು ವಿಕ್ರಮಾದಿತ್ಯನಿಗೆ ಮದುವೆ ಮಾಡಿಕೊಟ್ಟನು. ರಾಕ್ಷಸರು

ಸಿಂಹಳ ದೇಶದಿಂದ ಕೆಳಕ್ಕೆ ದೂಡಲ್ಪಟ್ಟರು. ಮತ್ತು ಪಶ್ಚಿಮದಲ್ಲಿ ಸಿಂಧೂನದಿಯ ಆಚೆಯಿರುವ ಮರುಭೂಮಿಗೆ ನೂಕಲ್ಪಟ್ಟರು. ಇವನ ಸಾಮ್ರಾಜ್ಯ ಬಹಳ ವಿಸ್ತಾರವಾಗಿದೆ, ಹಿಮಾಲಯದಿಂದ ಆಚೆಗೂ ಹಬ್ಬಿದೆ. ಭರತಖಂಡದ ಎಲ್ಲಾ ರಾಜರು ಇವನಿಗೆ ಸಾಮಂತರೇ, ಎಲ್ಲರನ್ನೂ ಸ್ನೇಹದಿಂದಲೇ ಕಾಣುವನು.ಆದ್ದರಿಂದ ಏನಾದರೂ ಆಪತ್ತು ಬಂದರೆ ಎಲ್ಲಾ ರಾಜರೂ ಇವನ ಬೆಂಬಲಕ್ಕೆ ನಿಲ್ಲುತ್ತಾರೆ. ಭರತ ಖಂಡದ ಅಖಂಡತೆಯನ್ನು ಕಾಪಾಡುವಲ್ಲಿ ಈತ ಯಶಸ್ವಿಯಾಗಿದ್ದಾನೆ.

ವಿಕ್ರಮಾದಿತ್ಯ ಸಾರ್ವತ್ರಿಕ ಚಕ್ರವರ್ತಿಗಳ ೩೨ ಗುಣಲಕ್ಷಣಗಳನ್ನು ಹೊಂದಿದ್ದಾನೆ.ಈತ ಮಹಾನ್ ದೈವಭಕ್ತ. ಶಿವ ಮತ್ತು ವಿಷ್ಣು ಇಬ್ಬರನ್ನೂ ಆರಾಧಿಸುತ್ತಾನೆ. ಶಕ್ತಿ ದೇವತೆಯ ನರಬಲಿಯನ್ನು ತಡೆಯಲು ತಾನೇ ತನ್ನ ದೇಹವನ್ನು ಕತ್ತರಿಸಿ ದೇವತೆಗೆ ಅರ್ಪಿಸಿದ.ಇದರಿಂದ ಪ್ರಸನ್ನಳಾದ ಶಕ್ತಿ ದೇವತೆ ಆತನಿಗೆ ದೀರ್ಘಾಯುಷ್ಯವನ್ನು ದಯಪಾಲಿಸಿದಳು. ಈತನ ಆಳ್ವಿಕೆಯಲ್ಲಿರುವ ಪ್ರಜೆಗಳೇ ಧನ್ಯರು. "ಹೀಗೆಯೇ ಸಂಭಾಷಣೆ ಮುಂದುವರೆಯಿತು.

ಮರುದಿನ ಪ್ರದ್ಯುಮ್ನ ಅತ್ರೇಯರರೊಂದಿಗೆ ವಿಕ್ರಮಾದಿತ್ಯರ ಆಸ್ಥಾನಕ್ಕೆ ಹೋದನು. ಆ ಸಭೆ ಇಂದ್ರ ಸಭೆಯನ್ನೇ ಮೀರಿಸುವಂತಿತ್ತು. ಬಹಳ ವಿಸ್ತಾರವಾದ ಸಭಾಮಂಟಪ , ಅವರವರ ಯೋಗ್ಯತೆಗೆ ಅನುಸಾರವಾಗಿ ಆಸನಗಳು. ಪುರಪ್ರಮುಖರು, ವಿದ್ವಾಂಸರು, ಮಂತ್ರಿಗಳು ಎಲ್ಲರೂ ಆಸೀನರಾಗಿದ್ದರು.ಎದುರುಗಡೆ ರತ್ನ ಖಚಿತವಾದ ಸಿಂಹಾಸನ. ಅದರಲ್ಲಿ ರಾಜಾ ವಿಕ್ರಮಾದಿತ್ಯ ಆಸೀನನಾಗಿದ್ದಾರೆ. ಸಭೆಯಲ್ಲಿರುವವರೆಲ್ಲ ಪ್ರದ್ಯುಮ್ನನನ್ನು ನೋಡಿ ಆಶ್ಚರ್ಯ ಪಡುತ್ತಿದ್ದಾರೆ. ಪ್ರದ್ಯುಮ್ನನನಿಗೆ ಈ ಬಾರಿ ಮುಜುಗರವಾಗುತ್ತಿಲ್ಲ. ಬದಲಾಗಿ ನಗು ಬರುತ್ತಿದೆ, ನಗುವನ್ನು ತಡೆದುಕೊಂಡೇ ಗಂಭೀರವಾಗಿ ನಡೆಯುತ್ತಿದ್ದಾನೆ. ಮಂತ್ರಿಗಳು ಪ್ರದ್ಯುಮ್ನನನ್ನು ನೋಡಿ ಆಶ್ಚರ್ಯಗೊಂಡು ರಾಜರ ಕಡೆ ನೋಡಿದರೆ , ವಿಕ್ರಮಾದಿತ್ಯರೂ ಸಹ ನಗುತ್ತಿದ್ದರು.

ವಿಕ್ರಮಾದಿತ್ಯರು ಆ ಸಭೆಯಲ್ಲಿ ಅತ್ರೇಯರನ್ನು ವಿಶೇಷ ರೀತಿಯಲ್ಲಿ ಸನ್ಮಾನಿಸಿದರು. ಅವರು ತಂದ ಸಂದೇಶವನ್ನು ಸಭಾಸದರಿಗೆಲ್ಲರಿಗೂ ಹೇಳಿದರು. ತಕ್ಷಣ ಹಿಮಾಲಯದ ಕಶ್ಯಪ ಮುನಿಗಳ ಆಶ್ರಮಕ್ಕೆ ಹೋಗುವ ಸಿದ್ಧತೆಗಳನ್ನು ನಡೆಸಬೇಕೆಂದು ಆದೇಶಿಸಿದನು. ಅದೇ ವೇಳೆಗೆ ಅಲ್ಲಿ ಪರಶುರಾಮರ ಆಗಮನವಾಯಿತು. ಎಲ್ಲರೂ ಎದ್ದು ನಿಂತು ಅವರಿಗೆ ಸ್ವಾಗತ ಕೋರಿದರು. ವಿಕ್ರಮಾದಿತ್ಯ ಅವರನ್ನು ಒಂದು ಸುಖಾಸನದಲ್ಲಿ ಕೂರಿಸಿದಿರು.

ಅವರಿಗೆ ಆತಿಥ್ಯ ನೀಡಿ, ಬಂದ ವಿಷಯದ ಬಗ್ಗೆ ಹೇಳಬೇಕೆಂದು ಕೋರಿದರು.

"ರಾಜಾ ವಿಕ್ರಮಾದಿತ್ಯ, ಮತ್ತೊಮ್ಮೆ ನೀನು ಭರತ ಖಂಡವನ್ನು ಆಕ್ರಮಣಕಾರರಿಂದ ರಕ್ಷಿಸಬೇಕಾಗಿದೆ. ಸಿಂಧೂ ತೀರದ ಕಡೆಯಿಂದ ಭಗದತ್ತನ ನೇತೃತ್ವದ ಮ್ಲೇಚ್ಛರು ಧಾಳಿ ಮಾಡಲು ಸಕಲ ಸಿದ್ದತೆಯನ್ನು ನಡೆಸುತ್ತಿದ್ದಾರೆ. ಇವರ ಆಕ್ರಮಣ ತಡೆಯದೇ ಹೋದರೆ , ಆ ಅಜ್ಞಾನಿಗಳು ಪ್ರತೀ ಹಳ್ಳಿಗಳನ್ನು ದೋಚುತ್ತಾ ಜನರಿಗೆ ಕಿರುಕುಳ ನೀಡುತ್ತಾ, ನರಮೇಧವನ್ನು ಸೃಷ್ಟಿಸುತ್ತಾರೆ. ಇವರನ್ನು ತಡೆಯುವದು ಅತ್ಯವಶ್ಯಕ. ಮತ್ತೊಂದು ವಿಚಾರ ಇದೇ ಸಮಯದಲ್ಲಿ ದಕ್ಷಿಣದಿಂದಲೂ ರಾಕ್ಷಸರ ಧಾಳಿ ನಡೆಯುವ ಸಾಧ್ಯತೆ ಇದೆ. ಈಗಾಗಲೇ ದಕ್ಷಿಣದ ಎಲ್ಲಾ ರಾಜರಿಗೂ ವಿಷಯ ತಿಳಿದಿದೆ ಅವರು ನಿನ್ನ ಬೆಂಬಲಕ್ಕೆ ನಿಂತ್ತಿದ್ದಾರೆ ಹಾಗು ನಿನ್ನ ಆದೇಶಕ್ಕೆ ಅವರು ಸದಾ ಸಿದ್ದ. ಉತ್ತರದ ಪೂರ್ವದ ರಾಜರನ್ನು ಭೇಟಿಯಾಗಲು ನನ್ನ ಮಿತ್ರರನ್ನು ಆಗಲೇ ಕಳಿಸಿದ್ದೇನೆ. ಮುಂದಿನ ಕಾರ್ಯ ನಿನ್ನದು."

"ಪೂಜ್ಯರೇ!!!, ಇದೇ ಸಮಯದಲ್ಲಿ ಋಷಿಗಳ ಸಮ್ಮೇಳನ ನಡೆಯುತ್ತಿದೆ, ಅಲ್ಲಿ ನನ್ನ ಉಪಸ್ಥಿತಿ ಬೇಕೆಂದು ಗುರುಗಳಾದ ಭಾರದ್ವಾಜರು ತಿಳಿಸಿದ್ದಾರೆ. ಆ ಸಮ್ಮೇಳಕ್ಕೆ ಬೇಕಾದ ಏರ್ಪಾಟನ್ನು ಮಾಡಬೇಕು. ನಂತರ ಅದರಲ್ಲಿ ಭಾಗಿಯಾಗಲು ನಾನು ಕಶ್ಯಪ ಮುನಿಗಳ ಆಶ್ರಮಕ್ಕೆ ಹೋಗಬೇಕಿದೆ. ಅಲ್ಲಿಂದ ನಾನು ಸಿಂಧೂ ಪ್ರಾಂತ್ಯಕ್ಕೆ ಮ್ಲೇಚ್ಛರನ್ನು ಎದುರಿಸಲು ಹೋಗುವೆ. ಅಲ್ಲಿರುವ ಸಾಮಂತರಿಗೆ ಈಗಲೇ ಸಂದೇಶವನ್ನು ಕಳಿಸುವೆ. ೧೦೦ ಸಹಸ್ರ ಯೋಧರ ಸೈನ್ಯವನ್ನು ಈಗಲೇ ಸಿಂಧೂ ಪ್ರಾಂತ್ಯಕ್ಕೆ ಕಳಿಸುತ್ತಿದ್ದೇನೆ. ದಕ್ಷಿಣದ ಸಿಂಹಳ ಪ್ರಾಂತ್ಯಕ್ಕೆ ಸೇನಾಧಿಪತಿಯಾದ ಸ್ಕಂದಗುಪ್ತನನ್ನು ಕಳಿಸುತ್ತಿರುವೆ , ಅವನೊಂದಿಗೆ ೧೦೦ ಸಹಸ್ರ ಯೋಧರೂ ಹಾಗೂ ಸಾಮಂತರ ಸೈನಿಕರು , ದಕ್ಷಿಣ ಸಮುದ್ರ ತೀರದ ಸುತ್ತಗಲದಲ್ಲೂ ಅವರನ್ನು ಎದುರಿಸಲು ಸಿದ್ಧರಿರುತ್ತಾರೆ" ಎಂದು , ಪರಶುರಾಮರ ಮುಂದೆಯೇ ಸೇನಾಧಿಪತಿ ಸ್ಕಂದಗುಪ್ತನಿಗೆ ಆದೇಶಿಸಿದರು.

ಪರಶುರಾಮರು ಪ್ರಸನ್ನಗೊಂಡು, ವಿಕ್ರಮಾದಿತ್ಯ ನಿನ್ನ ಸಮಯಸ್ಫೂರ್ತಿ ನಡೆಗೆ ತುಂಬಾ ಸಂತೋಷವಾಗುತ್ತಿದೆ. ಕಶ್ಯಪ ಆಶ್ರಮದಲ್ಲಿ ಭೇಟಿಯಾಗೋಣ, ಅಲ್ಲಿ ನಿನಗೆ ಕೆಲವು ವಿಷಯಗಳನ್ನು ತಿಳಿಸಬೇಕು,ಎಂದು ಅಲ್ಲಿಂದ ಹೊರಟವರು. ಹೊರಡುವಾಗ ಪ್ರದ್ಯುಮ್ನನನ ಕಡೆ ನೋಡಿ ಮುಗುಳ್ನಕ್ಕು ಮೆಲ್ಲಗೆ ನಿನಗೆ ಬೇಕಾಗಿರುವುದು ಅಲ್ಲಿ ಲಭಿಸುತ್ತದೆ ಎಂದು ಹೇಳಿದರು.

ಪ್ರದ್ಯುಮ್ನನನಿಗೆ ಆಶ್ಚರ್ಯವಾಯಿತು, ಜ್ಞಾನಿಗಳು ಮನದಲ್ಲಿರುವುದನ್ನು ಬರೀ ಒಂದು ನೋಟದಲ್ಲೇ ಕಂಡು ಹಿಡಿದು ಬಿಡುತ್ತಾರೆ. ಅತ್ರೇಯರು ತಾವು ಸಹ ಪರಶುರಾಮರೊಂದಿಗೆ ಕಶ್ಯಪ ಆಶ್ರಮಕ್ಕೆ ಹೋಗುವುದಾಗಿ ಅಲ್ಲಿಂದ ನಡೆದರು. ಪ್ರದ್ಯುಮ್ನ ಅವರನ್ನು ಹಿಂಬಾಲಿಸಿದನು.ರಾಜ ವಿಕ್ರಮಾದಿತ್ಯ ಅವರನ್ನು ದ್ವಾರದ ಬಳಿಯವರೆಗೂ ಬಂದು ಬೀಳ್ಕೊಟ್ಟನು.

ಪ್ರದ್ಯುಮ್ನನಿಗೆ ಕುತೂಹಲವಿತ್ತು ಈ ಮ್ಲೇಚ್ಚರೆಂದರೆ ಯಾರು, ಅವರು ಏಕೆ ಆಕ್ರಮಣ ಮಾಡಬೇಕು.?

ಅದನ್ನರಿತಂತೆ ಪರಶುರಾಮರು,

"ವತ್ಸ , ಪ್ರದ್ಯುಮ್ನ!! ನಿನ್ನ ಮನದ ಮಾತು ತಿಳಿಯಿತು.

ಮ್ಲೇಚ್ಚರೆಂದರೆ ಸಿಂಧೂ ನದಿಯ ಆಚೆಗಿರುವ ಅನಾಗರಿಕ ಜನಾಂಗ, ಅವರದು ರಾಕ್ಷಸ ಪ್ರವೃತ್ತಿ. ಮ್ಲೇಚ್ಛರು ತಲೆಗಳನ್ನು ಸಂಪೂರ್ಣವಾಗಿ ಕ್ಷೌರ ಅಥವಾ ಅರ್ಧ ಕ್ಷೌರಮಾಡಿಕೊಂಡಿರುತ್ತಾರೆ. ಅವರ ಅಭ್ಯಾಸಗಳಲ್ಲೆ ಅಶುದ್ಧ ಪದ್ಧತಿಗಳನ್ನೇ ಮಾಡುತ್ತಿರುತ್ತಾರೆ. ಅವರು ನೋಡಲು ಬಹಳ ಭಯಂಕರವಾಗಿರುತ್ತಾರೆ. ,ಅವರು ಸಾಮಾನ್ಯವಾಗಿ ಅರಣ್ಯಗಳಲ್ಲಿ ಪರ್ವತದ ಗುಹೆಗಳಲ್ಲಿ ವಾಸ ಮಾಡುತ್ತಾರೆ. ಉಗ್ರ ಕಣ್ಣುಗಳಿಂದ, ಸಾವಿನ ಸಂದೇಶವಾಹಕರಂತೆ ಕಾಣುತ್ತಾರೆ. ಅವರಿಗೆ ಮತ್ತು ನಾಗರಿಕತೆಗೆ ಬಹಳ ದೂರ. ಅವರು ಮಾಂಸವನ್ನು ತಿನ್ನುವ ಅತ್ಯಂತ ಕ್ರೂರಿಗಳು. ಹಲವು ಬಾರಿ ನರಮಾಂಸ ಭಕ್ಷಣೆಯನ್ನೂ ಮಾಡುತ್ತಾರೆ. ಇವರಲ್ಲಿ ಹಲವಾರು ಪಂಗಡಗಳಿವೆ ಶಕ, ಯವನರು, ಕಾಂಬೋಜರು, ಬಹ್ಲಿಕಾಗಳು. ಈಗ ಬರುತ್ತಿರುವ ಭಗದತ್ತ ಈ ಎಲ್ಲರನ್ನೂ ಒಟ್ಟು ಗೂಡಿಸಿ ಬಲವಾದ ಸೈನ್ಯದೊಂದಿಗೆ ಬರುತ್ತಿದ್ದಾನೆ. ಅವನ ಉದ್ದೇಶ ಸಂಪತ್ಭರಿತ ಭರತ ಖಂಡವನ್ನು ದೋಚುವುದು ಮತ್ತು ನಾಶಮಾಡುವುದು.

ಇನ್ನು ದಕ್ಷಿಣಕ್ಕೆ ಬಂದರೆ ರಾಮ ಯುದ್ಧದಲ್ಲಿ ಹಲವಾರು ರಾಕ್ಷಸರನ್ನು ಸಂಹರಿಸಿದ್ದ. ಆದರೆ ಯುದ್ಧ ನಂತರ ಎಂದೂ ತನ್ನ ಸೈನ್ಯಕ್ಕೆ ಮಹಿಳೆ ಮತ್ತು ಮಕ್ಕಳ ಮೇಲೆ ಧಾಳಿ ಮಾಡಬಾರದೆಂದು ಆಜ್ಞೆ ಮಾಡಿದ್ದ. ಆದ್ದರಿಂದ ರಾಕ್ಷಸರ ಸಂತತಿ ಕೊನೆಗೊಳ್ಳದೆ ಬೆಳೆಯುತ್ತಲೇ ಹೋಯಿತು, ಆಗಾಗ ನಾಗರಿಕ ಸ್ಥಳಗಳ ಮೇಲೆ ಅವರು ಧಾಳಿ ಮಾಡುವುದುಂಟು. ಈ ಬಾರಿ ಅವರೂ ಸಹ ಭಾರೀ ಸೈನ್ಯದೊಂದಿಗೆ ಬರುತ್ತಿದ್ದಾರೆ. ಧುಮ್ರಕ್ಷನ ಸಂತತಿ ನರಭಕ್ಷಕರು. ದಂಡಕಾರಣ್ಯದಲ್ಲಿ ಅವರ ಕಿರುಕುಳ ಹೆಚ್ಚು."

ಆಗ ಅತ್ರೇಯರು, "ಆ ರಾತ್ರಿ ನೀನು ಕೊಂದ ಆ ಕಳ್ಳರು ಬೇರೆ ಯಾರೂ ಅಲ್ಲ. ಆ ಧುರ್ಮಕ್ಷನ ಕಡೆಯವರೇ."

ಅವರಿಗೆ ಹಿಮಾಲಯದ ಮಾರ್ಗದಲ್ಲಿ ಕಷ್ಟಮಂಟಪದ ಕಡೆಯಿಂದ ಕಶ್ಯಪ ಆಶ್ರಮವನ್ನು ಸೇರಲು ನಾಲ್ಕು ದಿನಗಳಾದವು.

20

ಕಶ್ಯಪಮೇರು ಶೃಂಗಸಭೆ

ಪ್ರದ್ಯುಮ್ನ ಪರಶುರಾಮರನ್ನು ಮಾರ್ಗಮಧ್ಯದಲ್ಲಿ ಕಶ್ಯಪರ ಬಗ್ಗೆ ಹೇಳಲು,

"ಕಶ್ಯಪರು ಭರತಖಂಡದ ಸಪ್ತ ಋಷಿಗಳಲ್ಲಿ ಒಬ್ಬರು. ಕಶ್ಯಪ ಆಶ್ರಮದ ಪ್ರದೇಶವನ್ನು ಕಶ್ಯಪ ಮೇರು ಎಂದು ಕರೆಯುತ್ತಾರೆ. "ಕಶ್ಯಪ" ಎಂಬ ಪದಕ್ಕೆ ಸಂಸ್ಕೃತದಲ್ಲಿ ಆಮೆ ಎಂದರ್ಥ. ಈ ಪ್ರಪಂಚದ ಅಭಿವೃದ್ಧಿಯಲ್ಲಿ ಅವರ ಕೊಡುಗೆ ಹೆಚ್ಚು ಮಹತ್ವದ್ದಾಗಿದೆ. ಅವರು ಮಹಾನ್ ವಿದ್ವಾಂಸರು ಮತ್ತು ಆಯುರ್ವೇದವನ್ನು, ಮಕ್ಕಳ ವೈದ್ಯಶಾಸ್ತ್ರ, ಸ್ತ್ರೀರೋಗ ಶಾಸ್ತ್ರ ಮತ್ತು ಪ್ರಸೂತಿ ಕ್ಷೇತ್ರದಲ್ಲಿ ಕರಗತ ಮಾಡಿಕೊಂಡಿದ್ದಾರೆ.ಅದರ ಜೊತೆ ಭೌತಶಾಸ್ತ್ರ ಮತ್ತು ತತ್ತ್ವಶಾಸ್ತ್ರದ ಪರಮಾಣು ವಿಧಾನದ ಅಡಿಪಾಯವನ್ನು ಅಭಿವೃದ್ಧಿಪಡಿಸಲು ಅವರು ಹೆಸರುವಾಸಿಯಾಗಿದ್ದಾರೆ.ಅವರು ಸೃಷ್ಟಿಯ ಎಲ್ಲಾ ವಸ್ತುಗಳನ್ನು ಒಂಬತ್ತು ಅಂಶಗಳಾಗಿ ವರ್ಗೀಕರಿಸಿದ್ದಾರೆ, ಅವುಗಳೆಂದರೆ: ಭೂಮಿ, ನೀರು, ಬೆಳಕು, ಗಾಳಿ, ಆಕಾಶ, ಕಾಲ , ಸ್ಥಳ, ಮನಸ್ಸು ಮತ್ತು ಆತ್ಮ. ಅವರು ಹೇಳುತ್ತಾರೆ, "ಸೃಷ್ಟಿಯ ಪ್ರತಿಯೊಂದು ವಸ್ತುವು ಪರಮಾಣುಗಳಿಂದ ಮಾಡಲ್ಪಟ್ಟಿದೆ ಮತ್ತು ಅದು ಪರಸ್ಪರ ಸಂಪರ್ಕ ಹೊಂದಿದ್ದು ಅಣುಗಳನ್ನು ರೂಪಿಸುತ್ತದೆ.

ಒಮ್ಮೆ ನಾನು ನನ್ನ ತಂದೆ ಜಮದಗ್ನಿಯ ಮರಣದ ಪ್ರತೀಕಾರವನ್ನು ತೀರಿಸಲು, ಭೂಮಿಯ ಮೇಲಿನ ಎಲ್ಲಾ ಕ್ಷತ್ರಿಯರ ವಿರುದ್ಧ ಹೋರಾಡಿ ದೊಡ್ಡ ಅಶ್ವಮೇಧ ಯಜ್ಞವನ್ನು ನಡೆಸಿ ಗೆದ್ದ ಭೂಮಿಯನ್ನು ಕಶ್ಯಪರಿಗೆ ದಾನ ಮಾಡಿದೆ . ಅವರು ನನಗೆ ದಕ್ಷಿಣ ಸಾಗರಕ್ಕೆ ಎದುರಾಗಿರುವ ಮಹೇಂದ್ರ ಪರ್ವತದಲ್ಲಿ ತಪಸ್ಸನ್ನು ಮಾಡಲು ಆದೇಶಿಸಿದರು. ಆದರೆ ಎಂದು ಲೋಕಕಂಟಕವಾದ ಸಂಧರ್ಭ ಬರುತ್ತದೋ ಅಂದು ನಾನು ತಪಸ್ಸಿನಿಂದ ಎಚ್ಚರವಾಗುತ್ತೇನೆ ಮತ್ತು

ಭಾರತ ಪರ್ಯಟನೆಮಾಡುತ್ತೇನೆ ಎಂದು ಅವರು ತಿಳಿಸಿದ್ದರು. ಆ ಸಮಯ ಈಗ ಬಂದಿದೆ."

"ಕಶ್ಯಪ ಮೇರು ಎಂದರೆ ೨೧ ನೇ ಶತಮಾನದ ಕಾಶ್ಮೀರವಲ್ಲವೇ? ಎಂದು ಮನದಲ್ಲೇ ಮಾತಾಡಿಕೊಂಡ ಪ್ರದ್ಯುಮ್ನ"

ಕಶ್ಯಪ ಆಶ್ರಮವನ್ನು ತಲುಪುವಷ್ಟರಲ್ಲಿ , ಆಗಲೇ ವಿಕ್ರಮಾದಿತ್ಯನ ಸೇವಕರು ಅಲ್ಲಿ ಸಮ್ಮೇಳನಕ್ಕೆ ಏರ್ಪಾಡನ್ನು ಮಾಡುತ್ತಿದ್ದರು. ಆಶ್ರಮದ ಸುತ್ತ ಕುಟೀರಗಳನ್ನು , ಬೃಹತ್ತಾದ ಸಭಾ ಮಂಟಪಗಳನ್ನು , ವಸ್ತುಗಳನ್ನು ಸುರಕ್ಷಿತವಾಗಿ ಇಡುವುದಕ್ಕೆ ಕೋಶಾಗಾರಗಳನ್ನು ನಿರ್ಮಿಸಿದ್ದಾರೆ. ಬರುವ ಎಲ್ಲರಿಗೂ ಪ್ರತ್ಯೇಕವಾದ ವಿಶ್ರಾಂತಿ ಮಂಟಪಗಳು. ಸುರಕ್ಷತೆಗಾಗಿ ದಶಸಹಸ್ರ ಸೈನಿಕರು, ಅವರ ಬೆಂಗಾವಲಾಗಿ ನಿಂತಿದ್ದಾರೆ. ಪ್ರದ್ಯುಮ್ನ ಬೆರಗುಗಣ್ಣಿನಿಂದ ನೋಡುತ್ತಿದ್ದಾನೆ. ಈಗ ಕಶ್ಯಪರ ಆಶ್ರಮಕ್ಕೆ ತಲುಪಿ ಅವರನ್ನು ಭೇಟಿಯಾಗುವ ಸಂಧರ್ಭ ಒದಗುತ್ತಿದೆ, ಅದಕ್ಕೆ ಅವನು ಬಹಳ ಸಂತಸದಿಂದಿರುವನು.

ಕಶ್ಯಪರು ಎಲ್ಲರನ್ನೂ ಆದರದಿಂದ ಸ್ವಾಗತಿಸಿದರು, ಪ್ರದ್ಯುಮ್ನನನ ಕಡೆ ನೋಡಿ "ಯಾರೀತ ವಿಕ್ರಮಾದಿತ್ಯನಂತೆ ಇದ್ದಾನೆ, ಅವನ ಸೋದರನೇ? ನನಗೆ ತಿಳಿದ ಹಾಗೇ ಆತನಿಗೆ ಸೋದರನಿಲ್ಲ. ಮತ್ತೆ ಈತ? "

ಅದಕ್ಕೆ ಅತ್ರೇಯರು ಪ್ರದ್ಯುಮ್ನನನ್ನು ಪರಿಚಯಿಸಿ ಅವನು ಬಂದ ಉದ್ದೇಶವನ್ನು ತಿಳಿಸಿದರು. ಸಮ್ಮೇಳನ ಪ್ರಾರಂಭವಾಗುವುದಕ್ಕೆ ಇನ್ನೂ ಎರಡು ದಿನಗಳಿವೆ, ಈ ವೇಳೆಯಲ್ಲಿ ಇವನ ಸಮಸ್ಯೆಯನ್ನು ಎಲ್ಲಾ ಋಷಿಗಳಿಗೂ ತಿಳಿಯುವಂತೆ ಮಾಡೋಣ. ಇಂದು ಸಂಜೆಯೇ ಒಂದು ಸಭೆ ನಡೆಯಲಿದೆ, ಅಲ್ಲಿ ನೋಡೋಣ ಎಂದರು.

ಎಲ್ಲರೂ ತಮ್ಮ ತಮ್ಮ ವಿಶ್ರಾಂತಿ ಕುಟೀರಕ್ಕೆ ಹೋದರು.

"ಅತ್ರೇಯರೇ!!, ಸಭೆಗೆ ಯಾರೆಲ್ಲಾ ಬರುತ್ತಾರೆ" ಎಂದು ಕೇಳಿದ ಪ್ರದ್ಯುಮ್ನ.

"ಎಲ್ಲಾ ಸಪ್ತ ಋಷಿಗಳು ಜಮದಗ್ನಿಯನ್ನು ಬಿಟ್ಟು ಅವರ ಪರವಾಗಿ ಪರಶುರಾಮರು ಬರುತ್ತಾರೆ. ಕಶ್ಯಪ, ಅತ್ರಿ, ವಸಿಷ್ಠ, ವಿಶ್ವಾಮಿತ್ರ , ಗೌತಮ ಮಹರ್ಷಿ ಮತ್ತು ಭಾರದ್ವಾಜರು. ಅವರ ಜೊತೆ ನೂರಾರು ಋಷಿಗಳು.

ಅದರಲ್ಲಿ ಪ್ರಮುಖರು,

ಭಾಸ್ಕರಾಚಾರ್ಯ- ಖಗೋಳ ವಿಜ್ಞಾನಿ ಸೂರ್ಯನನ್ನು ಪರಿಭ್ರಮಿಸಲು ಭೂಮಿಯಿಂದ ತೆಗೆದುಕೊಳ್ಳುವ ಸಮಯ: ೩೬೫ ದಿನಗಳೆಂದು ಖಚಿತವಾಗಿ ನಿರೂಪಿಸಿದರು. ತಮ್ಮ ಗ್ರಂಥದಲ್ಲಿ ಗ್ರಹಗಳ ಸ್ಥಾನಗಳು, ಗ್ರಹಣಗಳು, ವಿಶ್ವವಿಜ್ಞಾನ, ಗಣಿತ ತಂತ್ರಗಳು ಮತ್ತು ಖಗೋಳ ಉಪಕರಣಗಳ ಬಗ್ಗೆ

ಬರೆಯುತ್ತಾರೆ. "ಸೂರ್ಯ ಸಿದ್ಧಾಂತ" ದಲ್ಲಿ ಅವರು ಗುರುತ್ವಾಕರ್ಷಣೆಯ ಬಲದ ಬಗ್ಗೆ ಒಂದು ಟಿಪ್ಪಣಿ ಮಾಡುತ್ತಾರೆ: "ಭೂಮಿಯ ಆಕರ್ಷಣೆಯ ಬಲದಿಂದಾಗಿ ವಸ್ತುಗಳು ಭೂಮಿಯ ಮೇಲೆ ಬೀಳುತ್ತವೆ. ಆದ್ದರಿಂದ, ಈ ಆಕರ್ಷಣೆಯಿಂದಾಗಿ ಭೂಮಿ, ಗ್ರಹಗಳು, ನಕ್ಷತ್ರಪುಂಜಗಳು, ಚಂದ್ರ ಮತ್ತು ಸೂರ್ಯನನ್ನು ಕಕ್ಷೆಯಲ್ಲಿ ಇರಿಸಲಾಗುತ್ತದೆ.

ನಮ್ಮ ಗುರುಗಳಾದ ಭಾರದ್ವಾಜರು ವಿಮಾನಗಳು ಅಥವಾ ಬಾಹ್ಯಾಕಾಶ ಹಡಗುಗಳು ಕಾಣಿಸಿಕೊಂಡು ಕಣ್ಮರೆಯಾದ ರೀತಿ ಮತ್ತು ಅವು ಒಂದು ಗ್ರಹದಿಂದ ಮತ್ತೊಂದು ಗ್ರಹಕ್ಕೆ ಪ್ರಯಾಣಿಸಿದ ಮಾರ್ಗವನ್ನು ಕಂಡು ಹಿಡಿಯಬಲ್ಲರು.

ಗಾರ್ಗಾ ಮುನಿ, ನಕ್ಷತ್ರಗಳ ಅಧ್ಯಯನದ ಬಗ್ಗೆ ತುಂಬಾ ಒಲವು ಹೊಂದಿರುವ ಋಷಿ ಮತ್ತು ಮಹಾನ್ ಜ್ಯೋತಿಷಿ.

ವಿಶ್ವಾಮಿತ್ರ - ಕ್ಷಿಪಣಿಗಳ ಆವಿಷ್ಕಾರಕ,ವಿಶ್ವಾಮಿತ್ರ ಮೊದಲು ರಾಜ ಕೌಶಿಕರಾಗಿದ್ದರು ಮತ್ತು ನಂತರ ವಸಿಷ್ಠರಿಂದ ಪ್ರಭಾವಿತರಾಗಿ ಮಹರ್ಷಿಗಳಾದರು. ಅವರು ಭಾರತದ ಅತ್ಯಂತ ಪೂಜ್ಯ ಮತ್ತು ಮೆಚ್ಚುಗೆ ಪಡೆದ ಋಷಿಮುನಿಗಳಲ್ಲಿ ಒಬ್ಬರಾದರು. ಅವರು ಪ್ರಬಲ ಯೋಧರೂ ಆಗಿದ್ದರು, ಆದ್ದರಿಂದ ಅವರು ಕ್ಷಿಪಣಿಗಳು ಕಾರ್ಯನಿರ್ವಹಿಸುವ ವಿಧಾನವನ್ನು ರಾಮನಿಗೆ ಕಲಿಸಿದರು.

ಸುಶ್ರುತ ಭತ್ತರಖಂಡ ಶಸ್ತ್ರಚಿಕಿತ್ಸಕರಾಗಿದ್ದಾರೆ, ಅವರೇ ಈ ಸಮ್ಮೇಳನದ ಮುಖ್ಯ ಆಕರ್ಷಣೆ "ಸುಶ್ರುತ ಸಂಹಿತಾ" ಎಂಬ ಗ್ರಂಥವನ್ನು ಬರೆಯುವುದೇ ಅವರ ಈಗಿನ ಗುರಿ. ಅವರನ್ನು "ಶಸ್ತ್ರಚಿಕಿತ್ಸೆಯ ಪಿತಾಮಹ " ಎಂದು ಕರೆಯಲಾಗುತ್ತದೆ.

ವಸಿಷ್ಠರು , ಇಕ್ಷ್ವಾಕು ರಾಜಕುಲದ ಮಾರ್ಗದರ್ಶಕ ಎಂದು ಕರೆಯಲಾಗುತ್ತದೆ. ಕ್ಷತ್ರಿಯರ ಮೂಲ ಮತ್ತು ಇಕ್ಷ್ವಾಕು ಅವರ ತಂದೆಯಾದ ಮನು ಅವರ ಉಪದೇಶಕರಾಗಿದ್ದರು. ನಹುಷಾ, ರಾಮ ಮತ್ತು ಭೀಷ್ಮ ಎಲ್ಲರೂ ಇವರ ಶಿಷ್ಯರು.

ಭರತ ಚಕ್ರವರ್ತಿ ತನ್ನ ರಾಜ್ಯವನ್ನು ಪಾಂಚಾಲರಿಗೆ ಕಳೆದುಕೊಂಡಾಗ, ವಸಿಷ್ಠರ ಶಿಷ್ಯನಾದನು. ವಸಿಷ್ಠರ ಮಾರ್ಗದರ್ಶನದಲ್ಲಿ, ತನ್ನ ರಾಜ್ಯವನ್ನು ಪುನಃ ಪಡೆದುಕೊಂಡು ಭೂಮಿಯ ಆಡಳಿತಗಾರನಾದನು.

ಬಹು ಮುಖ್ಯವಾದ ಕಪಿಲ ಮಹರ್ಷಿ,ಅವರು ಪ್ರಭಾವಿ ಸಾಂಖ್ಯ-ಸೂತ್ರವನ್ನು ರಚಿಸಿದ ಕೀರ್ತಿಗೆ ಪಾತ್ರರಾಗಿದ್ದಾರೆ ,ಇದು ಸಾರ್ವತ್ರಿಕ ಪ್ರಪಂಚದ ಪರಿಕಲ್ಪನೆಯನ್ನು ಒತ್ತಿಹೇಳುತ್ತದೆ.ಅವರು ಕದರ್ಮ ಪ್ರಜಾಪತಿ ಮತ್ತು

ದೇವಹುತಿಯವರ ಮಗ. ಇವರು ತಮ್ಮ ತಾಯಿಗೆ ಯೋಗಶಾಸ್ತ್ರದ ಬಗ್ಗೆ ಭೋದಿಸಿದರು. ಇವರು ಕಾಲಜ್ಞಾನಿಗಳು."

ಈ ವಿಷಯಗಳನ್ನು ಕೇಳುತ್ತಲೇ ಮೈಪುಳಕಿತವಾಗಿ ಹೋಗಿತ್ತು ಪ್ರದ್ಯುಮ್ನನಿಗೆ.

ಸಂಧ್ಯಾವಂದನೆಯ ನಂತರ ಋಷಿಗಳ ಸಭೆ ಸೇರಿತು. ಸಮ್ಮೇಳನದ ರೂಪುರೇಖೆಯ ಬಗ್ಗೆ ಚರ್ಚೆ ನಡೆಯಿತು. ಕೊನೆಯಲ್ಲಿ ಪ್ರದ್ಯುಮ್ನನ ವಿಷಯ ಪ್ರಸ್ತಾಪಕ್ಕೆ ಬಂದಿತು.

ಅತ್ರೇಯರು ಪ್ರದ್ಯುಮ್ನನನಿಗೆ ತನ್ನ ಭವಿಷ್ಯಯಾನದ ಬಗ್ಗೆ ವಿವರವಾಗಿ ತಿಳಿಸಬೇಕೆಂದರು.

ಪ್ರದ್ಯುಮ್ನ ತಾನು ಕಲಿಯುಗದಿಂದ ಕಾಲಯಂತ್ರದ ಉಪಯೋಗಿಸಿ ಇಲ್ಲಿ ಬಂದದ್ದು , ನಂತರ ಅದು ನಾಶವಾದದ್ದು ಎಲ್ಲವನ್ನು ಸವಿಸ್ತಾರವಾಗಿ ಹೇಳಿ. ಮತ್ತೆ ಅದನ್ನು ನಿರ್ಮಿಸಲು ಸಹಾಯ ಕೋರಿದನು. ಹಾಗು ತಾನು ತಂದಿದ್ದ ಪುಸ್ತಕವನ್ನು ಎಲ್ಲರಿಗು ತೋರಿಸಿ, ಅದರ ಸಂಪೂರ್ಣ ಮಾಹಿತಿಯನ್ನು ನೀಡಿದರು. ಎಲ್ಲರೂ ಅದನ್ನು ಕೇಳಿ ಆಶ್ಚರ್ಯ ಕೊಂಡರು.

ಭಾರದ್ವಾಜರು ಮತ್ತು ಕಪಿಲರು, ಪ್ರದ್ಯುಮ್ನ ಕಲಿಯುಗ ಎಂದಾಗ ನಗಲಾರಂಭಿಸಿದರು.

ಭಾರದ್ವಾಜರು,ಪ್ರದ್ಯುಮ್ನ ನೀನು ಬಂದ ಮಾರ್ಗ ಹಿಮ್ಮುಕವಾಗಿ ಅಲ್ಲ?

ಪ್ರದ್ಯುಮ್ನನಿಗೆ ಆಶ್ಚರ್ಯವಾಯಿತು. ಅವನು ಮುಖ ಪ್ರಶ್ನಾರ್ಥಕವಾಯಿತು.

ಅದನ್ನು ಗಮನಿಸಿ ಭರದ್ವಾಜರು ,

"ಪ್ರದ್ಯುಮ್ನ!! ನೀನು ಭೂತಕಾಲದಲ್ಲಿ ಚಲಿಸಿಲ್ಲ. ಭವಿಷ್ಯಕ್ಕೆ ಚಲಿಸಿದ್ದೀಯ."

"ಅಂದರೇ?"

"ಈಗ ವೈವಸ್ವತ ಮನ್ವಂತರದ ದ್ವಾಪರಯುಗ ನಡೆಯುತ್ತಿದೆ. ನೀನು ಬಂದಿರುವುದು ಹಿಂದಿನ ಚಕ್ಷುಷಾ ಮನ್ವಂತರದ ಕಲಿಯುಗದಿಂದ. ಇದು ನಿನ್ನ ಭೂತಕಾಲವಲ್ಲ ಭವಿಷ್ಯಕಾಲ. ನೀನು ಮಾಡಿರುವುದು ಭವಿಷ್ಯಯಾನ."

ಪ್ರದ್ಯುಮ್ನನ ಮುಖ ಗೊಂದಲಮಯವಾಯಿತು ,ಆಗ ಕಪಿಲರು ಮನ್ವಂತರದ ಬಗ್ಗೆ ವಿವರಿಸಿದರು.

"ಪ್ರತಿಯೊಂದು ಮನ್ವಂತರವನ್ನು ನಿರ್ದಿಷ್ಟ ಮನು ಆಳುತ್ತಾರೆ. ಸೃಷ್ಟಿಯ ಪ್ರಕ್ರಿಯೆಯು ಮಹಾಪ್ರಳಯದ ನಂತರ ಮತ್ತೆ ಪ್ರಾರಂಭವಾಗುತ್ತದೆ, ಋಷಿಗಳು ಮತ್ತು ಅವರ ಪುತ್ರರು ಪ್ರತಿ ಹೊಸ ಮನ್ವಂತರದಲ್ಲಿ ಹೊಸದಾಗಿ ಜನಿಸುತ್ತಾರೆ.

ಒಂದು ಮನ್ವಂತರದಲ್ಲಿ ನಾಲ್ಕು ಯುಗಗಳು. ಸತ್ಯ, ತ್ರೇತ, ದ್ವಾಪರ ಮತ್ತು ಕಲಿಯುಗ. ನೀನಿದ್ದದ್ದು ಚಕ್ಷುಷಾ ಮನ್ವಂತರದ ಕಲಿಯುಗದಲ್ಲಿ(೪೩೨೦೦೦೦ ವರ್ಷ). ದ್ವಾಪರ, ತ್ರೇತ ಮತ್ತು ಸತ್ಯ ಕ್ರಮವಾಗಿ ಕಲಿಯುಗಕ್ಕಿಂತ ಎರಡು, ಮೂರು ಮತ್ತು ನಾಲ್ಕು ಪಟ್ಟು ಹೆಚ್ಚು. ನಾಲ್ಕು ಯುಗಗಳು ಒಟ್ಟಾಗಿ ಒಂದು ಯುಗ ಚಕ್ರವನ್ನು ನೀಡುತ್ತದೆ , ೧೦೦೦ ಯುಗ ಚಕ್ರಗಳು ಒಂದು ಕಲ್ಪವನ್ನು ನೀಡುತ್ತದೆ. ಈಗ ವರಹ ಕಲ್ಪ ನಡೆಯುತ್ತಿದೆ."

ಆದರೂ ಅವನಿಗೆ ಅರ್ಥವಾಗಲಿಲ್ಲ. ಕಪಿಲರು ಭಾರದ್ವಾಜರು ಹೇಳಿದಂತೆ ನೀನು ಕಾಲಯಂತ್ರದಲ್ಲಿ ಈಗಿನ ಚಕ್ಷುಷಾ ಮನ್ವಂತರದ ದ್ವಾಪರ ಯುಗದಿಂದ ವೈವಸ್ವತ ಮನ್ವಂತರದ ಕಲಿಯುಗಕ್ಕೆ ಹೋಗಬೇಕು. ನಿನ್ನ ಕಾಲಯಂತ್ರದಲ್ಲಿ ಬರಿ ಸಂವತ್ಸರಗಳಲ್ಲದೇ ಯುಗ ಹಾಗು ಮನ್ವಂತರಗಳೂ ಇರಬೇಕು. ಚಿಂತಿಸಬೇಡ ನಮ್ಮ ಋಷಿಗಳು ನಿನಗೆ ಸಹಾಯ ಮಾಡುತ್ತಾರೆ. ಆದರೆ ನೀನು ಸಹ ಒಂದು ಸಹಾಯ ಮಾಡಬೇಕು. ಅದನ್ನು ಮರುದಿನ ಹೇಳುತ್ತೇನೆ ಎಂದರು.

21

ಭವಿಷ್ಯದಿಂದ ವರ್ತಮಾನಕ್ಕೆ

ಆ ದಿನ ರಾತ್ರಿ ವಿಕ್ರಮಾದಿತ್ಯನ ಆಗಮನವಾಯಿತು, ಅಲ್ಲಿ ನೆರೆದಿದ್ದ ಎಲ್ಲ ಋಷಿಗಳು ಅವನನ್ನು ಸ್ವಾಗತಿಸಿದರು. ಉಭಯಕುಶಲೋಪರಿಯಾದ ನಂತರ, ನಡೆದಿರುವ ವ್ಯವಸ್ಥೆಯ ಬಗ್ಗೆ ಅವಲೋಕಿಸಿದರು. ಮರುದಿನ ಪ್ರಾತಃ ಕಾಲದಲ್ಲಿ ಮುಖ್ಯವಾದ ಸಭೆ ಸೇರಬೇಕೆಂದು ನಿರ್ಧರಿಸಿದರು.

ವಿಕ್ರಮಾದಿತ್ಯ, ವಿಶ್ವಾಮಿತ್ರ, ಭಾರದ್ವಾಜ, ಭಾಸ್ಕರಾಚಾರ್ಯ, ಗಾರ್ಗಾ ಮುನಿಗಳು, ಕಪಿಲರ ನೇತೃತ್ವದಲ್ಲಿ ಆ ಸಭೆ ನಡೆಯುವುದು, ಮತ್ತು ಪ್ರದ್ಯುಮ್ನನೂ ಆ ಸಭೆಗೆ ತಪ್ಪದೇ ಹಾಜರಿರಬೇಕು.

ಮೊದಲೇ ನಿರ್ಧರಿಸಿದಂತೆ ಸಭೆ ಸೇರಿತು. ಕಪಿಲರೇ ಮಾತನಾರಂಭಿಸಿದರು.

"ಈಗಿನ ಪರಿಸ್ಥಿತಿಯಲ್ಲಿ ಮ್ಲೇಚ್ಛರು ಭಾರೀ ಸಂಖ್ಯೆಯಲ್ಲಿ ಬರುತ್ತಿದ್ದಾರೆ. ಬರೀ ಸೈನ್ಯದಿಂದ ಎದುರಿಸುವುದು ಸಾಧ್ಯವಿಲ್ಲ. ಮತ್ತು ದಿವ್ಯಾಸ್ತ್ರಗಳ ಬಳಕೆಯಿಂದ ಭುವಿಗೆ ಹೆಚ್ಚು ಆಪತ್ತು ಒದಗುತ್ತದೆ. ವಿಶ್ವಾಮಿತ್ರರು ಸಣ್ಣ ಕ್ಷಿಪಣಿಗಳನ್ನು ಮಾಡಲು ಶಕ್ತರಾಗಿದ್ದಾರೆ. ಆ ಕ್ಷಿಪಣಿಗಳನ್ನು ನಿರ್ಧಿಷ್ಟವಾದ ಶತ್ರುಗಳ ಮೇಲೆ ಧಾಳಿ ಮಾಡುವುದು. ಇದರಿಂದ ಹೆಚ್ಚು ಪ್ರಕೃತಿ ನಾಶ ತಪ್ಪುತ್ತದೆ. ವೈಮಾನಿಕ ಧಾಳಿಯಿಂದ ಇದು ಸಾಧ್ಯವಿದೆ."

"ವೈಮಾನಿಕ ಧಾಳಿ," ಅದಕ್ಕೆ ಭಾರದ್ವಾಜರು ವಿಮಾನ ತಯಾರಿಕೆಯ ವಿಷಯಗಳು ಇನ್ನೂ ಪ್ರಾಥಮಿಕ ಹಂತದಲ್ಲಿದೆ. ಅದಕ್ಕೆ ಬಹಳ ಸಮಯವಿಡಿಯುತ್ತದೆ.

ಅದಕ್ಕೆ ಕಪಿಲರು,

"ಅದನ್ನು ಬಲ್ಲೆ ಭಾರದ್ವಾಜರೇ , ಅದಕ್ಕೆ ಒಂದು ಉಪಾಯವನ್ನು ಆಲೋಚಿಸಿದ್ದೇನೆ. ಹೇಗೂ ಪ್ರದ್ಯುಮ್ನನಿಗೆ ಅದರ ಬಗ್ಗೆ ಸಂಪೂರ್ಣ ಜ್ಞಾನವಿದೆ, ಅದಕ್ಕೆ ಬೇಕಾಗುವ ಪರಿಕರಗಳನ್ನು ನೀಡಿದರೆ, ಅವನು ಅದನ್ನು ತಯಾರು ಮಾಡುತ್ತಾನೆ. ಬದಲಿಗೆ ನಾವು ಅವನಿಗೆ ಅವನ ಕಾಲಯಂತ್ರವನ್ನು ನಿರ್ಮಿಸಲು ಸಹಾಯ ಮಾಡಬೇಕು.ವಿಶ್ವಾಮಿತ್ರರೂ ಕಪಿಲರ ಸಲಹೆಗೆ ಅಂಗೀಕಾರ ಸೂಚಿಸಿದರು."

ಇದನ್ನು ಕೇಳಿ ಪ್ರದ್ಯುಮ್ನ ಒಂದು ಕ್ಷಣ ತಟಸ್ಥನಾದ. ಕಪಿಲರ ಯೋಚನೆಯೇ ಅದ್ಭುತ. ಎಲ್ಲರೂ ಅವನ ಕಡೆ ನೋಡಿದರು.

ವಿಕ್ರಮಾದಿತ್ಯ ಪ್ರದ್ಯುಮ್ನ ಸಹಕರಿಸಲು ಒಪ್ಪಿದರೆ ಅದಕ್ಕೆ ಬೇಕಾಗುವ ಎಲ್ಲಾ ವಸ್ತುಗಳನ್ನೂ ಒದಗಿಸುತ್ತೇನೆ ಎಂದರು.

ಯುದ್ಧ ವಿಮಾನವನ್ನು ತಯಾರಿಸಲು ಪ್ರದ್ಯುಮ್ನನ ಸಹಕಾರ ಅವಶ್ಯವಿದೆ.

ಪ್ರದ್ಯುಮ್ನ ತೊದಲುವ ನುಡಿಯಲ್ಲೇ, "ಖಂಡಿತಾ ತಯಾರು ಮಾಡಿಕೊಡುತ್ತೇನೆ. ಇದರಿಂದ ಭರತಖಂಡ ಮ್ಲೇಚ್ಛರ ಧಾಳಿಯಿಂದ ಸುರಕ್ಷಿತವಾಗಿರಬೇಕು. ತಾನು ಈಗಲೇ ಅದಕ್ಕೆ ಬೇಕಾಗುವ ಪರಿಕರಗಳ ವಿವರ ಮತ್ತು ನೀಲನಕ್ಷೆಯನ್ನು ಸಿದ್ಧಪಡಿಸುತ್ತೇನೆ. ಬೇಗನೇ ನಿರ್ಮಿಸುವ ಕಾರ್ಯ ಪ್ರಾರಂಭಿಸಬಹುದು."

ಭಾರದ್ವಾಜ, ಭಾಸ್ಕರಾಚಾರ್ಯ, ಗಾರ್ಗಾ ಮುನಿಗಳು ಒಂದು ತಂಡವಾಗಿ ರಚನೆಯಾಯಿತು.

ವಿಕ್ರಮಾದಿತ್ಯ ಬೇಕಾದ ವಸ್ತುಗಳನ್ನು ಶೀಘ್ರವೇ ಒದಗಿಸಿದರು. ಅಲ್ಲೊಂದು ದೊಡ್ಡ ಪ್ರಯೋಗಾಲಯ ನಿರ್ಮಾಣವಾಯಿತು. ಅವರ ಸಹಾಯಕ್ಕೆ ಬಹು ದೊಡ್ಡ ಸಹಾಯಕರ ದಂಡೇ ನಿಂತಿತ್ತು. ಈ ತಂಡದವರು ಸಮ್ಮೇಳನಕ್ಕೆ ನಂತರ ಭಾಗವಹಿಸಬೇಕೆಂದು, ಸಧ್ಯಕ್ಕೆ ಸಮ್ಮೇಳನದ ನೇತೃತ್ವವನ್ನು ಅತ್ರೇಯರು ನಿರ್ವಹಿಸಬೇಕು ಅವರಿಗೆ ಪರಶುರಾಮರು ಮಾರ್ಗದರ್ಶಕರು ಎಂದು ನಿರ್ಧರಿಸಿಯಾಯಿತು.

ನಿಗದಿತ ಸಮಯಕ್ಕೆ ಸರಿಯಾಗಿ ಆಯುರ್ವೇದದ ಸಮ್ಮೇಳನ ಪ್ರಾರಂಭವಾಯಿತು. ಅತ್ರೇಯರು ಬಹಳ ದಕ್ಷತೆಯಿಂದ ಸುಸೂತ್ರವಾಗಿ ನಡೆಯುವಂತೆ ನೋಡಿಕೊಳ್ಳುತ್ತಿದ್ದರು.

ಇತ್ತ ಪ್ರಯೋಗಾಲಯದಲ್ಲಿ ರಾಜರಾದಿಯಾಗಿ ಎಲ್ಲರೂ ಯುದ್ಧವಿಮಾನದ ತಯಾರಿಕೆಯಲ್ಲಿ ನಿರತರಾಗಿದ್ದರು. ಅದೇ ವೇಳೆಗೆ ಸಿಂಧು ನದಿಯ ಪ್ರಾಂತ್ಯದಿಂದ

ಭಗದತ್ತನ ಸೇನೆಯ ಕದಲುವಿಕೆಯ ಸುದ್ದಿ ಬಂದಿತ್ತು. ವಿಕ್ರಮಾದಿತ್ಯನು ತಕ್ಷಣ ಅತ್ತ ಕಡೆ ಪಯಣ ಬೆಳೆಸಿದನು. ಸಾಧ್ಯವಾದಷ್ಟು ದಿವ್ಯಾಸ್ತ್ರಗಳನ್ನು ಬಳಸದೇ ಯುದ್ಧ ಮಾಡುತ್ತೇನೆ. ತ್ವರಿತವಾಗಿ ಯುದ್ಧ ವಿಮಾನ ಸಿದ್ದವಾದರೆ , ಒಳ್ಳೆಯದು ಎಂದನು.

ಎಲ್ಲರಿಗೂ ನಮಸ್ಕರಿಸಿ, ಶುಭಕೋರಿ ಯುದ್ಧಭೂಮಿಯ ಕಡೆ ನಡೆದನು. ಹೋಗುವ ಮುನ್ನ ಎಲ್ಲ ಖುಷಿ ಮುನಿಗಳ ಆಶೀರ್ವಾದವನ್ನು ಪಡೆದುಕೊಂಡು, ಆ ಸಮ್ಮೇಳನದಲ್ಲಿ ರಕ್ಷಣೆಗಾಗಿ ಒಬ್ಬ ಬಲಿಷ್ಠ ಸೇನಾಧಿಪತಿಯನ್ನು ನೇಮಿಸಿದನು. ಮ್ಲೇಚ್ಛರು ಸಿಂಧೂ ನದಿಯನ್ನು ದಾಟದಂತೆ ಮಾಡುವುದೇ ವಿಕ್ರಮಾದಿತ್ಯರ ಉದ್ದೇಶ.ಅದಕ್ಕಾಗಿ ಸಕಲ ಸಿದ್ಧತೆಯೊಂದಿಗೆ ತ್ವರಿತವಾಗಿ ಹೊರಟರು.

ಪ್ರಯೋಗಾಲಯದಲ್ಲಿ ಸಣ್ಣ ವಿಮಾನದ ಮಾದರಿಯನ್ನು ತಯಾರಿಸಲಾಯಿತು. ಅದನ್ನು ಅಲ್ಲಿಯೇ ಹತ್ತಿರದಲ್ಲಿದ್ದ ಬಯಲು ಪ್ರದೇಶದಲ್ಲಿ ಪ್ರಾಯೋಗಿಕವಾಗಿ ಉಪಯೋಗಿಸಿದರು. ಹಲವಾರು ಪ್ರಯೋಗಗಳ ನಂತರ ಪ್ರಥಮ ಯುದ್ಧ ವಿಮಾನ ಸಿದ್ದವಾಯಿತು. ಅದನ್ನು ಹೇಗೆ ಉಪಯೋಗಿಸಬೇಕೆಂದು ಪ್ರಾಯೋಗಿಕ ಹಂತದಲ್ಲೇ ತರಭೇತಿಯನ್ನು ಪ್ರದ್ಯುಮ್ನ ನೀಡಿದ್ದನು. ಮೊದಲ ವಿಮಾನವನ್ನು ತಾನೇ ಚಲಿಸುತ್ತಾ ವಿಶ್ವಾಮಿತ್ರರೊಡನೆ ಯುದ್ಧ ರಂಗಕ್ಕೆ ಹೋದನು. ಅಲ್ಲಿ ನೋಡಿದರೇ ಅಸಂಖ್ಯಾತ ಸೈನಿಕರ ದಂಡು. ಮ್ಲೇಚ್ಛರು ಕಪ್ಪು ಉಡುಪನ್ನು ಧರಿಸಿದ್ದರು. ಮೇಲಿನಿಂದ ನೋಡಿದರೆ ಕಪ್ಪು ಸಾಗರದಂತೆ ಕಾಣುತಿತ್ತು. ಶತ್ರು ಸೈನ್ಯದ ಮೇಲೆ ಧಾಳಿ ಮಾಡಿದ. ಇದನ್ನು ನಿರೀಕ್ಷಿಸದ ಶತೃಗಳು ಭಯದಿಂದ ಯುದ್ಧಕ್ಕೆ ಬೆನ್ನು ತೋರಿಸಿ ಓಡುವುದಕ್ಕೆ ಪ್ರಾರಂಭಿಸಿದರು. ವಿಕ್ರಮಾದಿತ್ಯನ ಸೈನ್ಯ ಅವರನ್ನು ಬೆನ್ನಟ್ಟಿತು. ಮೊದಲ ಧಾಳಿಯ ನಂತರ ಹಿಂತುರಿಗಿದ ಪ್ರದ್ಯುಮ್ನ.

ವಿಶ್ವಾಮಿತ್ರರು ಪ್ರದ್ಯುಮ್ನನನ್ನು ನೋಡಿ ಮೆಚ್ಚುಗೆ ವ್ಯಕ್ತ ಪಡಿಸಿದರು.

ಆದರೆ ವಿಮಾನ ಹಿಂದಿರುಗಿದ ನಂತರ ಶತ್ರುಗಳು ಮತ್ತೆ ಬಂದರು. ಈ ಸುದ್ದಿ ಮತ್ತೆ ಪ್ರದ್ಯುಮ್ನನನಿಗೆ ತಿಳಿಯಿತು. ಪ್ರಯೋಗಾಲಯಕ್ಕೆ ಹಿಂದಿರುಗಿ ಮತ್ತಷ್ಟು ವಿಮಾನಗಳ ನಿರ್ಮಾಣದಲ್ಲಿ ತೊಡಗಿದರು. ಜೊತೆಗೆ ಅಲ್ಲಿದ್ದ ಯೋಧರಿಗೆ ವಿಮಾನದ ಚಾಲನೆಯ ಬಗ್ಗೆ ತರಭೇತಿ ನೀಡಿದನು. ಈಗ ಯೋಧರೇ ವೈಮಾನಿಕ ಧಾಳಿಗೆ ಸಿದ್ದರಾದರು.

ನೂರು ವಿಮಾನಗಳು ಅದರಲ್ಲಿ ಕ್ಷಿಪಣಿಗಳನ್ನು ತೆಗದುಕೊಂಡು , ಆಗಸಕ್ಕೆ ಹಾರಿ ಶತ್ರುಗಳ ಮೇಲೆ ಪ್ರಹಾರಮಾಡಲು ಪ್ರಾರಂಭಿಸಿದರು. ಶತ್ರುಗಳು ನಿಂತಲ್ಲೇ ಸುಟ್ಟು ಭಸ್ಮವಾದರು. ಏನು ನಡೆಯುತ್ತಿದೆ? ಎಂದು

ತಿಳಿದುಕೊಳ್ಳುವುದಕ್ಕೂ ಅವರ ಬಳಿ ಸಮಯವಿರಲಿಲ್ಲ. ಅತೀ ಕಡಿಮೆ ಸಮಯದಲ್ಲೇ ಶತ್ರುಗಳು ಬಹಳ ಪ್ರಮಾಣದಲ್ಲಿ ನಾಶ ಹೊಂದಿದರು. ಉಳಿದವರು ಓಡಿ ಹೋದರು. ವಿಮಾನಗಳು ಹಿಂದಿರುಗಿದವು.

ಮೊದಲೇ ಒಪ್ಪಿದಂತೆ ಈಗ ಕಾಲಯಂತ್ರದ ನಿರ್ಮಾಣದಲ್ಲಿ ಎಲ್ಲರೂ ಸಹಕರಿಸಿದರು.ಭಾಸ್ಕರಾಚಾರ್ಯ, ಗಾರ್ಗ್ಯರ ಸಹಾಯದಿಂದ ಕಾಲಯಂತ್ರ ಸಿದ್ಧವಾಯಿತು.ಅದರಲ್ಲಿ ಸಂವತ್ಸರಗಳ ಜೊತೆಗೆ ಯುಗಗಳು ಮನ್ವಂತರಗಳನ್ನೂ ಅಳವಡಿಸಲಾಯಿತು.ಇದೆಲ್ಲಾ ನಡೆಯುವಷ್ಟರಲ್ಲಿ ಮೂರು ಮಾಸಗಳೇ ಕಳೆದು ಹೋಗಿದ್ದವು. ಯುದ್ಧವೂ ಮುಗಿದಿತ್ತು. ಮ್ಲೇಚ್ಛರ ಭಗದತ್ತನು ಸೋತು ಯುದ್ಧದಿಂದ ಓಡಿ ಹೋಗಿದ್ದನು. ಅಪಾರ ಪ್ರಮಾಣದ ಮ್ಲೇಚ್ಛರ ಸೇನೆ ನಾಶವಾಗಿ ಹೋಗಿತ್ತು. ಎಲ್ಲರಿಗೂ ಬಹಳ ಸಂತೋಷವಾಗಿತ್ತು. ಪ್ರದ್ಯುಮ್ನನ ಮೇಲೆ ವಿಶೇಷವಾದ ಅಭಿಮಾನವೂ ಮೂಡಿತ್ತು. ಎಲ್ಲರಿಗೂ ಅವನು ಇಷ್ಟವಾಗಿ ಹೋಗಿದ್ದ. ಅವನಿಗೂ ಅಷ್ಟೇ ಅವರನ್ನು ಬಿಟ್ಟು ಹೋಗಲು ಮನಸ್ಸು ಬರುತ್ತಿರಲಿಲ್ಲ. ಅದು ಸರಿ ನಾನು ಮತ್ತೆ ಹೋದರೆ ಅಲ್ಲಿ ನನಗಾಗಿ ಯಾರಿದ್ದಾರೆ. ಆಗ ಅವರಲ್ಲಿ ರಾಜಾರಾಮ್ ಮತ್ತು ಧೀರಜರ ನೆನಪು ಕಾಡುತ್ತಿತ್ತು. ಅವರಿಗಾಗಿಯಾದರು ಹೋಗಬೇಕು. ಅವರು ನನ್ನನ್ನು ಇವರಷ್ಟೇ ಇಷ್ಟಪಟ್ಟಿದ್ದಾರೆ.

ವಿಕ್ರಮಾದಿತ್ಯ ಯುದ್ಧ ರಂಗದಿಂದ ಹಿಂದಿರುಗಿ ಕಶ್ಯಪ ಆಶ್ರಮಕ್ಕೆ ಬಂದರು. ಸಹಕರಿಸಿದ ಎಲ್ಲರಿಗೂ ಸತ್ಕರಿಸಿ ಅಭಿನಂದನೆ ಸೂಚಿಸಿದನು. ಪ್ರದ್ಯುಮ್ನನಿಗೆ ವಿಶೇಷವಾಗಿ ಅಭಿನಂದನೆ ಸೂಚಿಸಿ, ಅವನ ಕಾಲಯಂತ್ರದ ಬಗ್ಗೆ ತಿಳಿದುಕೊಂಡು. ಅವನ ಕಾಲಯಾನಕ್ಕೆ ಒಳ್ಳೆಯದಾಗಲೆಂದು ಆಶಿಸಿದರು.

ಕೊನೆಗೂ ಅವನ ಭವಿಷ್ಯಯಾನ ಅಂತಿಮ ಘಟ್ಟಕ್ಕೆ ಬಂದಿತ್ತು. ಅತ್ರೇಯರಿಗೆ , ತನಗೆ ಸಹಕರಿಸಿದ ಎಲ್ಲಾ ಋಷಿಮುನಿಗಳಿಗೆ ವಂದನೆಗಳನ್ನು ತಿಳಿಸಿ , ಅವರಿಂದ ಆಶಿರ್ವಾದಗಳನ್ನು ತೆಗೆದುಕೊಂಡು. ಕಾಲಯಂತ್ರದ ಒಳಗೆ ಪ್ರವೇಶಿಸಿದನು.

ಚಕ್ಷುಷಾ ಮನ್ವಂತರ ಕಲಿಯುಗದ ೨೦೨೦ ರ ತಾನು ಬಂದ ದಿನವನ್ನು ಖಾತ್ರಿಗೊಳಿಸಿದನು.

ಆಗ ವಿಕ್ರಮಾದಿತ್ಯರಿಗೆ ಸಂದೇಶ ಬಂದಿತ್ತು. ಮ್ಲೇಚ್ಛರು ಬೇರೆ ಕಣಿವೆ ಮಾರ್ಗದಿಂದ ಕಶ್ಯಪ ಆಶ್ರಮದ ಮೇಲೆಯೇ ಧಾಳಿ ಮಾಡಬೇಕೆಂದು , ಈ ಬಾರಿ ವಾಮಮಾರ್ಗವನ್ನು ಉಪಯೋಗಿಸಿ ಬರುತ್ತಿದ್ದಾರೆ. ಅವರನ್ನು ತಡೆಯಬೇಕು. ಈ ವಿಮಾನಗಳು ಕಣಿವೆ ಮಾರ್ಗದಲ್ಲಿ ನುಗ್ಗಲು ಸಾಧ್ಯವಿಲ್ಲ. ಏನುಮಾಡುವುದು ಎಂದು ಯೋಚಿಸುತ್ತಾ ವಿಕ್ರಮಾದಿತ್ಯ ಪ್ರದ್ಯುಮ್ನನ ಕಡೆ ನೋಡಿದ.

ಅಷ್ಟರಲ್ಲಿ ಕಾಲಯಂತ್ರ ಚಾಲನೆಯಾಗಿಬಿಟ್ಟಿತ್ತು.

****

ಧನ್ಯವಾದಗಳು

ಪ್ರಿಯ ಓದುಗರೇ,

ಈ ಕಾದಂಬರಿಯನ್ನು ಸಂಯಮದಿಂದ ಓದಿ ಪ್ರೋತ್ಸಾಹಿಸಿದಕ್ಕೆ ಅನಂತಾನಂತ ಧನ್ಯವಾದಗಳು.

ನನ್ನ "ಭವಿಷ್ಯಯಾನ" ಕಾದಂಬರಿಯ ವಿಷಯವಸ್ತು ಕಾಲಾಯಾನ. ಕಾಲಾಯಾನದ ಬಗ್ಗೆ ಈಗಾಗಲೇ ಅನೇಕ ಕೃತಿಗಳು, ಸಿನಿಮಾಗಳು ಬಂದಿವೆ. ನನಗೆ ಸ್ಫೂರ್ತಿಯಾದದ್ದು ಎಚ್. ಜಿ. ವೇಲ್ಸರ "ಕಾಲಯಂತ್ರ" ಮತ್ತು ಭಾರತೀಸುತರ "ಕಾಲಯಾನ" ಕೃತಿಗಳು. ಆದರೆ ಆ ಕೃತಿಗಳಿಂದ ಯಾವುದನ್ನೂ ರೂಪಾಂತರ ಮಾಡದೇ ಸ್ವತಂತ್ರವಾದ ಆಲೋಚನೆಯಿಂದ ನನ್ನ ಕಾದಂಬರಿಯನ್ನು ಬರೆದಿದ್ದೇನೆ. ಇದು ಹೊಸಬಗೆಯ ಕೃತಿಯಲ್ಲದಿದ್ದರೂ, ಕಾಲಗರ್ಭವನ್ನು ಹೊಕ್ಕು ಅಲ್ಲಿನ ಸ್ಥಿತಿಗತಿಗಳನ್ನು ನನ್ನದೇ ಕಲ್ಪನೆಯಲ್ಲಿ ಚಿತ್ರಿಸಲು ಪ್ರಯತ್ನಿಸಿದ್ದೇನೆ.

ವಂದನೆಗಳೊಂದಿಗೆ

ಇಂದಿರಾತನಯ

(ಹರೀಶ ಕೃಷ್ಣಪ್ಪ)